அருணாவின்

பனியன்

(உழைக்கும் வர்க்கத்தின் ஓர் உன்னதப்
போராட்டம் நாவல் வடிவில்)

பேரா. தி.வெ. இராசேந்திரன்

அருணா பப்ளிகேஷன்ஸ்
சென்னை

விலை: ₹ 200/-

BANIYAN

by **T.V. Rajendran**

© Publisher

Publishing Editor : C. Jayakumar

First Edition : October, 2014

Size : 1/8 Demy

Pages : 304

ISBN : 978-93-83886-51-7

Price : ₹ 200/-

For enquiries contact:

ARUNA PUBLICATIONS
12, 1st Street,
(Annexe) North Jagannatha Nagar,
Villivakkam,
Chennai - 600 049.
✆ 2650 7131. Cell: 94440 47790
E-mail : arunapublications@yahoo.com
Website : www.arunapublications.com

டிசைனிங் & டைப்செட்டிங் : சு. அசோக்குமார்

அச்சிட்டோர் : M/s. காரிஸ் ஆஃப்செட்,
சென்னை - 600 029.

படையல்

பற்றி எரியும்
பசித்தீயை அணைக்க-
முற்றிப்போன கைகளில்
கருவியேந்தி-
நெற்றி வேர்வை
நிலத்தில் சிந்த நித்தமும்
வற்றிப்போன வயிற்றுடன்
போராடும் பாட்டாளிகளுக்கு...

உ

Ohm Sri Maharishi Siva Siddhar Namo Namaha!   Ohm Sri Maharishi Nava Siddhar Namo Namaha!!
Ohm Sri Maharishi Thirumoorthy Bhagavan Namo Namaha!!!

முன்னுரை

சரியாக முப்பதாண்டுகளுக்கு முன்பு நடைபெற்ற போராட்டம் இது. பஞ்சப்படி உள்ளிட்ட பல்வேறு கோரிக்கைகளை முன்னிலைப்படுத்திப் பனியன் தொழிலாளர்கள் நடத்திய மகத்தான போராட்டம் 1984ஆம் ஆண்டில் நடைபெற்றது. திருப்பூரைப் புரட்டிப் போட்ட போராட்டம் இது என்று சொன்னாலும் மிகையன்று.

வயிற்றுப் பசிக்காரன் வல்லமையுடன் போராடினால், ஆதிக்க வர்க்கம் எவ்வாறு தன் நிலையிலிருந்து இறங்கி வரும் என்பதற்கு இப்போராட்டம் மிகச் சிறந்த சான்றாகிறது.

திருப்பூரில் நான் பிறந்து வளர்ந்தவன். பனியன் தொழிலாளர்களின் வாழ்வியலை முற்றிலும் உணர்ந்தவன். இன்னும் சொல்ல வேண்டுமானால் என் மூத்த சகோதரர்கள் மூவர் திருப்பூர் பனியன் ஆலைகளில் தொழிலாளர்களாகப் பணியாற்றிக் கொண்டிருந்தனர். அதுசமயம், என் அண்ணன்மார்களைப் பார்க்க நான் அடிக்கடி பனியன் ஆலைகளுக்குச் செல்லுவதுண்டு. அப்பொழுது, பனியன் தொழிலாளர்களின் வேதனைகள், துன்பங்கள், உடலை வருத்திப் பாடுபடும் அவர்களின் தோற்றம் இவைகளெல்லாம் என் இளம் நெஞ்சில் மறக்க முடியாத ஓவியங்களாகப் பதிந்து விட்டன. உழைப்பின் அருமையையும், பெருமையையும் அவர்களைக் கொண்டே நான் நேரடியாக உணர்ந்திருக்கிறேன்.

இந்த 'பனியன்' நாவலில் இடம் பெறும் கதை மாந்தர்கள் பலரும் திருப்பூர் வீதிகளிலும், பனியன் ஆலைகளிலும் நான் கண்ட முகங்களே ஆகும்.

பனியன் ஆலையில் பணியாற்றிக் கொண்டிருந்த என் மூத்த சகோதரர் ஒருவர் மிகுந்த போராட்டக் குணம் கொண்டவர்.

நேர்மைக்காகவும், உரிமைக்காகவும் குரல் கொடுப்பதில் தலைசிறந்து விளங்கினார். அவரைச் சுற்றிலும் எப்பொழுதும் ஒரு சிறு நண்பர் கூட்டம் இருந்து கொண்டேயிருக்கும். அவர்களிடம் சமூகநலன் குறித்து இவர் அடிக்கடி விவாதம் செய்து கொண்டிருப்பார் என என் பெற்றோர்களும், மற்றவர்களும் சொல்லி நான் அறிந்திருக்கிறேன். ஏனெனில், என் மூத்த சகோதரர் இளைஞராக வாழ்ந்து கொண்டிருந்த காலத்தில், நான் தொடக்கப் பள்ளியில் அடியெடுத்து வைத்திருந்தேன். அவருடைய நீண்ட, நெடிய, அழகான தோற்றம் எனக்குக் கனவில் கண்டதைப் போல் இன்றும் நெஞ்சில் பதிவாகியுள்ளது. எதிர்பாராத வகையில் அந்த மூத்த சகோதரர் தன் இருபத்தி இரண்டாம் வயதில் மரணமடைந்து விட்டார். இவரையே 'சுப்பையா' கதை மாந்தராகச் சித்திரித்துள்ளேன். மற்ற கதை மாந்தர்கள் அனைவரும் அவருடன் நட்புக் கொண்டிருந்தவர்கள்.

திருப்பூர் பனியன் தொழிலாளர்கள் பல போராட்டங்களை முன்னெடுத்துச் சென்றவர்கள். அவற்றுள்-1984ஆம் ஆண்டில் நடைபெற்ற 'பஞ்சப்படி' உள்ளிட்ட பல கோரிக்கைகளை நடுமைப்படுத்தி நடைபெற்ற இந்தப் போராட்டம் முதன்மையானது. இப்போராட்டம் நடைபெற்ற காலத்தில் நான் முனைவர் பட்ட ஆய்வாளனாகப் பயின்று கொண்டிருந்தேன். எனவே, இதன் வீரியத்தை நன்கு உணர்ந்திருக்கிறேன். மேலும், என் ஆய்வுப் படிப்பிற்கான செலவுகளை ஈடுகட்டிக் கொள்ள ஒரு பனியன் ஆலையில் பகுதிநேரத் தட்டச்சராகப் பணியாற்றிக் கொண்டிருந்தேன். அப்பொழுது, பனியன் ஆலைத் தொழிலாளர்களின் வேதனைகள், பெருமூச்சுக்கள், ஏக்கங்கள் இவைகளை அருகிலிருந்து பார்க்கும் வாய்ப்பு எனக்கு அமைந்தது.

திருப்பூரைப் பனியன் நகரம் என்று கூறுவதைவிட அதை ஓர் "உழைப்பாளர் தேசம்" எனச் சொன்னால் அது பொருத்தமாக இருக்கும். ஏனெனில், இரவு-பகல் என்று வேறுபாடில்லாமல் தொழிலாளப் பெருமக்கள் ஓடியாடி உழைத்துக் கொண்டே இருப்பார்கள். உழைப்பின் அருமையை உணர்ந்தவர்கள்

விரைவில் முதலாளியாவார்கள்! உணராதவர்கள் கடைசிவரை தொழிலாளியாகவே இருந்து மறைவார்கள்! இதுவே திருப்பூரின் விதி! எனக்கு நினைவு தெரிந்து, பனியன் தொழிலாளர் போராட்டம் என்பது "தீபாவளி போனஸ்" பெறுவதற்காக ஆண்டுதோறும் நடைபெறும் போராட்டங்கள் ஆகும். செங்கொடி ஏந்தியவாறு பனியன் ஆலை முன்புநின்று தோழர்கள் முழக்கப் போராட்டங்கள் நடத்துவதை வியந்து போய் விவரமில்லாத சிறுவனாக வேடிக்கை பார்த்துள்ளேன். அந்தப் போராட்டங் களுக்கெல்லாம் தலைமையேற்று, ஓர் அர்ப்பணிப்பு உணர்வுடன் செயல்பட்ட, திருப்பூர் பனியன் சங்கங்களின் போர்ப்படைத் தளபதிகளான தோழர்கள் மு.கணபதி, கே.எஸ்.கருப்புச்சாமி, கே.சுப்பராயன், கே.தங்கவேல் ஆகியோரின் நெருப்புரைகளை ஆர்வமுடன் கேட்டு மன எழுச்சி பெற்றுள்ளேன்.

அதன் பிறகு 1984ஆம் ஆண்டு நடைபெற்ற "பஞ்சப்படி" போராட்டம் பனியன் தொழிலாளர்களின் வரலாற்றில் குறிப்பிடத்தக்கதும், திருப்பமும் நிறைந்த ஒன்றாகும். இந்தப் போராட்டத்தின் முடிவில் பல நன்மைகள் தொழிலாளர் களுக்குக் கிடைத்தன. இந்த நன்மைகளுக்காக அவர்கள் கொடுத்த விலைகள் உன்னதமானவை! இவ்வாறு பாடுபட்டுக் கிடைத்த சலுகைகள் எல்லாம் பிறகு காலப்போக்கில் பல்வேறு மாற்றங்களைப் பெற்று விட்டன. அவைகளைச் சிந்தனை செய்யத் தொடங்கினால் அது ஒரு தனிக் கதையாகப் போய்விடும்! இந்த "பனியன்" நாவல் என்பது 1984ஆம் ஆண்டு 127 நாட்கள் திருப்பூரில் நடைபெற்றது. இதனால் ஏற்பட்ட சாதக, பாதகங்களை மட்டும் இந்நாவல் சித்திரிக்கிறது.

"பனியன்" நாவல் வழியாக நான் எடுத்து வைக்கும் கருத்துரை என்ன? போராடாமல் எதுவும் கிடைக்காது. சமுதாயத்தில் வாழும் எந்த ஒரு மனிதனும் தனக்கு நியாயம் எனத் தெரிகின்ற உரிமைகளை வென்றெடுக்கப் போராடியே ஆக வேண்டும். அவ்வாறு, போராடாமல் ஒதுங்கிப் போகின்ற மனிதன் பிணத்திற்குச் சமம். போராடத் தெரிந்த மனிதனே - வாழ்க்கையை அனுபவிக்கத் தெரிந்தவன். அவனை மட்டுமே

நாம் மக்கள் தொகைக் கணக்கில் சேர்க்க வேண்டும். இதுவே இந்த நாவல் சுட்டும் நீதியாகும்.

பட்டுக்கோட்டை கல்யாணசுந்தரம், அமரர் ஜீவா போன்ற பிறவிப் போராளிகளின் பாடல்களை ஆங்காங்கே எடுத்துக் காட்டியுள்ளேன். இவைகள் படிக்கின்ற வாசகர்களுக்கு எழுச்சி மிகுந்த சிந்தனைகளை உருவாக்கும்.

"பனியன்" நாவலை வார்த்தெடுக்க எனக்கு எட்டாண்டுகள் ஆனது. திருப்பூர் மண்ணை நான் மிதிக்கின்ற பொழுதெல்லாம் 1984ஆம் ஆண்டுக்குரிய போராட்ட நிகழ்வுகள் என் நெஞ்சில் நிழலாடும். இந்த நிகழ்வுகளை எழுத்தாக்க விரும்பினேன். என் இனிய நண்பர் நா.குணசேகரன் அவர்கள் என் ஆர்வத்திற்குத் துணையாக நின்றார். இது தொடர்பான நூல்கள், தகவல்கள் மற்றும் பொதுவுடைமைத் தோழர்கள் சிலரையும் எனக்கு அறிமுகம் செய்து வைத்தார். இவைகளெல்லாம் நாவல் வளர்ச்சிக்கு அடித்தளமாக அமைந்தன. அவருக்கு என் நன்றி.

சில நாட்கள் திருப்பூர் பனியன் ஆலைகள் பலவற்றுக்கும் நேரடியாகச் சென்று தொழிலாளர்களின் வாழ்க்கை முறைகளை நன்றாக உள்வாங்கிக் கொண்டேன். இதை ஒரு களப்பணி சார்ந்த நாவல் என்று அழைத்தாலும் தவறில்லை.

இந்த நாவலை நிறைவு செய்த பொழுது மிகப்பெரிய மனச்சுமை என்னிடமிருந்து இறக்கி வைக்கப்பட்டதாக உணர்ந்தேன். சுருங்கச் சொன்னால் இது எனக்கு மிகுந்த சுயமகிழ்ச்சியையும், சுய மனநிறைவையும் அளித்தது.

'பனியன்' நாவலை வெளியிடும் அருணா பப்ளிகேஷன்ஸ் நிறுவனத்தாருக்கு என் நெஞ்சார்ந்த நன்றியைத் தெரிவித்துக் கொள்ளுகிறேன்.

திருச்சிராப்பள்ளி	அன்பன்
01 ஜூலை 2014	தி.வெ. இராசேந்திரன்

பனியன்

1

திருப்பூர் - நொய்யலாற்றங்கரை நாகரிகத்தில் மலர்ந்த ஊர். 'பனியன் நகரம்' என்றும் 'இரண்டாம் பம்பாய்' என்றும் புகழப்படும் மண். சோம்பேறிகளுக்கு இங்கு இடமில்லை. உழைப்பவர்களுக்கு இது பூலோக சொர்க்கம். 'வேலை காலியில்லை' என்ற வாசகத்தை இந்த நகரத்தில் பார்க்க முடியாது. உடம்பை வளைத்துப் பாடுபட முடிந்தவர்களுக்கு இங்கு எப்போதுமே வேலை உண்டு! நமக்கெல்லாம் ஆண்டுக்கு ஒருமுறை தீபாவளி என்றால், இங்குள்ள உழைக்கும் மக்களுக்கு வாராவாரம் தீபாவளி வரும்! என்ன புரிய வில்லையா... சனிக்கிழமைதான் இங்கு தொழிலாளர்களுக்குச் சம்பள நாள். அவரவர் தகுதி, உழைப்பு இவற்றிற்கேற்பச் சம்பளம் நன்றாகவே கிடைக்கும். அப்புறம் என்ன... ஆட்டம்... பாட்டம்... கொண்டாட்டம்... கும்மாளந்தான். புகை பிடிப்பது, புலால் உண்பது... மது அருந்துவது... திரைப்படம் பார்ப்பது... சிற்றின்பப் பெண்டிரைத் தேடுவது என வாங்கிய பணம் முழுவதும் ஞாயிற்றுக்கிழமை மாலைக்குள் கரைந்து விடும்!

பிறகு, திங்கட்கிழமை பனியன் கம்பெனிக்கு வந்ததும்- முதலாளியைக் குலதெய்வமாக எண்ணிக் கும்பிடுவது, பல்லிளிப்பது, தலையைச் சொரிவது, முன்பணம் வாங்குவது மீண்டும் பழையபடி ஊரைச் சுற்றுவது!

இதில் கவனமும், புத்தியும் உள்ளவர்கள் சில ஆண்டுகளில் முதலாளி ஆகி விடுவார்கள். இல்லாதவர்கள் தொழிலாளி யாகவே இருப்பார்கள். முடிந்தால் ஆயுள் முழுக்கக் கடனாளியாகவே கூடக் காலங்கழிப்பார்கள்!

ஆண்டு ஒன்றுக்கு 2500 கோடி ரூபாய் அந்நியச் செலாவணியை இந்தியத் திருநாட்டிற்குப் பனியன் ஏற்றுமதியால் ஈட்டித் தரும் நகரம்! உள்நாட்டுத் தேவைக்கு ஐநூறு கோடி ரூபாய்க்கு உள்ளாடைகளை உற்பத்தி செய்யும் காசு காய்ச்சித் தேசம் இது! 1923ஆம் ஆண்டு இரண்டு நண்பர்களின் (வெங்கிடுசாமி, அப்துல் கரீம்) கூட்டு முயற்சியில் பனியன் கம்பெனி முதன்முதலில் இங்கு தொடங்கப்பட்டது. இன்று நான்காயிரம் பனியன் கம்பெனிகளும், ஒரு இலட்சம் தொழிலாளர்களும் கொண்ட மாநகரமாய் இது விரிந்து பரந்து பெருகியுள்ளது!

மேலும், இதனையொட்டிய துணைத் தொழில்கள் என்று நோக்கினால் டையிங், பிளீச்சிங், ஸ்கிரீன் பிரிண்டிங், ஸ்டீம் கேலண்டரிங், லேபிள், எலாஸ்டிக் தொழில், அட்டைப் பெட்டித் தொழில், கலாசித் தொழில் என இவற்றில் பத்தாயிரம் தொழிலாளர்கள் ஈடுபட்டுள்ளனர்.

திருப்பூர் மூன்று நிலைகளைக் கொண்டது. பனியன் கம்பெனிகளும், பொதுமக்களும் வசிக்கும் பகுதி, மக்கள் தொகைப் பெருக்கத்தை ஒட்டிய புற நகரம், திருப்பூரைச் சுற்றியுள்ள கிராமங்கள் என இது அமைகிறது. குறிப்பாக, திருமுருகன் பூண்டி, நல்லூர், படியூர், மண்ணறை, பெருமாநல்லூர், அனுப்பர்பாளையம், வஞ்சிப்பாளையம், மங்கலம் இது போன்ற சுற்ற வட்டாரக் கிராமங்களிலிருந்தும் நிறையத் தொழிலாளர்கள் திருப்பூர் பனியன் கம்பெனிக்கு வருவார்கள். வெளி மாவட்டங்கள், வெளி மாநிலங்களிலிருந்து வந்த உழைப்பாளிகளும் உண்டு.

"காவிரி பெருக்கெடுத்தால் கொள்ளுமிடம் கொள்ளிடம்" என்பது பழமொழி. "வறுமை பெருக்கெடுத்தால் புகலிடம்

"திருப்பூர்" என்பது புதுமொழி! சுருங்கக் கூறின், "உழைப்பவர்களின் மெக்கா திருப்பூர்" எனில் அது மிகை அல்ல!

பனியன் கம்பெனிகள் இல்லையென்றால் திருப்பூர் பாலைவனமே!

சைக்கிள் என்ற வாகனத்தை இங்கு காண்பது அரிது என்றே சொல்ல வேண்டும். ஒரு காலத்தில் பல கிலோ மீட்டர் தொலைவிலிருந்து வரும் தொழிலாளர்கள் சைக்கிளை நம்பியே வந்தனர். இன்று கடனை வாங்கியாவது பெரும்பாலான தொழிலாளர்கள் இரு சக்கர வாகனங்களில் வருகின்றனர்.

ஒரு சாலையைக் கடக்க வேண்டுமானால் குறைந்தது ஐந்து நிமிடமாவது ஆகும். சிறிது கவனம் தவறினாலும் நமக்கச் சங்கு ஊதி விடுவார்கள்! காலை ஏழு மணிக்கத் தொடங்கும் திருப்பூர் நகர வாழ்க்கை மிகவும் எந்திரமயமானது. டவுன் பஸ்கள், இரண்டு சக்கர, மூன்று சக்கர, நான்கு சக்கர வாகனங்களில் மக்கள் வேகமாகப் பயணிப்பது அச்சத்தைத் தரும் காட்சிகளாகும். வாகனங்கள் விடுகின்ற கருப்புப் புகை காற்று மண்டலத்தையே கலங்க வைத்து விடும். அவ்வளவு அசுத்தக் காற்று.

குறிப்பாகப் பெருமாநல்லூர்ச் சாலை, அவநாசிச் சாலை, மங்கலம் சாலை, பல்லடம் சாலை, காங்கயம் சாலை என இந்த ஐவகைச் சாலைகளிலும் மக்கள் நெரிசலும், வாகன நெரிசலும் ஒன்றையொன்று போட்டியிட்டு வெல்லும்!

கிட்டத்தட்ட ஐந்து இலட்சம் மக்கள் வசிக்கும் இந்த நகரம் விரைவில் மாநகரமாக மாறிவிடும் நாள் தொலைவில் இல்லை.

ஐம்பது ஆண்டுகளுக்கு முன்பு வரை திருப்பூருக்குப் பெருமை சேர்த்த நொய்யல் ஆறு இன்று ஏழையின் ஒட்டிய வயிறு போலக் காட்சி தருகிறது! பெருகி வரும் மக்கள் தொகைக் கேற்பக் குடிநீர்ப் பற்றாக்குறை மிகுதியும் இந்த நகரில் உண்டு. பத்து நாட்களுக்கு ஒரு தடவைகூட இங்கு குழாய்களில் குடிநீர் வரத்து இருக்கும். மக்கள் சகித்துக் கொள்ளப் பழகி விட்டனர்.

பனியன் தொழிலை நம்பியிருக்கும் தொழில்களுள் ஒன்றான சாயப்பட்டறைகள் சுற்றுப்புறச் சூழலுக்கு இன்று பெரும் அறைகூவலாக அமைந்துள்ளன. அந்தச் சாயப்பட்டறைகள் வெளியிடும் இரசாயனக் கழிவுகள் கரூர் வரையுள்ள வேளாண்மை நிலங்களைப் பாதித்துள்ளதாகத் தகவல்கள் வருவது வேதனை கலந்த சோதனைகளாகும்.

நல்ல காற்றைச் சுவாசிப்பதற்காகத் திருப்பூர்வாசிகள் இனிமேல் "ஆக்சிஸன் பார்" களை நாட வேண்டிய தேவை நெருங்கிக் கொண்டிருக்கிறது!!

மணி காலை ஐந்தரையைத் தொட்டு விட்டது. டவுன் பஸ்களின் நடமாட்டம் தொடங்கி விட்டது. வீட்டுக்கு வீடு செய்தித்தாள் விநியோகிக்கும் பையன்கள், தேநீர் விடுதிகள், காய்கறி அங்காடிகள், சிறு கடைகள், பால் விற்பவர்கள் ஆகியோரின் பரவலான நடவடிக்கைகள் அன்றைய திருப்பூர்ப் பொழுதை விடிய வைத்துக் கொண்டிருந்தன. உடம்பில் ஊளைச் சதையை ஏற்றிக் கொண்ட ஆண்களும், பெண்களும் தனியாகவோ, சிறுசிறு குழுக்களாகவோ நடைப்பயிற்சியை வேகமாக மேற்கொண்டிருந்தனர்.

மணி ஐந்தே முக்கால். சூரியன் உதிப்பதற்கான அறிகுறிகள். செக்கச் சிவந்த வானம்-உழைப்பவனின் உள்ளங்கை போல!

அதோ பாருங்கள்... அவநாசிச் சாலையில் வலதுபுறமாகத் தெரிகிறதே ஒரு கம்பீரமான கட்டடம். அதுதான் திருப்பூர் பனியன் தொழிலாளர் சங்கக் கட்டடம்-சுய மரியாதையுள்ள மனிதனின் நெஞ்சம் போல நிமிர்ந்து நின்று கொண்டிருந்தது. அதன் முதல் தளத்தில் வலதுபுறமுள்ள ஓர் அறை. அதுதான் சுப்பண்ணாவின் அறை. பனியன் தொழிலாளர் சங்கத் தலைவர் சுப்பையா என்கிற, சுப்பண்ணா என்று அழைக்கப்படுகிற தோழரின் அறை. மிக எளிமையாக இருந்தது. ஓர் ஆள் மட்டுமே படுக்கக்கூடிய சாதாரண இரும்புக்கட்டில்... அதில்

ஜமுக்காளம்... ஒரு தலையணை... ஒரு போர்வை... ஒரு ஸ்டூல்... ஒரு மேசை... ஒரு நாற்காலி... அறையைப் பிரகாசிக்கச் செய்யும் டியூப் லைட்... குடி தண்ணீர்ப் பானை... அதன் மேல் ஒரு டம்ளர். அங்கிருந்த அலமாரி முழுக்க நிறையப் பலதரப்பட்ட புத்தகங்கள் சீராக அடுக்கி வைக்கப்பட்டிருந்தன. அறையைப் பெருக்க உதவும் விளக்குமாறு மூலையில் சாத்தி வைக்கப்பட்டிருந்தது. ஒரு முகம் பார்க்கும் கண்ணாடி, ஒரு பழைய சீப்பு, அறைக்குள் கட்டப்பட்டிருந்த கயிற்றில் சிவப்புக்கரை போட்ட நான்கு முழ வேட்டிகள் இரண்டு காய்ந்து கொண்டிருந்தன.

அப்படியே இரண்டு அரைக்கைச் சட்டைகளும், இரண்டு ஜட்டி, பனியன்களும் ஒரு வெள்ளைத் துண்டும் காணப் பட்டன. அறைக்குள் ஒரு ஜோடி தோல் செருப்பு. கட்டிலுக்கு மேலே ஒரு மின் விசிறி. மேஜைமீது தினசரிப் பத்திரிக்கைகள் ஒழுங்காக மடிந்து வைக்கப்பட்டிருந்தன. அந்தப் பத்திரிக்கையில் சில செய்திகள் பேனாவினால் அடிக்கோடு இடப்பட்டிருந்தன. அறைக்குள் நுழைந்தவுடன் பார்வையில் தென்படுகிற மாதிரி மார்க்ஸ், லெனின், மாவோ ஆகியோரது நிழற்படங்கள் மாட்டப்பட்டிருந்தன.

கட்டிலில் சுப்பண்ணா படுத்திருந்தார். இடுப்பில் ஒரு வெள்ளை வேட்டியும், மார்பில் ஒரு துண்டும் காணப்பட்டன.

கட்டிலுக்குக் கீழே ஒரு புத்தகம் விரித்த நிலையில் கிடந்தது. அது பட்டுக்கோட்டை கல்யாணசுந்தரம் பாடல்களின் தொகுப்பு நூல். அறையிலிருந்த சுவர்க் கடிகாரம் காலை மணி ஆறேகால் எனக் காட்டிக் கொண்டிருந்தது. எப்பொழுதும் ஐந்து மணிக்கே எழுந்து விடும் சுப்பண்ணா அன்று நீண்ட நேரமாகியும் ஏன் எழுந்திருக்கவில்லை?

செய்தித்தாள் போடும் பையன் வந்தால்தான் விவரம் புரியும் போலும்! அதோ சாலையில் சைக்கிளை நிறுத்தி விட்டுக் கையில் அன்றைய தினசரிப் பத்திரிக்கையை எடுத்துக்

கொண்டு அந்தப் பையன் வேகமாக அறையை நோக்கி ஓடி வந்தான். தினசரியை உள்ளே போட்டான்.

என்ன ஆச்சரியம்! சுப்பண்ணா கட்டிலை விட்டு எழுந்திருக்கவில்லை. படுத்த நிலையிலேயே இருந்தார். அறைக் கதவும் திறந்திருந்தது.

பேப்பர் போடும் பையன் உள்ளே போனான். சுப்பண்ணா என்ற அந்த வாட்டசாட்டமான வடிவம் எவ்விதச் சலனமுமின்றிக் கண்களை இமைக்காமல் அப்படியே திறந்த நிலையில் படுத்திருந்தது.

"சுப்பண்ணா... சுப்பண்ணா... சுப்... பண்ணா..." பையன் கத்தினான். அவனுடைய கத்தல் அறை முழுக்க எதிரொலித்துக் கீழே டீக்கடையில் டீ குடித்துக் கொண்டிருந்த அனைவரின் காதுகளையும் கிழித்துக் கொண்டு சென்றது.

அனைவரும் சுப்பண்ணாவின் அறையை நோக்கி ஓடினார்கள். பேப்பர் போடும் பையன் அழுது கொண்டிருந்தான்.

நான்கைந்து பேர் அறைக்குள் நுழைந்தனர். சுப்பண்ணாவின் உடலைத் தொட்டுப் பார்த்தனர்.

"அய்யையோ... அய்யையோ... என்னடா கொடுமை இது... சுப்பண்ணா நம்மளை விட்டுப் போயிட்டாருடா தம்பி..." டீக்கடைக்காரன் பெருங் கூச்சலிட்டான்.

"அவசரப்படாதீங்க... எதுக்கும் பக்கத்து வீதியிலே இருக்கற டாக்டரைக் கூட்டிக்கிட்டு வர்றேன்... கொஞ்சம் வழிவிட்டு நில்லுங்க..." என்றவாறு ஒருவன் வெளியே ஓடினான்.

காலை எட்டு மணி.

பனியன் தொழிலாளர் சங்கத்தின் நடுக்கூடம். சுப்பண்ணாவின் உடல் அலங்கரிக்கப்பட்ட நிலையில் படுக்க வைக்கப்பட்டிருந்தது. மாலைகள் அவரது உடல் முழுக்க நிறைந்திருந்தன.

பனியன் தொழிலாளர்கள் அணி, அணியாக வந்து சுப்பண்ணாவின் கால்களைப் பிடித்தவாறு கதறி அழுது கொண்டிருந்தனர்.

தொலைபேசி வழியிலும், தந்தி வழியிலும் பலருக்கும் தகவல்கள் பறந்து கொண்டிருந்தன. அப்பொழுது-

ஒரு கார் கட்டடத்தின் முன்பு வந்து நின்றது. இஸ்மாயிலும், வள்ளியும் காரை விட்டு வேகமாக இறங்கி உள்ளே ஓடி வந்தனர்.

வள்ளி தலைவிரிக் கோலமாகச் சுப்பண்ணாவின் மார்பில் விழுந்து அலறினாள்.

"அண்ணா... அண்ணா... எப்படீன்னா எங்களை விட்டுப் போக மனசு வந்துது... இனிமே அண்ணான்னு கூப்புட யாரு எனக்கு இருக்கறா... சொல்லு... என் வாழ்க்கையிலே வெளக்கு ஏத்தி வச்சுட்டு நீ வெகுதூரம் போயிட்டியே... அண்ணா... நான் என்ன பண்ணுவேன்... நான் பாவி... நான் பாவி..." வள்ளி தலையில் இரண்டு கைகளாலும் வேகமாக அடித்துக் கொண்டு கதறினாள்.

மற்றொரு புறம்-இஸ்மாயில், சுப்பண்ணாவின் கால்களைக் கட்டிக் கொண்டு அழுது கொண்டிருந்தான்.

"சுப்பையா... ஏண்டா ஓரேயடியா இப்படிப் போயிட்டே... நம்பளோட சிநேகிதத்தை மரணம்கூடப் பிரிக்காதுன்னு அடிக்கடி சொல்லுவியே... இப்படி என்னை அனாதையாக் கிட்டுப் போயிட்டியேடா பாவி... உன் தங்கச்சி வள்ளியைக் கட்டிக்க நான் ஆசைப்பட்ட போது எத்தனை தடங்கல் வந்துது... அத்தனையும் தூக்கி எறிஞ்சு எம்மேலே நம்பிக்கை வச்சு வள்ளியை மனசார எனக்குக் கண்ணாலம் கட்டி வச்சியே... எவ்வளவு பெரிய மனசுடா உனக்கு... நாம ரெண்டு பேரும் மாமன், மச்சான் மாதிரியாப் பழகுனோம்... இல்லியேடா... இல்லியே... சிநேகிதம்ன்னா நம்ம சிநேகிதம்தான் ஓசந்ததுன்னு

அடிக்கடி சொல்லுவியே... அப்படித்தானே இதுநாள் வரைக்கும் பாசநேசமாப் பழகிக்கிட்டிருந்தோம்... என்னை மட்டும் ஏண்டா இப்போ தனியா உட்டுப்போட்டுப் போயிட்டே.. நானும் வர்றேண்டா.. நானும் வர்றேன்.." என்று கசிந்துருகிய இஸ்மாயில் அங்கிருந்த கதவில் தலையை வேகமாக முட்டிக் கொண்டான். இரத்தம் வழிந்தது. சிலர் ஓடி வந்து இஸ்மாயிலை அமைதிப்படுத்தி வெளியே அழைத்துச் சென்றனர். அவனுக்கு முதலுதவி செய்யப்பட்டது. நிழற்படக்காரரர்கள், பத்திரிக்கையாளர்கள் என ஒரு படை போன்ற கூட்டம் சங்கக் கட்டடத்தை முற்றுகையிட்டது!

சுப்பையா என்கிற சுப்பண்ணா இறந்து விட்டார். வயது முப்பத்தெட்டு! நல்ல முறுக்கோடு ஆரோக்கியமாகவே இருந்தான். எந்தக் கெட்டப் பழக்கமும் இல்லாதவன். பனியன் தொழிலாளர் முன்னேற்றத்திற்காகத் திருமண வாழ்வைக் கூட ஒதுக்கியவன். பிரம்மச்சாரியாக இருந்தாலும் அவனது ஒழுக்கத்தை யாரும் குறை சொல்ல மாட்டார்கள். அவ்வளவு முறையான வாழ்க்கை வாழ்ந்தவன். பனியன் தொழிலாளி யாகத் தன் வாழ்க்கையைத் தொடங்கி, தொழிலாளர் உரிமைகளுக்காகப் பல போராட்டங்களை நடத்திச் செயல் வீரனாக, அஞ்சா நெஞ்சம் படைத்த ஆண் சிங்கமாக வாழ்ந்தவன். எந்தச் செயலிலும் நேர்மை வேண்டும் என வாதிட்டவன். அப்படியே வாழ்ந்தும் காட்டியவன்.

இன்று திருப்பூரிலுள்ள பனியன் தொழிலாளர்கள் பல உரிமைகளை அனுபவித்து வருகிறார்கள் என்றால் அது சுப்பையாவினுடைய கடும் முயற்சிகளாலும், போராட்டங் களாலும் கிடைத்தவைகளாகும்.

பெயர் சுப்பையா என்றாலும் சிறியவர் முதல் பெரியவர் வரை அவரைச் "சுப்பண்ணா" என்றே அழைப்பார்கள். அதற்குக் காரணம் அவனது ஈடு இணையற்ற போராட்டக் குணம்! நியாயத்திற்காகவும், உரிமைக்காகவும் உயிரை இழப்பது என்றாலுங்கூட அது பெருமைக்குரிய செயல் என்பது

சுப்பண்ணாவின் தர்மமாகும். என்ன செய்வது? மாரடைப்பு அவனை கொன்று விட்டது.

வாரந்தோறும் ஞாயிற்றுக்கிழமை காலை வேளைகளில் அவனது அறையில் குறைந்தது பத்துத் தொழிலாளத் தோழர்களாவது கூடியிருப்பார்கள். அவர்களுக்கு மார்க்சியச் சிந்தனைகளைப் போதிப்பது, நாட்டு நடப்பை விவரிப்பது, போராட்ட உணர்வை வளர்த்துக் கொள்ளும் வீரத்தை ஊட்டுவது என்பதெல்லாம் சுப்பண்ணா செய்து வந்த தவறாத பணிகளாகும். "நோயில்லாத உடல், அழுக்கில்லாத உள்ளம், கடனில்லாத வாழ்க்கை" இதுதான் ஒவ்வொரு தொழிலாளியும் பின்பற்ற வேண்டிய வாழ்வியல் அறம் என அடிக்கடி போதிப்பான். அதைத் தன் வாழ்க்கையில் கடைப்பிடித்தும் காட்டினான்!

என்ன செய்வது? திடீரென வந்த மாரடைப்பு அவனைக் கொள்ளையடித்து விட்டது!

நெடிய உருவம், நீண்டு, வளர்ந்த உறுதியான கை, கால்கள். கருப்பும், வெளுப்பும் கலந்த அடர்த்தியான, வழுக்கையில்லாத, தலைமயிர்! சிவந்த நிறம், அகன்ற நெற்றி, கூரிய விழிகள். இதுதான் சுப்பண்ணாவின் புறத்தோற்றம். வெய்யிலும், மழையிலும், பனியிலும் தளராது, தொழிலாளர் வர்க்கம் தமது உரிமைகளைப் பெற வேண்டும் என்பதற்காகப் பேரணிகளும், பொதுக்கூட்டங்களும், ஊழியர் கூட்டங்களும் தொய்வின்றி நடத்திப் பாட்டாளிகளின் இதயங்களில் பதியமாகிப் போனவன் இவன்!

இன்று சுப்பண்ணா இல்லை. மரணித்து விட்டான். அவனுக்காக பனியன் தொழிலாளர்கள் பலர் கதறிக் கொண்டிருக்கின்றனர். எவனொருவன் தான் வாழ்ந்த காலத்தில் பிறர் நலனுக்காக உழைக்கக் கற்றுக் கொள்ளுகிறானோ அவனைத் தான் அவனது இறப்பைத்தான் காலமானார் என்று சொல்ல வேண்டும்! ஆனால், காலமானார் என்ற சொல் இன்று

யாவருக்கும் வழங்கக்கூடிய பொதுச் சொல்லாகி விட்டது வேதனையானது... வெட்கக் கேடானது!

விரக்தியும், வேதனையும் கலந்த சோகத்துடன் இஸ்மாயில்-அதாவது-சுப்பண்ணாவின் தங்கை கணவர் சிறுகுழந்தை போலத் தேம்பியழுது கொண்டிருந்தான். இருவருக்கும் ஒரே வயது.

பத்திரிக்கை நிருபர் ஒருவர் சிறிது தைரியத்தை வரவழைத்துக் கொண்டு அவரை நெருங்கினார்.

"இஸ்மாயில் சார்... உங்க துக்கம் நியாயமானது... சுப்பண்ணாவின் சாவை யாராலும் ஜீரணிக்க முடியாது... அவருடைய தங்கச்சி கணவர் என்ற முறையிலே... அவரோட நீங்க பழகின விதம்... சுப்பண்ணாவோட நல்ல குணங்கள் இதைப் பத்தி எடுத்துச் சொன்னீங்கன்னா எல்லாரும் அவரைப் பத்தி விரிவாத் தெரிஞ்சுக்க ஒரு வாய்ப்பாகும்... தயவு பண்ணி என்னைப் பாத்துப் பேசுங்க... சுப்பண்ணாவை நீங்க முதன் முதலா எப்போ பாத்தீங்க... அவரோடு பழகின மொதல் அனுபவம் எப்படி இருந்துச்சு..." நிருபர் கேட்டார்.

இஸ்மாயில் சிறு துண்டினால் தன் முகத்தை மெதுவாகத் துடைத்துக் கொண்டான். அவனது விழிகள் இடைவிடாது அழுததால் சிவந்திருந்தன. தன்னைச் சிறிது தயார்படுத்திக் கொண்டான். இஸ்மாயில் பேசத் தொடங்கினான். நிருபர் குறிப்பெடுத்துக் கொண்டு வந்தார்.

"சுப்பையாவை நான் மொதல் மொதலாகச் சந்திச்சது அதாவது பாத்துப் பழகினது எல்லாமே **1966**ஆம் வருஷந்தான்... திண்டுக்கல் என் சொந்த ஊரு... எங்க அப்பா சைக்கிள் கடை வச்சிருந்தாரு... அம்மா இல்லே... சிறுவயசிலேயே அதாவது எனக்கு ரெண்டு வயசு நடக்கும் போது அம்மா தவறிட்டாங்க... அப்பா என்னைக் கஷ்டப்பட்டு வளத்தாங்க... எனக்குப் படிப்புச் சரியா வரல்லே... சைக்கிள் கடையிலேயே அப்பாவுக்குக் கூடமாட எடுபிடி வேலை பாத்துக்கிட்டு

இருந்தேன். திடீர்ன்னு ஒருநாள் எங்க அப்பாவும் எறந்து போயிட்டாரு... அப்புறமா... பொழைப்புத் தேடி திருப்பூருக்கு வந்தேன்... பஸ் ஸ்டாண்டுலேர்ந்து ஓடக்காட்டுக்கு நடந்தே வந்தேன்... கையிலே ஒரு பைசாக் கூட இல்லே... ஓடக்காட்டுலே லிங்கைய கவுண்டர் வீதியிலே காரர் மார்க்ஸ் படிப்பகம் அப்படீன்னு ஒரு மன்றம்... அங்கே மே தினக் கொண்டாட்டம் நடந்துக்கிட்டிருந்தது... பல பேரு காலுலே சலங்கையைக் கட்டிக்கிட்டு ஆடிக்கிட்டு இருந்தாங்க... எனக்கு ஒரே பசி... தாகம்... இந்த வேதனையை மறக்க வேடிக்கை பாக்க அங்கே போனேன்... அப்பத்தான் சுப்பையாவைச் சந்திச்சேன்... எனக்கும் அவனுக்கும் ஒரே வயசு... அதாவது இருபது வயது அப்போ... தாரை, தப்பட்டை, குண்டு மத்தாளம் இதையெல்லாம் யாரோ அடிச்சுக்கிட்டிருந்தாங்க. திடீரன்று கால்லே சலங்கையைக் கட்டிக்கிட்டு ஒரு ஓசரமான பையன் வந்து ஆடுனான் பாருங்க... அதுதான் ஆட்டம்... அவன்தான் சுப்பையா..." இஸ்மாயிலின் குரல் கம்மியது. ஆனால் அவனது விழிகளில் பிரகாசம் தெரிந்தது! அதில் மலரும் நினைவுகள் விரிந்தன!!

2

உழைப்பு. இந்தச் சொல் தன்மானமுள்ளவர்களின் வேதம். மனிதகுலத்தைத் தலைநிமிரச் செய்யும் நித்திய வேள்வி! நெல் அரிசியாவதும், பஞ்சு நூலாவதும், நூல் ஆடையாவதும், தங்கம் ஆபரணமாவதும், தரிசு நிலங்கள் விளைநிலங்கள் ஆவதும் யாரால்? உழைப்பவனின் வியர்வைத் துளிகளால் அல்லவா... அந்தப் பாட்டாளிப் பெருமகனே இம்மண்ணுலகின் இரண்டாம் கடவுள்! இந்த உன்னதமான உழைப்பின் பெருமையை உலகிற்கு ஆண்டுதோறும் நினைவூட்டும் நாள் மே ஒன்றாம் தேதி. இந்த அங்கீகாரம் உடனே கிடைத்து

விட்டதா என்ன... இல்லையே... இதையும் போராடித்தானே பெற வேண்டியிருந்தது. 1886இல் அமெரிக்காவிலுள்ள சிகாகோ நகரத் தொழிலாளர்கள் பலர் ஒருங்கிணைந்து, இனிமேல் எங்களை ஆடு, மாடு போல உழைக்கச் சொல்லாதீர்கள். ஏ... அதிகார வர்க்கமே... எங்களை மனிதனாக மதி.... எட்டு மணி நேர உழைப்பு, எட்டு மணி நேர ஓய்வு, எட்டு மணி நேரத் தூக்கம் - இவைகளை எங்களுக்கு வழங்கிடுக... என உரிமைக் குரல் எழுப்பினார்கள். வீதியிலே ஊர்வலமாக வந்தார்கள்.

ஆதிக்க வர்க்கத்தால் இதைப் பொறுத்துக் கொள்ள முடியுமா... கண்மூடித்தனமான தாக்குதல்களைத் தொடுத்தார்கள். அதில் பல தொழிலாளர்கள் உயிர் நீத்தார்கள். அவர்கள் சிந்திய குருதியிலே பூத்ததுதான் மே தின உரிமையாகும். மாமேதை ஏங்கெல்ஸ் 1889ஆம் ஆண்டு மே தினத்தைப் பாட்டாளிகள் அனைவரும் பார் முழுவதும் கொண்டாடி மகிழ வேண்டும் எனப்பிரகடனம் செய்தார்.

தமிழ்நாட்டில்-சென்னையில்-இந்த மே தின விழா தோழர் ம.சிங்காரவேலனார் தலைமையில் முதன் முதலாக 1923ஆம் ஆண்டு கொண்டாடப்பட்டது. திருப்பூரில் மே தினக் கொண்டாட்டம் 1938ஆம் ஆண்டு முதல் சிறப்பாகக் கொண்டாடப்பட்டு வருகிறது.

உண்மையாகச் சொல்லப் போனால் உழைப்பவர்களின் தீபாவளி மே நாள் ஒன்றுதான்! இந்த விழா கொண்டாடப்படுவதன் நோக்கம் ஏதோ ஊர்வலம் நடத்துவதற்கும், ஆட்டம் ஆடுவதற்கும் மட்டும் அல்ல. உழைப்பை மதியுங்கள்... உழைப்பவனைப் போற்றுங்கள்... உழைப்பில்லையேல் உலகமே இல்லை என்பதை அகிலத்திற்கே நினைவூட்டு வதற்காகத்தான்! திருப்பூர்-ஓடைக்காடு-லிங்கைய கவுண்டர் வீதியில்-காரல் மார்க்ஸ் படிப்பகம். பனியன் தொழிலாளர்கள் பலரும் மாலை

வேளைகளிலும், மற்ற விடுமுறை நாட்களிலும் அங்கு ஒன்று கூடுவார்கள். நாட்டு நடப்பையும், தொழிற்சங்கச் செயல்பாடு களையும் தங்களுக்குள் பகிர்ந்து கொள்ளுவார்கள். ஆண்டுதோறும் மே தினத்தன்று படிப்பகத்தின் முன்பு பெரிய பந்தல் அமைத்து ஆடிப்பாடி மகிழ்வார்கள். மாலையில் நடக்கும் மேதினப் பேரணியில் திரளாகக் கலந்து கொள்ளுவார்கள். மே நாள் அந்தத் தோழர்களுக்கு ஆண்டு தோறும் புத்துணர்ச்சியூட்டும் திருநாள்!!

அன்றும் அப்படித்தான். பெரிய பந்தல் அமைத்துப் பாட்டுப் பாடி மகிழ்ந்து கொண்டிருந்தனர். ஆண், பெண், குழந்தைகள் என நல்ல கூட்டம். படிப்பகத்தின் முன்பு ஒரு பெரிய பானை. அங்கு வந்த அனைவருக்கும் கறிவேப்பிலை, மாங்காய், இஞ்சி கலந்த சுவையான மோர் இலவசமாக வழங்கப்பட்டுக் கொண்டிருந்தது. இன்னொரு புறம் தாரை, தப்பட்டை, குண்டு மத்தளம் இவற்றைச் சிலர் இசைக்க, இளைஞர் சிலர் கால்களில் சலங்கைகளையும், தலையில் சிவப்பு நிற ரிப்பன்களையும் கட்டிக் கொண்டு தங்களை மறந்து ஆடிக் கொண்டிருந்தனர். அவர்கள் தன்னிலை மறந்ததற்கு நாட்டுச் சாராயமும் ஒரு காரணம்.

"என்னடா... இன்னும் சுப்பையாவைக் காணோம்... பத்து மணிக்கே வர்றேன்னு சொன்னான்... நீ போயி அவங்க ஊட்டுலே பாத்துட்டு வர்றியடா..."

"அடக் கம்முன்னு இருடா... அவனுக்குத் தெரியாதா... அவன் செலவுலே இன்னிக்கி நம்ம எல்லாருக்கும் பிரியாணி விருந்து வைக்கறேன்னு போன வாரமே சொல்லியிருந்தானல்லோ... எல்லாம் அது தயார் பண்ணத்தான் போயிருப்பான்... அந்த வேப்ப மரத்துக்குப் பின்னாடி வா... நல்ல நயமான சரக்கு பேண்ட் பாக்கெட்டுலே வச்சிருக்கேன்... ஒரு ரவுண்டு கட்டலாம்... சுப்பையாவுக்குத் தெரிஞ்சாச் சத்தம் போடுவான்... சீக்கிரம் அடிச்சட்டு வரலாம் வா..."

இரண்டு தோழர்கள் தங்களுக்குள் இவ்வாறு பேசியவாறு வேப்ப மரம் நோக்கிப் போனார்கள். அவர்கள் அந்த இடத்தை விட்டு நகர்ந்ததும் ஓர் ஆட்டோ ரிக்ஷா படிப்பகத்தின் முன்பு வந்து நின்றது.

அதிலிருந்து இறங்கிய இரண்டு இளைஞர்கள் பரபரப்புடன் பெரிய, பெரிய பாத்திரங்களைத் தூக்கிக் கொண்டு போய் படிப்பகத்தின் உள்ளே வைத்தார்கள். மட்டன் பிரியாணி, சிக்கன் வறுவல், அவித்த முட்டைகள், குருமா, தயிர் சாதம் என வாசனை அந்தப் பகுதியையே கலங்கச் செய்தது.

சுப்பையா பெரிய வாழை இலைக் கட்டைத் தூக்கிக் கொண்டு போய்ப் படிப்பகத்தினுள் வைத்தான். அவனைச் சுற்றிலும் நான்கைந்து இளைஞர்கள் மகிழ்ச்சியுடன் சூழ்ந்து கொண்டனர்.

"டேய்... சொல்றதைக் கேளுங்கடா... இப்போ மணி பன்னிரண்டு... ஒரு மணிக்கு எல்லாரும் ஒண்ணா உக்காந்து சாப்பிடலாம்... எவனும் தண்ணி போடக்கூடாது... கௌரவமா நடந்துக்கோணும்... சொல்லிப்புட்டேன்... டேய்... என் கால்லே சலங்கையைக் கட்டுடா... ஒரு ஆட்டம் போடறேன்..." என்றான் சுப்பையா.

ஒருவன் ஆர்வமுடன் சுப்பையாவின் இரண்டு கால்களிலும் சலங்கைகளைக் கட்டினான். அனைவரும் உற்சாகமானார்கள்.

சுப்பையாவின் நெற்றியைச் சுற்றிலும் சிவப்பு ரிப்பன். முழுக்கைச் சட்டையை நன்றாக மடித்து, முழங்கை வரை இழுத்துக் கொண்டபின் தொண்டையை நன்றாகக் கனைத்துக் கொண்டான் சுப்பையா. ஒருவன் ஓடிவந்து சோடாவை உடைத்துக் கொடுத்தான். ஒரு வாய் குடித்து விட்டு, அவனிடமே கொடுத்தான்.

தாரை, தப்பட்டை இதமாக அடிக்கப்பட்டது.

"ஏய்... போடுடா... மேதினம் வாழ்க..." என்று சுப்பையா உரக்கச் சொல்லியதும், கூடியிருந்த கூட்டமும்-

"மேதினம் வாழ்க..." எனப் பெருஞ்சத்தத்துடன் கூவியது.

வேகமாகத் துள்ளிக் குதித்து ஆடினான் சுப்பையா. அந்த இடமே செம்புழுதி கிளம்பியது.

"டண்டணக்க... டண்டணக்க... டணக்குனக்க.. டணக் குனக்க..." என்ற கருவிகளின் ஓசையும் சேர, அந்த இடமே மகிழ்ச்சிக் கடலில் மூழ்கியது. சுப்பையாவுடன் சேர்ந்து மற்ற இளைஞர்களும் ஆடினார்கள்.

ஆட்டம் முடிவுக்கு வந்த போது, சுப்பையா ஒரு பாடலை இனிமையாகப் பாடினான். (அது பட்டுக்கோட்டை கல்யாணசுந்தரத்தின் பாடல்).

"மனிதரை மனிதர்
சரிநிகர் சமமாய்
மதிப்பது நம் கடமை
வள்ளுவப் பெருமான்
சொல்லிய வழியில்
வாழ்வது அறிவுடைமை
உழைப்பை மதித்து
பலனைக் கொடுத்து
உலகில் போரைத் தடுத்திடுவோம்
அண்ணன் தம்பியாய்
அனைவரும் வாழ்ந்து
அருள் விளக்கேற்றிடுவோம்"

இந்தப் பாடலைச் சுப்பையா கணீரென்று பாடி முடிந்தான். சுற்றியிருந்த கூட்டம் கரவொலி எழுப்பியது. திடீரென்று-

கூட்டத்திலிருந்த ஓர் இளைஞன் மயக்கமடைந்து, நிலை தடுமாறி மண்ணில் விழுந்தான். அனைவரும் அதிர்ச்சி யடைந்தனர்.

சுப்பையா ஓடிப் போய் அந்த இளைஞன் அருகில் நின்றான். மயக்கமுற்ற இளைஞனின் முகத்தில் சுப்பையா தண்ணீரைத் தெளித்தான்.

"கொஞ்சம் எல்லாரும் வெலகி நில்லுங்க... காத்தோட்டமா இருக்கட்டும்... யாரு இந்தப் பையன்... நம்ம ஏரியாக்காரன் மாதிரித் தெரியல்லியே... ஆராச்சும் வெவரம் சொல்லுங் கப்பா..." சுப்பையா அனைவரையும் பார்த்துக் கேட்டான்.

அனைவரும் உதடுகளைப் பிதுக்கினர்.

"சுப்பு... இந்தப் பையனுக்கு பசி மயக்கந்தான்... கொஞ்சம் தெளியட்டும்... விசாரிச்சா எல்லாந் தெரியும்..." என்றார் கூட்டத்தில் ஒருவர்.

சில மணித்துளிகளில் கண் விழித்தான் அந்த இளைஞன். திடுக்கிட்டு எழுந்து உட்கார்ந்தான்.

"தோழரே... பயப்படாதீங்க... என்னாச்சு உங்களுக்கு... யாரு நீங்க..." என்று அவன் தோளில் கை வைத்து ஆதரவாக விசாரித்தான் சுப்பையா.

அந்த இளைஞனின் விழிகளில் நீர் பெருகியது.

"எதுக்கு அழுவறீங்க தோழரே... இந்தாங்க மோர்..." என்றவாறு சுப்பையா ஒரு டம்ளர் நிறைய மோரை அவன் முன்பு நீட்டினான்.

டம்ளரை வாங்கியவன் ஒரே மூச்சில் குடித்து முடித்தான். சுப்பையாவை நன்றியுடன் பார்த்தான்.

"எம் பேரு இஸ்மாயில்... சொந்த ஊரு திண்டுக்கல்லுங்க... அம்மா சிறுவயசிலேயே எறந்து போயிட்டாங்க... அப்பாவும் ஒரு மாசத்துக்கு முன்னாடிதான் தவறிட்டாரு... நான் அஞ்சாவது வரைக்கும் படிச்சிருக்கேனுங்க... பனியன் கம்பெனியிலே சேர்ந்து பொழைச்சிக்கலாம்ன்னு இங்கே வந்தேனுங்க... சோறு... தண்ணியைப் பாத்து ரெண்டு

நாளாச்சுங்க.... அதான் இப்படி மயக்கமாயிட்டேனுங்க...” அவன் மெதுவாகத் தன்னை அடையாளம் காட்டிக் கொண்டான்.

கூடியிருந்த கூட்டம் அவனுக்காக இரக்கப்பட்டது.

“சரி... இஸ்மாயில்... உனக்கு இங்கே தெரிஞ்சவங்களோ அல்லது சொந்தக்காரங்களோ யாராவது இருக்காங்களா...” சுப்பையா விசாரித்தான்.

“அப்படி யாரும் இல்லீங்க... நான் ஒரு அனாதை...” இஸ்மாயில் பரிதாபமாகச் சொன்னான்.

“நீ இனிமே அனாதை இல்லே இஸ்மாயில்... நாங்கள்ளலாம் இருக்கோம்... மொதல்லே கைகால் கழுவிக்கிட்டு வா... எங்களோடு உக்காந்து வயிறுமுட்டச் சாப்புடு.. அப்புறம் பேசுவோம்..” என்றான் சுப்பையா.

படிப்பக அறையில் இலை போடப்பட்டது.

மட்டன் பிரியாணியும், கோழி வறுவலும் இஸ்மாயிலின் பசிக்கு அமிர்தமாயிருந்தன. அவன் வாயில் சோறு நிறைந்திருந்தாலும், கண்களில் நீர் கரைபுரண்டு ஓடியது.

“ஏன் இஸ்மாயில்... அழுவறே...” சுப்பையா அவன் கண்ணீரைத் துடைத்தான்.

“இல்லீங்க... எங்க அப்பா அம்மாகூட இவ்வளவு பாசமா எனக்குச் சோறு போட்டு நான் தின்னதில்லீங்க... நான் யாரோ என்னமோ எனக்கு இப்படி ராச உபச்சாரம் பண்றீங்களே... அதை நெனச்சுப் பார்த்தேன்.. அழுகை வந்திருச்சுங்க..” இஸ்மாயில் நெகிழ்ந்தான்.

சுப்பையாா தன் இரு கரங்களாலும் அவனை அணைத்துக் கொண்டான். சுற்றியிருந்த நண்பர்களும் தங்களின் விழிகளைத் துடைத்துக் கொண்டார்கள். அமைதியாக அனைவரும் விருந்துண்டு மகிழ்ந்தனர்.

3

திருப்பூரில்-கல்லூரிச் சாலை. அந்தப் பகுதியில்தான் சுப்பையாவின் வீடு இருந்தது. ஆங்காங்கே பல வீடுகள் காணப்பட்டன. அனைவரும் ஆலைகளிலும், பனியன் கம்பெனிகளிலும் பணியாற்றக் கூடியவர்கள். அவரவர் தகுதிக்கேற்ப வீடுகளைக் கட்டிக் குடியேறியிருந்தார்கள். சிலர் சொந்த வீடுகளிலும், சிலர் வாடகை வீடுகளிலும் வாழ்ந்து வந்தார்கள். அந்தப் பகுதிக்குத் "திரு.வி.க.நகர் குடியிருப்பகம்" எனப் பெயர் சூட்டி யிருந்தார்கள். பக்கத்தில் இரயில் நிலையம், காய்கறி அங்காடிகள், சில பனியன் கம்பெனிகள் அமைந்திருந்தன.

பனிரெண்டாம் எண் வீடு.

"அம்மா... அம்மா..." உற்சாகமாகக் கூவிக் கொண்டே வீட்டுக்குள் நுழைந்தான் சுப்பையா. அவன் பின்னால் இஸ்மாயிலும் வந்தான்.

"வா... கண்ணு... ஏன் இவ்வளவு நேரம்... சோறு உண்டாச்சா..." என்று பாசத்துடன் கேட்டுக் கொண்டே வரவேற்றார் ஒரு ஐம்பது வயது மதிக்கத்தக்க ஒரு பெண்மணி. மகாலட்சுமி என்று சொல்லுவார்களே அப்படியொரு கண்ணியமான தோற்றம் அந்த அம்மாவுக்கு. தலையில் முன்புறம் மட்டும் நரை. நெற்றியில் வட்டமான குங்குமப் பொட்டு. ஒரு சாதாரண நூல் புடவை கட்டியிருந்தார்.

"ம்... சாப்புட்டேம்மா... அய்யன்... தம்பி.... தங்கச்சி எல்லாம் சாப்பிட்டாங்களா... பிரியாணி எப்படி இருந்துச்சு..." சுப்பையா கேட்டான்.

"ரொம்ப நல்லா இருந்துச்சு கண்ணு... எல்லாரும் நல்லாச் சாப்புட்டோம். எஞ்சியிருந்தத்தைக் கூடப் பக்கத்து ஊட்டுக்கும்

குடுத்தோம்... அது சரி... கண்ணு... யாரு இந்தத் தம்பி..” சுப்பையாவின் தாய், இஸ்மாயிலைச் சுட்டிக் காட்டிக் கேட்டாள்.

“சொல்ல மறந்துட்டேம்மா... இவன் பேரு இஸ்மாயில்... சொந்த ஊரு திண்டுக்கல்லு.. வேலை தேடி இங்கே வந்துருக்காம்மா.. அப்பா அம்மா இல்லாத பையன்... நாமதாம்மா இனிமே இவனுக்கு எல்லாம்..”

“அதனாலென்ன கண்ணு... பாத்தா சூதுவாது தெரியாத அப்பாவியா இருக்கறான்... நீ கூட்டீட்டு வந்தா அவன் சுத்தமான ஆளாத்தான் இருப்பான்... ஏன் கண்ணு... மெரண்டு போயி நிக்கறே... இப்படித் திண்ணையிலே உக்காருப்பா.. காப்பித்தண்ணி கொண்டாறேன்...” என்றவள் சமைய லறைக்குள் நுழைந்தாள்.

“சுப்பையா... உங்கம்மா எவ்வளவு நல்லாப் பழகுறாங்க... என்னை இன்னிக்குத்தான் பாக்குறாங்க... அதுக்குள்ளே எவ்வளவு எதார்த்தமா எங்கிட்டே பேசறாங்க.. சந்தோஷமா இருக்கு...” என்றான் இஸ்மாயில்.

“இந்தக் குடும்பத்துக்கே எங்கம்மாதான் முதுகெலும்பு... காலையிலே அஞ்சு மணிக்கு எந்திரிச்சாங்கண்ணா எப்போ தூங்கப் போறாங்கண்ணு எங்களுக்கே தெரியாதுப்பா... அப்படியொரு சுறுசுறுப்பு... இஸ்மாயில்... வா... எல்லாரையும் உனக்கு அறிமுகம் பண்ணி வைக்கறேன்...” சுப்பையா, இஸ்மாயிலின் கையைப் பிடித்து இழுத்துக் கொண்டு நடுக்கூடத்திற்குள் வந்தான். அங்கே கட்டிலில் ஒரு பெரியவர் படுத்திருந்தார்.

“இஸ்மாயில்... இவருதான் எங்கப்பா... நாங்க அய்யான்னு தான் கூப்புடுவோம்... பேரு கருப்பண்ணன்... இந்த ஊருலே தனலட்சுமி மில்லுலே வேலை பாத்தாரு... ஒடம்புக்கு முடியல்லே... அடிக்கடி நெஞ்சு வலி வந்துரும்... நான்தான் வேலைக்குப் போக வேண்டாம்ன்னு சொல்லீட்டேன்...”

சுப்பையா சொல்லி முடித்ததும் கருப்பண்ணன் மெதுவாகக் கட்டிலிலிருந்து எழுந்து அமர்ந்தார்.

"அய்யா... ஏன் எந்திரிச்சீங்க... இவன் பேரு இஸ்மாயில்... என் சிநேகிதன்..."

கருப்பண்ணன் அவனை நோக்கினார். இஸ்மாயில் அவரை வணங்கினான். பதிலுக்கு அவரும் கும்பிட்டார். அப்பொழுது-

கையில் இரண்டு காபி டம்ளர்களுடன் ஒரு பதினான்கு வயது மதிக்கத்தக்க இளம்பெண் அங்கே வந்தாள்.

"சுப்பண்ணா இந்தாங்க காப்பி... உங்களுக்கும்... உங்க தோழருக்கும்..." என்று சொல்லி வெள்ளையாகச் சிரித்தாள் அந்தப் பெண். பருத்திக்காய் வெடித்து, வெண்ணிறப் பஞ்சு பூத்தது போல அந்தப் பெண்ணின் முகத்தில் ஒரு மலர்ச்சி. பட்டிக்காட்டான் மிட்டாய்க் கடையைப் பார்ப்பதைப் போல அவளையே உற்றுப் பார்த்தான் இஸ்மாயில்.

"என்னப்பா அப்படிப் பாக்கறே... இவதான் என் தங்கச்சி.. பேரு வள்ளி.. எட்டாம் கிளாஸ் படிக்கிறா... இவளுக்கு மூத்தவன் ஒருத்தன் இருக்கறான்... என் தம்பி முத்தையா.. ஆக நாங்க மூணு பேரு... எங்க அப்பா அம்மாவோட சேந்து அஞ்சு பேரு..."

"இப்போ புதுசா வந்திருக்கிற தம்பி இஸ்மாயிலோட சேந்து ஆறு பேரு..." என்று சொல்லிச் சிரித்தாள் சுப்பையாவின் தாய். இஸ்மாயில் பேச முடியாது திகைத்து நின்றான்.

"என்ன தம்பி... தெகைச்சுப் போயி நின்னுட்டே.... இனிமே நீ எங்க குடும்பத்துலே ஒருத்தன்தான்... நாளைக்கே சுப்பையா உன்னைக் கம்பெனியிலே சேர்த்து வச்சிருவான்... புத்தியாப் பொழைச்சுக்க.." என்றாள் சுப்பையாவின் தாய்.

"அம்மா... சொல்ல மறந்துட்டேன்... சாயுங்காலம் ஆறு மணிக்கு மேதினப் பொதுக்கூட்டமும், பேரணியும் இருக்குது...

நானும், இஸ்மாயிலும் அதுலே கலந்துக்கப் போறோம்... ராத்திரி பத்து மணிக்கு மேலேதான் ஊட்டுக்கு வருவோம்... நாங்க கடையிலேயே ஏதாவது சாப்புட்டுப் போட்டு வருவோம்... நீங்க எங்களை எதிர்பார்க்க வேண்டாம்.. அது சரி... எங்கே தம்பி முத்தையாவைக் காணோம்.."

"என்னமோ ரிசல்ட்டு இன்னிக்குச் சாயுங்காலம் பேப்பரிலே வரும்.. அப்படீன்னு சொல்லீட்டுப் போனான்... மத்தியானம் சோறுகூடத் திங்காமப் போனான். இன்னும் ஊட்டுக்கு வர்லே... போற போக்குலே அவனைப் பாத்துட்டு வா..." சுப்பையாவின் தாய் அறிவுறுத்தினாள்.

"சரிம்மா... இஸ்மாயில் சீக்கிரம் காப்பியைக் குடி... பேரணிக்குப் போவணும்.." துரிதப்படுத்தினான் சுப்பையா.

திருப்பூர்-மையப் பேருந்து நிலையம். மாலை மணி ஐந்தானாலும் வெய்யலின் உக்கிரம் குறையவில்லை. அதையும் பொருட்படுத்தாமல் பனியன் தொழிலாளர்கள், கலாசித் தொழில் செய்வோர், இன்னும் பல்வேறு உழைக்கும் தொழிலைச் செய்யும் தோழர்கள் பலரும் அணி, அணியாகச் செஞ்சட்டை அணிந்தவாறு வந்து சேர்ந்து கொண்டு இருந்தனர்.

சுப்பையாவும், இஸ்மாயிலும் சிவப்புச் சட்டைகளிலேயே வந்திருந்தனர். ஒலிபெருக்கியில் கூட்டத்தை ஒழுங்குபடுத்தக் கூடிய வகையில் காவல் துறையினரும், கம்யூனிஸ்ட் கட்சிப் பொறுப்பாளர்களும் மாற்றி, மாற்றி அறிவிப்புச் செய்து கொண்டேயிருந்தனர்.

மாலை ஆறு மணி. பேரணி நகர்ந்தது. பனியன் தொழிலாளர் சங்கத்தைச் சார்ந்த முன்னணித் தலைவர்கள் பேரணி முன்பு நடந்து வந்து கொண்டிருந்தனர்.

"மேதினம் வாழ்க" என்றும், "உலகம் ஒருநாள் உழைப்பவன் கையிலே" என்றும் பல்வேறு முழக்கங்கள் கூட்டத்தில்

விண்ணதிர எழுப்பப்பட்டன. கரகாட்டம், ஒயிலாட்டம், மயிலாட்டம் மற்றும் பாட்டாளிகளின் பெருமைகளைச் சித்திரிக்கும் நிகழ்ச்சிகள் நடைபெற்றுக் கொண்டிருந்தன.

இஸ்மாயிலுக்கு இவைகளெல்லாம் புதுமையானவைகளாக இருந்தன. ஒவ்வொரு நிகழ்ச்சியாக ஆர்வமுடன் பார்த்துக் கொண்டே பேரணியில் நடந்து கொண்டிருந்தான். சுப்பையா அவனுக்குப் பல்வேறு விளக்கங்களையும் கொடுத்துக் கொண்டே வந்தான்.

இரவு எட்டு மணியளவில் திருப்பூர்-நகரமன்றத் திடலைப் பேரணி அடைந்தது. நூற்றுக்கணக்கான பனியன் தொழிலாளர்கள் கட்டுப்பாட்டுடன் அமர்ந்து பொதுக்கூட்ட நிகழ்ச்சிகளைக் கவனித்தனர்.

சுப்பையாவும், இஸ்மாயிலும் பட்டாணிப் பொட்டலங்களை வாங்கிக் கொண்டு திடலில் அமர்ந்தனர்.

பேசிய தலைவர்களும், இயக்க முன்னோடிகளும் உழைப்பின் பெருமை, மேதின வரலாறு, பனியன் தொழிலின் எதிர்காலம் பற்றி விரிவாகப் பேசினார்கள்.

கூட்டம் முடியும் பொழுது இரவு பத்து மணி.

அவநாசிச் சாலையில் ரெத்தினா காபி பார். அந்த ஹோட்டலுக்குக் கதவு என்பதே இல்லை. இருபத்து நான்கு மணி நேரமும் இயங்கும் சிற்றுண்டிச்சாலை அது. எந்நேரமும் சூடான இட்லிகளும், தோசைகளும் அங்கு கிடைத்துக் கொண்டே இருக்கும்.

ஒரு டேபிள் முன்பு சுப்பையாவும், இஸ்மாயிலும் அமர்ந்திருந்தனர். சர்வர் அவர்கள் முன்பு இரண்டு இலைகளை விரித்தான். சுப்பையா, இஸ்மாயிலைப் பார்த்தான்.

"என்ன சாப்புடுரே இஸ்மாயில்..." சுப்பையா கேட்டான்.

"நீயே சொல்லு சுப்பு..."

"ஆளுக்கு ரெண்டு இட்லி... ரெண்டு ஆப்பாயில்... ரெண்டு ரோஸ்ட்..." சுப்பையா ஆர்டர் கொடுத்தான்.

சிறிது நேரத்தில் சுடச்சுட எல்லாம் வந்தது. முறுகலான தோசைகளின் மீது கெட்டிச் சட்னியும், குறுவெங்காச் சாம்பாரும், காரச் சட்னியும்... அடடா... அடடாவோ... இருவரும் அனுபவித்துச் சாப்பிட்டார்கள்.

"இஸ்மாயில்... வேறெ ஏதாவது..."

"வேண்டாம்ப்பா... போதும்..." என்றான் இஸ்மாயில்.

சர்வர் பில்லைக் கொடுத்தான். மொத்தம் ஒரு ரூபாய். இஸ்மாயில் மலைத்துப் போய்ச் சுப்பையாவைப் பார்த்தான்.

"சுப்பு.. ஒரு ரூவா.. ஆயிருச்சேப்பா.."

"இருக்கட்டும் இஸ்மாயில்.. வயித்துக்கு வஞ்சகம் பண்ணக் கூடாது... வா... போகலாம்..." என்றான் சுப்பையா. இருவரும் கை அலம்பிக் கொண்டு சாலையில் நடந்தார்கள்.

"இஸ்மாயில்... எதுக்கும் பயப்படாதே.. உழைக்கத் தயாராயிருக்கறவனுக்கு உலகமே சொந்தம். எனக்குப் பெரிசா கடவுள் நம்பிக்கையெல்லாம் கெடையாது... அதுக்காகக் கடவுள் இல்லைன்னு வாதாடறவனும் இல்லே... உழைக்கணும்... நேர்மையா வாழணும்.. அடுத்தவனுக்குத் தொல்லை தராம இருக்கணும்.. இதுக்குப் பேருதான் ஒழுக்கம்ன்னு நெனைக்கறேன்.."

"உண்மைதான் சுப்பு... நான் முஸ்லீமா இருந்தாலும் எனக்கும் பெரிசா கடவுள் பக்தியெல்லாம் கெடையாது... நேர்மையா மனச்சாட்சிக்குப் பயந்து நடந்தாப் போதும்.. எல்லாம் நல்லதே நடக்கும்.. இது என் நம்பிக்கை.."

"கிட்டத்தட்ட நம்ப ரெண்டு பேரோட கொள்கையும் ஒண்ணாத்தான் இருக்குது... ஆனா ஒண்ணு இஸ்மாயில்... எவன் ஒருத்தன் வாழ்க்கையிலே போராடக் கத்துக்கறானோ அவன்

நிச்சயமா நல்லா இருப்பான்.. போராட்டக்காரனுக்குத்தான் இந்த உலகம் சொந்தம்... சொர்க்கம்... எல்லாமே... நீ என்ன நெனைக்கறே...

“உண்மைதான் சுப்பு... எவன் ஒருத்தன் தர்மத்துக்காகப் போராடாம தத்துவம் பேசிக்கிட்டு இருக்கறானோ அவன்தான் உண்மையான சமுதாய விரோதி.. சந்தர்ப்பவாதி... நீ எதுவரை படிச்சிருக்கறே சுப்பு..”

“இதோ தெரியுது பாரு... தேவாங்கபுரம் தொடக்கப்பள்ளி... இதுலேதான் அஞ்சாம் வகுப்பு வரை படிச்சேன் இஸ்மாயில்... அதுக்கு மேலே முடியல்லே... அப்பாவுக்கு நெஞ்சுவலி... வேலையை விட்டுட்டு நின்னுட்டாரு... குடும்பப் பொறுப்பை நாந்தான் பாக்கறேன்... எங்க அப்பாவோட பூர்வீகம் பெருமாநல்லூர்... அங்கே ரெண்டு ஏக்கர் புஞ்சை இருக்குது... இப்போ இருக்கறது சொந்த வீடு... கருவம்பாளையத்துலே அய்யாயிரம் சதுர அடியிலே காலி மனை இருக்குது... இதெல்லாம் எங்க அப்பா கஷ்டப்பட்டுச் சம்பாதிச்சுச் சேத்து வச்சது... இப்போதைக்குக் கஷ்ட ஜீவனந்தான்.. ஏதோ வண்டி ஓடுது... அப்பாவோட பங்காளிங்க பலவகையிலே எங்களை மோசம் பண்ணீட்டாங்க... அந்த வேதனை அவருக்கு ஆறாத ரணம்... அடிக்கடி எங்கிட்டே சொல்லுவாரு.. டேய் சுப்பு.. பங்காளியை நம்பாதே... பரமசிவனை மறக்காதே... அப்படீம்பாரு.. நான் பங்காளியையும் நம்பறதில்லே... பரமசிவனையும் நம்பறதில்லே... என் நம்பிக்கை எல்லாம் என்னோட ரெண்டு கைதான்... அப்புறம் இஸ்மாயில்... நாங்க கொங்கு வேளாளக் கவுண்டருங்க... வெட்டிப்போட்டுக் கட்டி அழுவற ஜாதி... நல்லா இருந்தாலும் பொறாமைப்படுவாங்க... கெட்டுப் போனாலும் காறித்துப்புவாங்க.. ம்... எல்லாம் கேடுகெட்ட பொழைப்பு...” கடுப்புடன் பேசினான் சுப்பு.

“என்ன சுப்பு... உன் வரலாறையே சுருக்கமாச் சொல்லீட்டியே... வெள்ளை மனசுப்பா உனக்கு... எல்லாத்தையும் வெளிப்

படையாப் பேசுறியே..." என்றான் இஸ்மாயில். சுப்பையா சிரித்துக் கொண்டான்.

அவர்கள் வீட்டை நெருங்கும் பொழுது மணி நள்ளிரவு ஆகிவிட்டது. வீட்டின் முன்புறத்தில் விளக்கு எரிந்து கொண்டிருந்தது. சுப்பையாவின் தாய், தம்பி, தந்தை அனைவரும் நின்று கொண்டிருந்தனர்.

சுப்பையா அவசரமாக அவர்களை நோக்கிப் போனான்.

"என்னம்மா... இந்நேரத்துலே... முழிச்சுக்கிட்டு இருக்கீங்க... ஏன்... என்னாச்சு..." சுப்பையா பதற்றத்துடன் கேட்டான்.

"எல்லாம் நல்ல விசயந்தான் பெரியவனே... அதுதான் உன்னை எதிர்பார்த்துக்கிட்டு இருக்கறோம்.." சுப்பையாவின் தாய் முகத்தில் ஒரு மலர்ச்சி.

"என்னம்மா நல்ல விசயம்... நம்ம மாதிரி ஏழைங்களுக்கு சனிக்கிழமை வாரச் சம்பளம் வாங்கறதுதானே நல்ல விசயம்..."

"அதில்லே கண்ணு..." சுப்பையாவின் தாய் மெல்லச் சிரித்தாள்.

"வேலாயி... சட்டுன்னு சொல்லு புள்ளே... நீ என்னமோ புதுப்பொண்ணு மாதிரி வெக்கப்படறே..." சுப்பையாவின் தந்தை அவசரப்படுத்தினார்.

"கண்ணு... நம்ப வள்ளி வயசுக்கு வந்துட்டாப்பா.." என்றாள் வேலாயி.

"அப்படிப் போடு... எங்கே வள்ளி மயிலு..." சுப்பையா வேகமாக வீட்டுக்குள் ஓடினான்.

நடுக்கூடத்துள் வெண்கலச் சிலைபோல அலங்கரிக்கப்பட்ட நிலையில், வெட்கம் நிழலாட வள்ளி ஒரு பலகையில் அமர்ந்திருந்தாள்.

"மகராசியா இரு கண்ணு..." சுப்பையா அவள் தலையில் கை வைத்து வாழ்த்தினான்.

"டேய் கண்ணு... அவளைத் தொடக்கூடாதுடா..." வேலாயி கோரிக்கை வைத்தாள்.

"அடப்போம்மா... என் தங்கச்சியைத் தொடக்கூடாதுன்னு சொல்ல நீ யாரும்மா... எனக்கு இந்தச்சடங்கு... சம்பிரதாயத்துலே எல்லாம் நம்பிக்கையில்லே.. தெரியாதா உனக்கு... எப்பம்மா இது நடந்தது..."

சாயுங்காலம் அஞ்சு மணிக்குத்தான் எனக்குத் தெரிஞ்சுது சுப்பு... உங்க அய்யன் ஆருக்கும் சொல்ல வேண்டாங்கறாரு... நீ என்ன கண்ணு சொல்லுறே..."

"நமக்கு இருக்கறது ஒரே தங்கச்சி... அவள் சடங்காயிருக்கறா... எளிமையா சிக்கனமா ஒரு விழா நடத்தலாம்... நான் பாத்துக்கறேம்மா... அது சரி.. தம்பி முத்தையா விசயம் என்னாச்சு..."

"அவனும் பாஸ் ஆயிட்டான் சுப்பு..." வேலாயி இரட்டிப்பு மகிழ்வுடன் கூவினாள்.

முத்தையா ஒரு நாளிதழை சுப்பையாவிடம் கொடுத்தான்.

"அண்ணா... இங்கே பாரு... நாலாவது வரிசையிலே என் நம்பரு..." முத்தையா உற்சாகமாகக் கத்தினான்.

"ரொம்பப் பெருமையாயிருக்குடா தம்பி..." சுப்பையா பாசமுடன் முத்தையாவைக் கட்டிப் பிடித்துக் கொண்டான்.

"எல்லாம் இந்தத் தம்பி வந்த நேரம்..." என்றாள் வேலாயி.

"இஸ்மாயில்... இங்கே வாப்பா... ஏன் அங்கேயே நின்னுட்டே... இவன் என் தம்பி முத்தையா.. எஸ்எஸ்எல்சி பாஸ் பண்ணீட்டான்..." அவனை அழைத்தான் சுப்பையா.

தயக்கத்துடனும், மகிழ்ச்சியுடனும் அவர்கள் அருகே வந்து நின்றான் இஸ்மாயில்.

"தம்பி முத்தையா... இவன் என் தோழன் இஸ்மாயில்.. நாளையிலேர்ந்து என்னோட கம்பெனிக்கு வரப்போறான்... நம்ப வீட்டுலேதான் தங்கப் போறான்..."

முத்தையா மகிழ்ச்சியுடன் இஸ்மாயிலின் கைகளைப் பற்றிக் கொண்டான்.

"எல்லாரும் அப்படியே உக்காருங்கப்பா... இன்னும் ஒருத்தருகூட ஒரு வாய்ச் சோறுகூட உங்காம இருக்கறோம்... எலை போடறேன்..." என்றாள் வேலாயி.

"அம்மா... நான்தான் அப்பளையாவே சொல்லீட்டுப் போனேனல்லோ... கடையிலே சாப்புட்டுக்கறேன்னு... நானும், இஸ்மாயிலும் ஓட்டல்லே சாப்புட்டாச்சு... நீங்க எல்லாரும் உண்டுட்டுப் படுங்க... எல்லாம் காத்தாலே பேசிக்கலாம்..." என்றான் சுப்பையா.

"சரி கண்ணு... நீங்க மூணு பேரும் வெளியே படுத்துக்குங்க... நானும் அய்யனும் வள்ளிக்குத் தொணையா ஊட்டுக்குள்ளாற படுத்துக்கறோம்..."

"ஏம்மா... வள்ளிக்குட்டிக்கு ஏதாவது வயித்துக்குக் குடுத்தியா... அவ பசி தாங்க மாட்டாளே..."

"எல்லாம் குடுத்தாச்சு சுப்பு... போய்த் தூங்கு... பொழுது விடிய இன்னும் சித்த நேரந்தான் இருக்குது..." வேலாயி அனை வரையும் தூங்குவதற்குத் துரிதப்படுத்தினாள்.

சுப்பையா, முத்தையா, இஸ்மாயில் மூவரும் பாய்களை எடுத்துக் கொண்டு வாசலுக்கு நகர்ந்தனர்.

4

பெருமாநல்லூர்ச் சாலையில் அமைந்திருந்தது அந்தப் பிரம்மாண்டமான பனியன் கம்பெனி. நூற்றுக்கும் மேற்பட்ட தொழிலாளர்கள் அங்கு பணிபுரிந்து வந்தனர். அதன் முதலாளி பெரும் செல்வந்தர். அவருக்குப் பனியன் கம்பெனியுடன், சாயப்பட்டறை, அரிசி ஆலை எனப் பல தொழில் நிறுவனங்கள் சொந்தமாயிருந்தன.

அந்தப் பனியன் கம்பெனிக்குள்ளேயே நூலைத் துணியாக மாற்றும் எந்திரங்கள், பனியன் வடிவத்திற்கு அதை வெட்டக்கூடிய உபகரணங்கள், தையல் எந்திரங்கள், பனியன்களை மடிப்புக் கலையாமல் அயர்ன் செய்யக்கூடிய தேய்ப்புப் பெட்டிகள், உருவான பலவகைப் பனியன்களையும் பிசிறு இல்லாமல் சரிபார்க்கக்கூடிய சிறுவர்கள், தயாரான பனியன்களை அட்டைப் பெட்டியில் சரியாக வைத்து நேர்த்தி செய்யக்கூடிய பெண் தொழிலாளர்கள், நூற்றுக்கணக்கான பனியன் பெட்டிகளை, மிகப்பெரிய மரப்பலகைகளைக் கொண்டு உருவாக்கிய பெரும் பெட்டிகளில் ஒழுங்காக அடுக்கி வைத்து மூடி, அதன்மீது பட்டையான, மெல்லிய தகடுகளை வைத்து ஆணி அடிக்கும் தொழிலாளர்கள், அவ்வாறு உருவாக்கப்பட்ட பெட்டிகளை மாட்டு வண்டிகளில் ஏற்றிக் கொண்டு இரயில் நிலையங்களுக்குச் செல்லக் காத்திருக்கும் வண்டியோட்டிகள் எனப் பல தரப்பட்ட உழைப்பாளி மக்களும் அந்தக் கம்பெனியில் இருந்தனர். மேலும், உருவான பனியன்களைச் சரிபார்க்கும் பரிசோதகர்கள், மேலாளர்கள், கணக்காளர்கள், தட்டச்சர்கள் போன்றோரும் அங்கு உண்டு. கூம்பு வடிவத்தில் உருவாக்கப்பட்ட நூல் கண்டுகள் பெட்டி பெட்டியாக அங்கு வந்து இறங்கும். சில நாட்களில் அந்தக் கூம்புகள் தாலி அறுத்த விதவைப் பெண்களைப் போல ஒரு மூலையிலே குவிந்து கிடக்கும்! நூலாக இருந்தது, எந்திரத்தால்

துணியாக்கப்பட்டு, அது சலவைப் பட்டறைக்குப் போய் பிளீச்சிங் செய்யப்பட்டு உருள் வடிவத்தில் மலை போன்று ஓரிடத்தில் குவித்து வைக்கப்பட்டிருக்கும்.

இவைகளெல்லாம் அந்தப் பனியன் கம்பெனியின் அன்றாட நடவடிக்கைகள். ஒவ்வொரு நாளும் காலை எட்டு மணிக்குத் தொடங்கும் அந்தப் பனியன் தொழிலாளர்களின் வாழ்க்கை முறை மாலை ஐந்தரை மணி வரை நீடிக்கும். 'ஓவர் டைம்' என்றால் இரவு ஒன்பது மணிவரை வேலை செய்வார்கள். வெளி மாநிலங்களில் பனியன்களுக்குக் கிடைக்கும் ஆர்டர்களைக் கொண்டு சில நாட்களில் விடிய, விடியக்கூட தொழிலாளர்கள் பணிபுரிய நேரிடும்.

சுப்பையாவும், இஸ்மாயிலும் பனியன் கம்பெனிக்குள் நுழையும்பொழுது காலையில் மணி சரியாக எட்டு.

"இஸ்மாயில்... நீ இங்கேயே இருப்பா... மொதலாளிகிட்டே பேசிப் பாக்கறேன். அப்புறம் உன்னைக் கூப்புடறேன்..." என்ற சுப்பையா, முதலாளி அறைக்குள் நுழைந்தான்.

"என்னப்பா... சுப்பையா... வேலையைப் பாக்காம என்னைப் பாக்க வந்துருக்கறே..." என்றார் முதலாளி.

"மொதலாளி... நீங்க ஒரு உதவி செய்யணும்.."

'உதவியா என்னப்பா இது... நீ கூட அட்வான்ஸ் வாங்க ஆரம்பிச்சுட்டியா... எவ்வளவு வேணுமோ கணக்குப் புள்ளை கிட்டே கேட்டு வாங்கிக்கோ..."

"அதில்லை மொதலாளி... என் சிநேகிதன் ஒருத்தன் வேலை தேடி திண்டுக்கல்லுலே இருந்து வந்துட்டான்... ரொம்ப நல்ல பையன் மொதலாளி... ஏதாவது ஒரு வேலை குடுங்க..."

"புது ஆளுன்னு சொல்லுறே... என்ன வேலை தெரியும் அவனுக்கு..."

"ஒரு வேலையும் தெரியாது மொதலாளி"

"என்ன சுப்பையா சொல்லுறே... ஒரு வேலையும் தெரியாதா..."

"அய்யோ... மொதலாளி... அவனுக்குப் பனியன் தொழிலைப் பத்தி எதுவும் தெரியாது... மற்றபடி ரொம்ப யோக்கிய மானவன்... நான் அவனுக்கு உத்தரவாதம் குடுக்கறேன்..."

"ஆளைக் கூப்புடு... பாக்கலாம்..."

மறுநிமிடம் இஸ்மாயிலை அழைத்து வந்தான் சுப்பையா.

"ஏம்ப்பா... தம்பி உம் பேரு என்ன?" என்றார் முதலாளி.

"இஸ்மாயில்..." கைகளைக் கட்டிக் கொண்டு பணிவாகச் சொன்னான் இஸ்மாயில்.

"ம்... சுப்பையா உன்னைப் பத்தி நல்ல விதமாச் சொன்னான்... அவன் பேச்சுக்கு மதிப்புக் குடுத்து உன்னை வேலைக்கு வச்சுக்கறேன்... ஆமா... நீ எதுவரை படிச்சுருக்கறே..."

"அஞ்சாங் கிளாஸ் வரை படிச்சிருக்கறேனுங்க..."

"போதும்... போதும்... இதுக்கு மேலே படிச்சா ஒடம்புக்குக் கெடுதல்... உனக்கு ஒரு சிப்பந்தி வேலை குடுக்கறேன்... பொறுப்பா நடந்துக்கணும் நீ ஏதாவது தப்புப் பண்ணி வச்சே சுப்பையாதான் பொறுப்பு... சரியா..."

"சரிங்க... நேர்மையா நடந்துக்குவேணுங்க..."

"வேலை விவரம் என்னன்னு தெரிஞ்சுக்க... தெனமும் காலையிலே ஒன்பது மணிக்கு முனியப்பன் கோயிலுக்குப் போ... அங்கே போஸ்ட்மேன் எல்லாக் கம்பெனிக் காரங்களுக்கும் வந்திருக்கற தபால்களையெல்லாம் குடுத்துக் கிட்டிருப்பான்... நீயும் நம்ப கம்பெனி பேரைச் சொல்லி வந்திருக்கற கடுதாசிகளைக் கொண்டு வந்து கணக்குப்புள்ளை கிட்டே குடுக்கோணும்... காலையிலே பதினொரு மணிக்கும், சாயுங்காலம் நாலுமணிக்கும் இங்கே வேலை பாக்கற

எல்லாருக்கும் டீ வாங்கீட்டு வந்து குடுக்கோணும்... எல்லாரும் குடிக்கறதுக்கு அந்தப் பெரிய எவர்சில்வர் டிரம்லே நல்ல தண்ணி பைப்பிலே புடிச்சாந்து ஊத்தி வைக்கோணும்... தெனமும் சாயப்பட்டறையிலும், சலவைப்பட்டறையிலேயும் வர்ற துணி ரோல்களை வண்டியிலேருந்து ஒழுங்கா எடுத்துக்கிட்டு வந்து பக்கத்துக் குடோன்லே அடுக்கி வைக்கோணும்... இப்படி வேலைகள் இருக்கும்... என்ன இஸ்மாயில் நல்லாச் செய்வியா..."

"கண்டிப்பாச் செய்யறேனுங்க..." பணிவுடன் சொன்னான் இஸ்மாயில்.

"அப்படியே இங்கே நடக்கற வேலைகளையும் நீ கூர்ந்து கவனிச்சு எல்லாத் தொழிலையும் கத்துக்கோணும்... அது உன் சாமர்த்தியம்... புரிஞ்சுதா..."

"ஆகட்டுங்க... அப்படியே பாத்துக்கறேன்..."

"அப்புறம் இஸ்மாயில்... நம்ப கம்பெனிக்குப் பக்கத்துலே மெஸ் நடக்குது... நீ மூணு நேரமும் கம்பெனிக் கணக்குலே அங்கே சாப்புட்டுக்கலாம்... ராத்திரிக்கு இங்கேயே படுத்துக் கலாம்... உனக்கு வாரம் பத்து ரூவா சம்பளம்... சரியா..."

"ரொம்பச் சந்தோசமுங்க..." பரவசப்பட்டான் இஸ்மாயில்.

முதலாளியை நன்றியுடன் வணங்கினான் சுப்பையா.

மாலை ஆறு மணி.

சுப்பையா வீட்டுக்குள் நுழைந்தான். அக்கம் பக்கத்து வீடுகளிலுள்ள பெண்கள் சிலர் பூ, பழம், பலகாரம் எனக் கொண்டு வந்து கொடுத்து வள்ளியை வாழ்த்திக் கொண் டிருந்தனர்.

"வா சுப்பு... காப்பித் தண்ணி குடிக்கிறியா?" வேலாயி இதமாக மகனைப் பார்த்துக் கேட்டாள்.

"வேண்டாம்மா... வேலை முடிந்த வரும்பொழுதுதான் டீ குடிச்சேன்... அப்புறம் இஸ்மாயிலுக்கு எங்க கம்பெனியிலேயே வேலை வாங்கிக் குடுத்துட்டேம்மா... அங்கேயே அவனுக்குச் சாப்பாடு, தங்குமிடம் எல்லாம் மொதலாளி ஏற்பாடு பண்ணிக் குடுத்துட்டாரு..."

"ரொம்பச் சந்தோஷங் கண்ணு..." வேலாயியும் தன் மகிழ்வைப் பகிர்ந்து கொண்டாள்.

"அய்யன் எங்கேம்மா..."

"காத்தாடச் சித்த நேரம் நடந்துட்டு வர்றேன்னு போயிருக்காங்க..."

"இருக்கட்டும்... ரம்மா இன்னிக்கு ராத்திரிக்குக் கோழி எடுத்துக்கிட்டு வரட்டுமா... ஆக்கிப் போடுறியா..."

"எதுக்குக் கண்ணு... வீண் செலவு..."

"வள்ளி பெரிய பொண்ணாயிருக்கறா... இப்போ சாப்பிடறது தானே அவளுக்கு ஊட்டம்... ஆமா... தம்பி முத்தையா எங்கே காணோம்.."

"இதோ வந்துட்டேன்..." உற்சாகமாகக் கூவியவாறு முத்தையா வீட்டுக்குள் நுழைந்தான்.

"ஏண்டா தம்பி... உச்சிக்குச் சோத்துக்குக் கூட வரல்லே..." வேலாயி பரிவுடன் கேட்டாள்.

"எங்கூடப் படிக்கற பையன் ஊட்டுக்குப் போனேன்... அங்கேயே சாப்பிடச் சொன்னாங்க... சாப்புட்டேன்... அப்புறம்.. மார்க் புஸ்தகம் குடுத்துட்டாங்க... நானே போயி வாங்கியாந்துட்டேன்..."

"என்ன மார்க் முத்தையா..." குறுக்கிட்டான் சுப்பையா.

"இந்தாங்க... பாருங்க..." முத்தையா சிவப்புநிற எஸ்.எஸ். எல்.சி., புத்தகத்தைச் சுப்பையாவிடம் கொடுத்தான்.

ஆர்வமாகப் புரட்டிய சுப்பையா அப்படியே முத்தையாவைக் கட்டிப் பிடித்துக் கொண்டான்.

"எவ்வளவு மார்க்கு கண்ணு..." வேலாயியும் ஆவலுடன் கேட்டாள்.

"அறுநூறுக்கு நானூத்தி அம்பது மார்க்கு வாங்கியிருக்கறான்... ரொம்பப் பெருமையா இருக்குதுடா தம்பி..." சுப்பையா அகமகிழ்ந்தான்.

"சுப்பண்ணா திருப்பூர்க் காலேஜிலேயே என்னைப் பியூசி சேத்து விடுங்கண்ணா..." முத்தையா கோரிக்கை வைத்தான்.

"அதெல்லாம் ஒண்ணும் வேண்டாம்... ஏதாவது வேலை வெட்டிக்குப் போடா.." கோபப்பட்டாள் வேலாயி.

முத்தையா முகம் வாடியது.

"பேசாம இருங்கம்மா... நம்ம குடும்பத்துலே யாருமே சரியாப் படிக்கல்லே... தம்பியாவது நல்லாப் படிக்கட்டும்... நாளைக்கே காலேஜிலே சேர அப்ளிகேஷன் வாங்கீட்டு வாடா..." என்றான் சுப்பையா.

"சுப்பு நல்லா யோசனை பண்ணுடா... நம்ம குடும்பம் இருக்கற நெலைமையிலே இவன் படிச்சுத்தான் ஆகணுமா... இவன் வேலைக்குப் போனாக் கொஞ்சம் பாரம் உனக்குக் கொறையாதா கண்ணு..." வேலாயி சுப்பையாவின் கைகளைப் பற்றியவாறு கேட்டாள்.

"கவலைப்படாதம்மா... தம்பி நல்ல மார்க் வாங்கி யிருக்கறான்... எப்பாடு பட்டாவது அவனை ஒரு பட்டதாரி யாக்கிப் பாக்கணும்... என்ன நான் கொஞ்சம் ஓவர் டைம் பாக்க வேண்டியிருக்கும்... அதனாலென்ன... தம்பிக்காகத்தானே கஷ்டப்படறேன்... அவன் நாளைக்கிப் படிச்சு முடிச்சுப் பெரிய ஆளா வருவான்... நம்ப கஷ்டமெல்லாம் தீரும்..." சுப்பையா நம்பிக்கையுடன் பேசினான்.

“இதுக்கு மேலே நான் பேசறதுக்கு என்ன கண்ணு இருக்குது... அப்புறம் உன் இஷ்டம்... டேய்... சின்னவனே... இப்படி ஒரு அண்ணன் உங்களுக்குக் கெடைச்சுது நீங்க செஞ்ச பெரும் புண்ணியம்... புத்தியாப் பொழைச்சிக்கடா...” வேலாயி ஆதரவுக்குரல் கொடுத்தாள்.

முத்தையா முகம் மலர்ந்தான்.

“அம்மா... சொல்ல மறந்துட்டேன்... தங்கச்சிய வாழ்த்தறதுக்கு நெறையப் பேரு வர்றாங்க போலேருக்கு... இந்தா இருபத்தஞ்சு ரூபா... வச்சுக்க... வர்றவங்களுக்குக் காபி... பலகாரம்ன்னு ஏதாவது குடுத்து நல்லா உபசரிச்சு அனுப்பும்மா...” சுப்பையா பணத்தை வேலாயி கையில் ஒப்படைத்தான்.

வேலாயி அவன் கைகளைப் பற்றிக் கண்களில் ஒற்றிக் கொண்டாள்.

அப்பொழுது, வள்ளி ஒரு கோரிக்கை வைத்தாள்:

“சுப்பண்ணா... இன்னிக்கு எல்லாருமே ரொம்பச் சந்தோஷமா இருக்கறோம்... உனக்குப் புடிச்ச ஒரு பாட்டுப் பாடுண்ணா...” என்றாள்.

“அவ்வளவுதானே... இதோ பாடறம்மா வள்ளிக் கண்ணு... பட்டுக்கோட்டை கல்யாணசுந்தரம் பாட்டு இது... பாடற துக்கு முன்னாடி எல்லாரும் ஜோரா ஒரு தடவை கை தட்டுங்க...” என்றான் சுப்பையா.

வேலாயி, வள்ளி, முத்தையா அனைவரும் மிகுந்த மகிழ்ச்சி யுடன் கைதட்டினார்கள்.

நடுக்கூடத்தில் அமர்ந்தான் சுப்பையா. தொண்டையைக் கனைத்துக் கொண்டான். பாடல் பிறந்தது.

“உறங்கையிலே பானைகளை
உருட்டுவது பூனைக்குணம்-காண்பதற்கே
உருப்படியாய் இருப்பதையும்
கெடுப்பதுவே குரங்குக் குணம்-ஆற்றில்

இறங்குவோரைக் கொன்று
இரையாக்கல் முதலைக்குணம்-ஆனால்
இத்தனையும் மனிதனிடம்
மொத்தமாய் வாழுதடா   (உறங்கையிலே)

பொறக்கும்போது-மனிதன்
பொறக்கும்போது பொறந்த குணம்
போகப் போக மாறுது-எல்லாம்
இருக்கும்போது பிரிந்த குணம்
இறக்கும் போது சேருது

பட்டப்பகல் திருடர்களைப்
பட்டாடைகள் மறைக்குது-ஒரு
பஞ்சையைத்தான் எல்லாஞ் சேர்ந்து
திருடனென்றே உதைக்குது

காலநிலையெ மறந்து சிலது
கம்பையும் கொம்பையும் நீட்டுது-புலியின்
கடுங்கோபம் தெரிஞ்சிருந்தும்
வாலைப் பிடிச்சி ஆட்டுது-வாழ்வின்

கணக்குப் புரியாம ஒண்ணு
காசைத்தேடிப் பூட்டுது-ஆனால்
காதோரம் நரைச்ச முடி
கதை முடிவைக் காட்டுது   (உறங்கையிலே)

புரளிகட்டிப் பொருளைத் தட்டும் சந்தை-பச்சைப்
புளுகை விற்றுச் சலுகை பெற்ற மந்தை-இதில்
போலிகளும் காலிகளும் பொம்மலாட்டம்
ஆடுகின்ற விந்தை சொன்னால் நிந்தை

உப்புக்கல்லை வைரமென்று சொன்னால்-நம்பி
ஒப்புக் கொள்ளும் மூடருக்கு முன்னால்-நாம்
உளறி என்ன கதறி என்ன?
ஒன்றுமே நடக்கவில்லை தோழா-
ரொம்ப நாளா"

இனிமையாகப் பாடி முடித்தான் சுப்பையா. முத்தையாவும், வள்ளியும் பலமாகக் கைதட்டினார்கள்.

வேலாயி விழியோரம் வடிந்த ஆனந்தக் கண்ணீரைச் சேலைத் தலைப்பால் துடைத்துக் கொண்டாள்.

5

இரவு நேரம். கோழிக்கறிக்குழம்பு மணக்க, மணக்கச் சுவையாகச் செய்திருந்தாள் வேலாயி. மல்லிகைப் பூப்போன்ற இட்லிகள் அனைவருக்கும் சூடாகப் பரிமாறப்பட்டன.

"அம்மா... அய்யனுக்கு முட்டை குடுக்காதே... ஒடம்புக்கு ஆகாது... வறுத்த கோழிக்கறி நெறையாக் குடும்மா..." தந்தையை நன்றாகக் கவனிக்கச் சொல்லித் தாய்க்கு ஆணை பிறப்பித்தான் சுப்பையா.

"பெரிய தம்பி..." மெதுவாக அழைத்தார் கருப்பண்ணன்.

"என்னங்க அய்யா..." சுப்பையா கேட்டான்.

"உண்டதுக்கு அப்புறம் இங்கே வா... கை காலெல்லாம் வலிக்குதுப்பா... நல்லாப் புடிச்சு உடு... அப்புறம்... உங்கிட்டே ஒரு முக்கியமான விசயமும் பேசணும்...."

"ஆகட்டுங்க அய்யா... இதோ வந்துட்டேன்..." என்றான் சுப்பையா.

சில நிமிடங்களில், கருப்பண்ணனின் படுக்கை, விரிப்பு, தலையணைகள் என அனைத்தையும் நன்றாகத் தட்டிப் போட்டான் சுப்பையா. கட்டிலில் அவர் காலருகே அமர்ந்து, அவரது கை, கால்களை இதமாகப் பிடித்து விட்டான்.

"சுப்பு... உன்னை நெனைச்சாப் பெருமையா இருக்குதுப்பா... இந்தக் குடும்பத்துக்காக நீ எப்படிப் பாடுபடறே... பாழாய்ப் போன இந்த நெஞ்சுவலி மட்டும் எனக்கு வராம இருந்திருந்தா

நானும் ஒனக்குத் தொணையா இருப்பேன் கண்ணு..." வேதனைப்பட்டார் கருப்பண்ணன்.

"அதனாலே என்னங்க அய்யா... வாலிபத்துலே இந்தக் குடும்பத்துக்காக எவ்வளவு கஷ்டப்பட்டிருப்பீங்க.. எங்களை ஒண்ணும் வெறும் பயல்களா நீங்க வைக்கலியே... சொந்த ஊடு, கருவம்பாளையத்துலே ஊட்டு மனை, பெருமாநல்லூருலே ரெண்டு ஏக்கர் புஞ்சை நெலம்ன்னு சேர்த்து வச்சிருக்கீங்களே... போதாதுங்களா..."

"அதைப்பத்தித்தான் கண்ணு பேசணும்... என் பங்காளிகள் எனக்குச் செஞ்ச துரோகத்துலே மிஞ்சுனது இந்தச் சொத்துக்கள்தாம்ப்பா... உனக்கு ஒண்ணு சொல்றேன். கேளுடா தம்பி... நம்ப ஜாதி ஜனத்தை என்னிக்குமே நம்பாதே... எல்லாம் அயோக்கியப் பயலுக... சொத்துக்காக எப்படிப்பட்ட கேவலமான காரியத்தையும் செய்வாணுங்க... நீங்க மூணுபேரும் மத்த ஜாதியிலே கண்ணாலம் பண்ணிக்குங்க.. அதுதான் உத்தமம்... நம்ம ஜாதிக்காரப் பயலுக வேண்டாம்..."

"அதிருக்கட்டுங்க அய்யா... பொறவு அதப்பத்திப் பேசலாம்.. ஏதோ முக்கியமான விசயம்ன்னு சொன்னீங்களே... என்னங்க அய்யா..."

"சுப்புக்கண்ணு... என் ஒடம்பு முன்னே மாதிரி இல்லே... அடிக்கடி ஏதாவது பிரச்சினை பண்ணுது... இன்னும் எத்தனை நாளைக்கி நான் இருக்கப் போறனோ தெரியாது கண்ணு..." கருப்பண்ணனின் குரல் கம்மியது.

"அய்யா... என்னங்கய்யா இது... நீங்க நூறு வருசம் நல்லா இருப்பீங்க... எந்தக் கொறையும் உங்களுக்கு வராது... இன்னொரு தடவை இப்படிப் பேசாதீங்கய்யா... அம்மா கேட்டாங்கன்னா ரொம்ப மனசு நொந்து போயிடுவாங்க... நல்ல வேளை... எல்லாரும் தூங்கீட்டாங்க..."

"அதாவது கண்ணு... இப்போது இருக்கற சொத்து எல்லாம் நான் சுயமாச் சம்பாதிச்சது... மில்லுலே வேலை பாத்து... மாட்டு

வண்டி ஓட்டிக்கிட்டு... அதோட உங்க அம்மாவோட சிக்கனம்... இப்படிப் பல வகையிலே அரைவயித்துக் கஞ்சியைக் குடிச்சுக்கிட்டுச் சேர்த்த சொத்து... இது எல்லாத்தையும் உம் பேருக்கு மாத்தி எனக்குத் தெரிஞ்ச வக்கீல் கிட்டே உயில் எழுதச் சொல்லீட்டேன்..."

"ஏனுங்கய்யா... இப்போ இதுக்கு என்ன அவசரமுங்க... நீங்க சம்பாதிச்ச சொத்து.. எங்க மூணு பேருக்கும் சமமாப் பாத்துத்தானே பிரிக்கோணும்.... பத்திரம் எழுதோணும்.. அதை உட்டுட்டு எம்பேருக்கு மட்டும் எழுதியிருக்கறீங்க... இதென்ன நாயமுங்க..."

"இல்லே கண்ணு... எல்லாக் காரணமாத்தான் எழுதி வச்சேன்... எனக்குப் பெறவு இந்த சொத்து எல்லாம் நீதான் கண்ணு நல்லா நிர்வாகம் பண்ணோணும்... உம் மேலே எனக்கு முழு நம்பிக்கையிருக்குது... முத்தையனுக்கு, வள்ளிக்கு நல்ல வாழ்க்கையை நீதான் கண்ணு அமைச்சுக் குடுக்கோணும்... நீ எல்லாருக்கும் சமநீதியா நடந்துக்குவே. உன்னை மாதிரி ஒரு யோக்கியன் பேருலே என் சொத்து முழுவதையும் எழுதி வைக்கறதை நான் பெருமையா நெனைக்கறேன் கண்ணு... கடைசி வரைக்கும் உங்க ஆத்தாளை நீதான் கண்ணு எங்கேயும் அண்ட உடாமே வச்சிருந்து கஞ்சி ஊத்தோணும்... பாவம் கண்ணு... வேலாயி... சூதுவாது தெரியாத பொம்பளை... ஏன் இதையெல்லாம் சொல்றேன்னா வரவர என் ஒடம்பு போற போக்கு சரியா இல்லே..."

"என்னங்க அய்யா ஆச்சு... என்ன பண்ணுது ஒடம்பு... நாளைக்கே கோயமுத்தூருக்குப் போகலாம்... எங்க மொதலாளிக்குத்த தெரிஞ்ச டாக்டரு அங்கே இருக்காரு... பரிசோதனை பண்ணிப் பாக்கலாம்..."

"வேண்டாம் கண்ணு... அதெல்லாம் அவ்வளவு சீக்கிரத்துலே நான் சாவ மாட்டேன்... உங்களையெல்லாம் நல்ல விதமாப் பாத்துப் போட்டுத்தான் என் உசிரு அடங்கும்... தைரியமா இரு

கண்ணு... உயிலு எழுதுன வக்கீலு கோர்ட்டுக்குப் பக்கத்துலே... மாரியம்மன் கோயிலுக்கு எதிர்த்தாப்புலே ரெண்டாவது சந்து கண்ணு... மறக்காம அவரைப் பாத்து எல்லா வெவரமும் தெரிஞ்சுக்கக் கண்ணு..."

"சரிங்க அய்யா... மணி பத்துக்கு மேலே ஆவுது... ரொம்ப நேரம் பேசிப்புட்டீங்க... நல்லாத் தூங்குங்க.... மாத்திரையெல்லாம் சரியாச் சாப்புடறீங்களா... தீர்ந்து போச்சுன்னா மருந்துச் சீட்டைக் குடுங்க... நான் வாங்கீட்டு வர்றேன்..."

"சரி கண்ணு... காலையிலே நீ கம்பெனிக்குப் போவணும்.... போயித் தூங்கு..." விடை கொடுத்தார் கருப்பண்ணன்.

சுப்பையா, கருப்பண்ணனின் கழுத்து வரைக்கும் போர்வையை இழுத்துப் போர்த்து விட்டான். அவன் முகத்தில் ஆயிரம் கேள்விகள்... நெஞ்சில் ஒரு சோகம்...

அய்யன் ஏன் இப்படிப் பேசினாரு... இப்படியெல்லாம் செஞ்சாரு... குழப்பத்துடன் படுக்கைக்குப் போனான்.

காலையில் மணி ஆறு. சுப்பையா வேகமாகப் பல் தேய்த்துக் கொண்டிருந்தான்.

வேலாயி மும்முரமாகச் சமையல் வேலையில் ஈடுபட்டிருந்தாள்.

"சுப்புக் கண்ணு... மத்தியானம் சோத்துக்குக் கருவாட்டுக் குழம்பு வைக்கப் போறேன்... உச்சிக்கு மறக்காம வந்துரு..." என்றாள் வேலாயி.

சுப்பையா பதில் எதுவும் சொல்லாமல் அண்ணாந்து எதையோ பார்த்துக் கொண்டிருந்தான்.

அவன் அருகில் வந்து தோளைத் தொட்டாள் வேலாயி. தன்னிலைக்கு வந்தான் சுப்பையா.

"என்னம்மா..."

"என்ன கண்ணு... மத்தியானம் கருவாட்டுக் கொழம்பு... ஊட்டுக்கு வான்னு சொல்றேன்... பேசாம இருக்கிறியே.."

"ஒண்ணுமில்லேம்மா... அய்யனோட நேத்து ராத்திரி ரொம்ப நேரம் பேசிக்கிட்டிருந்தேன்... எம் பேருக்கு உயில் எழுதி வச்சிருக்கேன்னு சொல்றாங்க... ஒடம்பு வரவரச் சரியில்லேங் கறாங்க... எனக்கு ரொம்பக் கவலையா இருக்கும்மா..."

"நீங்க ரெண்டு பேரும் பேசிக்கிட்டிருந்ததை நானும் நல்லாக் கேட்டுக்கிட்டுத்தான் இருந்தேன் கண்ணு... உங்க அய்யன் எதைச் செஞ்சாலும் சரியாத்தான் செய்வாங்க... தைரியமா இரு கண்ணு... எல்லாம் அந்த மாரியாத்தா பாத்துக்குவா..." என்றாள் வேலாயி.

அப்பொழுது-

"சாமி... உள்ளே வரலாமுங்களா..." என்றொரு குரல் கேட்டது.

"ஆரப்பா அது..." வேலாயி குரல் கொடுத்தாள்.

"நான்தானுங்க ஆத்தா... குன்னான் வந்துருக்கறேன்..."

"ஓ... குன்னானா... வாடா... வா..." வாசலுக்கு வெளியே போய் அவனை வரவேற்றாள் வேலாயி.

பதினேழு வயதான குன்னான் தலையில் நன்கு பழுத்த வாழைத் தரைச் சுமந்து கொண்டு நின்றான். கையில் ஒரு பெரிய பை.

சுப்பையா வந்து அவனிடமிருந்த பையை ஆர்வமுடன் வாங்கிக் கொண்டான்.

"அண்ணா... அதுக்குள்ளாறே உங்களுக்குப் புடிச்ச எள்ளுருண்டை இருக்குதுங்க... நானே பாத்து பாத்துப் புடிச்சேனுங்க..." என்றான் குன்னான்.

"ஆகா.. அருமையான வேட்டைடா குன்னா... உள்ளே வாடா..." அவனை அழைத்துக் கொண்டு கூடத்துக்கு வந்தான் சுப்பையா.

“ரொம்பச் சந்தோஷம் குன்னா.... அது சரி... வள்ளிக் கண்ணு சமைஞ்சது பத்தி ஆருடா சொன்னா உனக்கு” வேலாயி கேட்டாள்.

“சின்னத்தம்பி நேத்து அவங்க சிநேகிதப் பசங்களோட பெருமாநல்லூருக்கு வந்தாருங்க... அப்படியே நம்ம தோட்டத்துக்கு வந்தவங்க... அம்மணி சமைஞ்சிருக்குதுன்னு சொன்னாங்க... அதுதான் எல்லா வேலையையும் உட்டுட்டு ஓடியாந்தனுங்கோ... காத்தாலே அஞ்சரை மணிக்கு டவுன் பஸ் புடிச்சனுங்கோ... வர்றதுக்கு ஒரு மணி நேரம் ஆயிப் போச்சுங்க ஆத்தா...”

“சரி... சரி... கைகால் கழுவிக்கிட்டு வாடா... இட்லி சூடா இருக்குது... சாப்புடலாம்...” என்றாள் வேலாயி.

“ஆத்தா... வாசப்படிகிட்டேயே எலையைப் போடுங்க... நான் மாதாரி... எனக்கு நடு ஊட்டுலே சோறு போட்டீங்கன்னா உங்க கவுண்டமாருங்க ஏதாவது குத்தம் சொல்லப் போறாங்க...” என்று தயங்கினான் குன்னான்.

“எவன்டா குத்தம் சொல்றது... அதையும் பாக்கறேன்.... நீ மாதாரியா இருந்தாலும் மனுஷன்... சூது வாது தெரியாத நல்ல மனசுக்காரன் இன்னிக்கு நானும் உன்னோட உக்காந்துதான் இட்லி திங்கப் போறேன்...” என்றான் சுப்பையா.

“அதுதான் சரி....” என்றாள் வேலாயி.

6

ஞாயிற்றுக் கிழமை என்பதால் அன்று, சுப்பையா உடம்பு முழுக்க நல்லெண்ணெய்யைத் தலையிலிருந்து பாதம் வரைக்கும் தடவியிருந்தான். இடுப்பில் துண்டைக் கட்டிய வாறு குறுக்கும், நெடுக்குமாகக் கூடத்திற்குள் உலவிக் கொண்டிருந்தான்.

"சுப்புக் கண்ணு... மணி எட்டாகுதுப்பா... சுடுதண்ணி வெளாவி வச்சிருக்கறேன்... சீக்கிரம் தண்ணி வாத்துக்கிட்டு வா... இட்லி ஆறப் போகுதல்லோ..." மகனை விரைவு படுத்தினாள் வேலாயி.

"அம்மா... நல்லெண்ணெய் தேச்சுக்கிட்டாக் கொறைஞ்சது அரைமணி நேரமாவது தலையிலே ஊறணும்ன்னு நீதானே சொல்லுவே... இன்னும் இருபது நிமிஷம் கழிச்சுத்தான் நான் தண்ணி வாத்துக்குவேன்... பசிச்சா நீங்க எல்லாரும் சாப்புடுங்க..." என்றான் சுப்பையா.

"ஆமாம்மா... சுப்பண்ணா வர்றதுக்கு நேரமாகும்மா... எனக்குப் பசி தாங்க முடியல்லே... இட்லி எடுத்து வைம்மா... கறிக்கொழம்பு வாசனை மூக்கைத் தொளைக்குது... சிக்கிரம் வட்டல்லே நாலு இட்லியப் போட்டு எடுத்தாம்மா..." அவசரப்பட்டான் முத்தையா.

"ஏண்டா... உங்க அண்ணன் வர்றதுக்குள்ளே என்னடா அவசரம்... லண்டனுக்கா போற..." வேலாயி கடிந்து கொண்டாள். அப்பொழுது-

"உள்ளே வரலாமா..." என்று கேட்டவாறே இயல்பாக வீட்டுக்குள் வந்தான் இஸ்மாயில்.

"இஸ்மாயில் தம்பியா.. வாப்பா.. உக்காரு... என்னப்பா.. வேலையெல்லாம் புடிச்சுருக்கா..." அன்புடன் அவனை வரவேற்று நலம் விசாரித்தாள் வேலாயி.

"எனக்குக் கம்பெனி வேலை ரொம்பப் புடிச்சுருக்கும்மா... ஒரு கொறையும் இல்லே... இதுக்கெல்லாம் சுப்பையாதான் காரணம்... எங்கே சுப்பையா..." என்றான் இஸ்மாயில்.

"இஸ்மாயில் அங்கேயே உக்காருப்பா... அஞ்சு நிமிஷத்துலே வர்றேன்..." பாத்ரூமிலிருந்தவாறு குரல் கொடுத்தான் சுப்பையா.

வள்ளி இஸ்மாயில் அமர்வதற்கு வசதியாக ஒரு பாயை மடித்துப் போட்டாள்.

"மெதுவா வா சுப்பு... நான் இப்படி உக்கார்றேன்..." பாயில் அமர்ந்தான் இஸ்மாயில்.

"இஸ்மாயில் சார்... நேத்துச் சனிக்கிழமையாச்சே... சம்பளம் வாங்கியாச்சா.." முத்தையா மெதுவாகக் கேட்டான்.

"முத்தையா இதென்ன புதுப்பழக்கம்... என்னைப் போயி சாரு... மோருன்னு கூப்புட்டுக்கிட்டு... எப்பவுமே நீ என்னை இஸ்மாயில்ன்னே கூப்புடு..."

"சரிங்க இஸ்மாயில்... அதென்ன பெரிய பையோட வந்திருக்கீங்க..." இஸ்மாயில் வைத்திருந்த பையைப் பார்த்துக் கேட்டான் முத்தையா.

"ஒண்ணும் இல்லேப்பா... நேத்துச் சம்பளம் குடுத்தாங்கப்பா... மொதல் மொதலா நான் வாங்குன சம்பளம் பத்து ரூவா... வள்ளிக்காகக் கொஞ்சம் பலகாரம் வாங்கீட்டு வந்தேன்."

"அதெல்லாம் எதுக்குத் தம்பி... பணத்தை நல்லாச் சேர்த்தி வை... பின்னாடி அது உதவும்.. எதுக்கு இப்படி வீண் செலவு..." என்றவாறே கையில் காபி தம்ளருடன் வந்தாள் வேலாயி. அவனிடம் நீட்டினாள். இஸ்மாயில் வாங்கிக் குடித்தான்.

"காப்பி நல்லா இருந்துச்சும்மா... இந்தாங்கம்மா... இதுலே இனிப்பு, காரம் எல்லாம் இருக்கு... யூனிவர்சல் தியேட்டர் கிட்டே இருக்கற சேட்டுக் கடையிலே வாங்குனேன்... வள்ளிக்குக் குடுங்க..." என்ற இஸ்மாயில், வேலாயியிடம் பலகாரப் பையை மகிழ்வுடன் கொடுத்தான்.

தலையைத் துண்டினால் துவட்டிக் கொண்டு வந்த சுப்பையா வேகமாக வந்து அந்தப் பையைப் பிடுங்கிக் கொண்டான்.

பையைப் பிரிக்க முயன்ற பொழுது, முத்தையா வந்து அதைத் தட்டிப் பறித்தான். பறித்துக் கொண்டு திரும்பும் பொழுது

கண்ணிமைக்கும் நேரத்தில் வள்ளி அதைத் தன் வசமாக்கிக் கொண்டாள்.

"அவங்க எனக்குத்தானே வாங்கீட்டு வந்தாங்க... நான் தின்னது போக மீதிதான் உங்களுக்கு" என்றவள் ஒரு விள்ளல் அல்வாவை எடுத்து வாயில் போட்டுக் கொண்டாள்.

சுப்பையாவும், முத்தையாவும் ஏமாற்றத்துடன் ஒருவரை ஒருவர் பார்த்துக் கொண்டனர். வேலாயி வயிறு குலுங்கச் சிரித்தாள்.

பகல் ஒரு மணியளவில் சுப்பையா வீட்டில் மதிய உணவு அனைவருக்கும் நன்றாக நடந்தது.. ஆடு, கோழி என்று ஒரே அமர்க்களம். இஸ்மாயில் கோழியை எப்படி அறுப்பது, எப்படி மசாலா கலந்து பக்குவமாகச் சமைப்பது என்பதையெல்லாம் தானே சமையல் களத்தில் இறங்கிச் செய்து காட்டினான். அவனது சமையல் திறமையைக் கண்டு வேலாயி மிகுந்த மகிழ்ச்சியும், வியப்பும் அடைந்தாள்.

"இஸ்மாயில் தம்பி... கோழிச்சாறு வைக்கறதை எப்படிப்பா இப்படிக் கத்துக்கிட்டே... ரொம்ப ருசியா இருக்குதுப்பா..." என்றாள் வேலாயி.

"எல்லாம் எங்க வாப்பா கத்துக்குடுத்ததுதாம்மா... வாரத்துலே ரெண்டு நாளாவது அவருக்குக் கோழிக்கறி வேணும்... அவரு சமைக்கறதைப் பாத்து நானும் கத்துக்கிட்டேன்..." என்றான் இஸ்மாயில்.

"இஸ்மாயில் சாப்புட்டாச்சா..." என்று கேட்டார் கருப்பண்ணன்.

"ஆச்சுங்க அய்யா..."

"இப்படி வா... உங்கிட்டே கொஞ்ச நேரம் பேசணும்.." அழைத்தார் கருப்பண்ணன்.

இஸ்மாயில் அவரது கட்டிலருகே போய் அமர்ந்தான்.

"அய்யா... வெத்திலை பாக்கு ஏதாவது மடிச்சுக் குடுக்கட்டுங்களா..."

"வேண்டாம் இஸ்மாயில்... கம்பெனி வேலையெல்லாம் எப்படி இருக்குது... நல்லாக் கத்துக்கிட்டியா..."

"பரவாயில்லீங்க அய்யா... இந்த ஒரு வாரத்துலே வேலையிலே இருக்கற நெளிவு சுளிவெல்லாம் தெரிஞ்சுக்கிட்டேனுங்க... இப்போதைக்கு வாரம் பத்து ரூவா குடுக்கறாங்க... சாப்பாடு... தங்க எடம் எல்லாம் கம்பெனியிலே குடுத்தர்றாங்க..."

"புத்தியா பொழைச்சுக்க இஸ்மாயிலு... பீடி சிகரெட்டுன்னு எந்தக் கெட்டப் பழக்கமும் வச்சுக்காதே... பணத்தைச் சிக்கனமாச் செலவு பண்ணுப்பா..."

"அதெல்லாம் எந்தக் கெட்டப் பழக்கமும் இல்லீங்க... நீங்க சொல்றபடியே நடந்துக்கறேனுங்க..."

"நல்லதுப்பா... அடிக்கடி ஊட்டுக்கு வந்துட்டுப் போயிட்டு இருப்பா..."

"சரிங்க அய்யா..."

"இஸ்மாயில் இங்கே வா..." இப்பொழுது சுப்பையா அழைத்தான்.

"என்ன சுப்பு..." அவன் அருகே போய்க் கேட்டான் இஸ்மாயில்.

"சாயுங்காலம் ஆறு மணிக்கு அவநாசி ரோட்டிலே இருக்கற நம்ம கட்சி ஆபீசுலே மீட்டிங் இருக்குது... முக்கியமான தலைவருங்க எல்லாம் வருவாங்க... உன்னையும் கூட்டிக் கிட்டுப் போறேன்... அதுக்கு முன்னாலே நீயும், நானும் பெருமாநல்லூருக்குப் போகணும்.. சரியா..."

"ம்.. போவலாம்... எப்படிப் போறோம் டவுன் பஸ்ஸா..."

"இல்லே... வாடகைச் சைக்கிள் எடுத்துக்கிட்டு வந்துருக் கறேன்... சீக்கிரம் போயித்தலையைச் சீவிக்கிட்டு வா..."

"இந்தா சுப்பு... ஒரு நொடியிலே வந்துட்டேன்..." விரைந்து செயல்பட்டான் இஸ்மாயில். புறப்படும்பொழுது, சுப்பையாவின் இடது கால் இடறிக் கீழே விழப்போனான். ஆனால், இஸ்மாயில் அவனைக் கீழே விழாமல் தாங்கிக் கொண்டான்.

இரண்டு மணியளவில் பெருமாநல்லூர் நோக்கிச் சைக்கிளில் பயணப்பட்ட சுப்பையாவும், இஸ்மாயிலும் மூன்று மணியளவில் பெருமாநல்லூரரை அடைந்தார்கள். ஈரோடு போகும் சாலையில் கிழக்குப் பக்கமாகச் சுப்பையாவின் தோட்டம் அமைந்திருந்தது. வானம் பார்த்த பூமி. சுப்பையாவின் தந்தை கருப்பண்ணன் அரும்பாடுபட்டுச் சம்பாதித்த சுயமான சொத்து. அடிக்கடி சுப்பையா வந்து தோட்டத்தைப் பார்த்துச் செல்லுவான். குன்னான் சுப்பையாவின் குடும்பத்துக்கு மிகவும் நெருக்கமான பையன். பெருமாநல்லூரிலுள்ள மாரியம்மன் கோயிலுக்கு வலதுபுறம் அமைந்துள்ள அரிசனக் குடியிருப்பில் தன் தாயுடன் அவன் வசித்து வருகிறான். கள்ளமில்லாத நெஞ்சம். கடின உழைப்பாளி. இந்த நல்ல பண்புகள்தான் குன்னானின் சொத்துக்கள். தோட்டத்துக்குள் ஓர் ஓரமாக குடிசை அமைத்துத் தோட்டத்தை நன்கு பாதுகாத்தும், பராமரித்தும் வந்தான் குன்னான். ஆங்காங்கே சில பனைமரங்கள். பருவகாலத்தை ஒட்டி அந்தத் தோட்டத்தில் சோளம், கம்பு ஆகியன அங்கு விளைவிக்கப்படும். தோட்ட வேலை போகக் குன்னானுக்குச் செருப்புத் தைக்கவும் தெரியும். அடிக்கடி கருப்பண்ணனுக்கும், சுப்பையாவுக்கும் அளவெடுத்துக் கொண்டு போய், அழகான உறுதியான காலணிகளைக் குன்னான் உருவாக்கிக் கொண்டு வந்து கொடுப்பான்.

தட்டியைத் தள்ளிக் கொண்டு சுப்பையாவும், இஸ்மாயிலும் தோட்டத்திற்குள் நுழைந்தார்கள். சைக்கிளை ஓரமாகச் சுப்பையா நிறுத்தி வைத்தான்.

"சாமி... வாங்க... வாங்க..." ஆர்வமுடன் ஓடிவந்து வரவேற்றான் குன்னான்.

"ஏண்டா... குன்னா... நீ திருந்தவே மாட்டியாடா... இந்த மாதிரிச் சாமி... எசமான் இப்படியெல்லாம் கூப்புடக் கூடா துன்னு எத்துணை தடவை உங்கிட்டேச் சொல்லியிருக்கறேன்... அடிப்படையிலே நாம எல்லாரும் மனுஷ ஜாதிதாண்டா... எப்பவும் போல என்னைச் சுப்பண்ணா அப்படீன்னே கூப்புடு... புரியுதா..." கோபமாகப் பேசினான் சுப்பையா.

"சரிங்க சுப்பண்ணா... அப்படியே நடந்துக்கறேனுங்க... நொங்கு வெட்டி எடுத்துக்கிட்டு வரட்டுங்களா..."

"அதெல்லாம் வேண்டாம் குன்னா... ராகி கொடைக்குமாடா... வள்ளிக் கண்ணுக்குப் புட்டு அவிச்சுக் குடுக்கணும்ன்னு அம்மா சொன்னாங்க..."

"ஊட்டுலே இருக்குதுங்க... நம்ம தோட்டத்துல வெளைஞ்சது... சித்த நேரம் இப்படி உக்காருங்க.. ஒரு நொடியிலே எடுத்துக்கிட்டு வர்றேனுங்க..."

"சரி... சரி... சீக்கிரமா வாடா.. நேரமாச்சு..." என்றான் சுப்பையா.

"நின்னுக்கிட்டே இருக்கறீங்களே... சுப்பண்ணா இப்படி உக்காருங்க..." என்ற குன்னான் குடிசைக்குள்ளிருந்து ஒரு பாயை எடுத்துக் கொண்டு வந்து தரையில் விரித்தான்.

சுப்பையாவும், இஸ்மாயிலும் அதில் அமர்ந்தார்கள்.

"டேய் குன்னா... இந்த அண்ணன் ஆருன்னு தெரியுமாடா?..." என்று கேட்டான் சுப்பையா.

"தெரியல்லீங்கண்ணா... நானும் கேக்கணும்ன்னு நெனைச்சனுங்க..."

"இவரு பேரு இஸ்மாயிலு... என் சிநேகிதருப்பா... நம்மகூடக் கம்பெனியிலே வேலை பாக்குறாரு... தோட்டத்தைச் சுத்திக் காட்டலாம்ன்னு கூட்டிக்கிட்டு வந்தேன்..."

"நல்லாச் சுத்திப் பாருங்கண்ணா... சோளம் எப்படி வளந்திருக்குதுன்னு பாத்துக்கிட்டிருங்க... நான் அதுக்குள்ளே ராகியை எடுத்துட்டு வர்றனுங்க."

"டேய்... குன்னா... இந்தாடா சைக்கிள் சாவி.. சட்டுனு போயி எடுத்துக்கிட்டு வாடா..." என்ற சுப்பையன் அவனிடம் சைக்கிள் சாவியைக் கொடுத்தான்.

குன்னான் சைக்கிளை எடுத்துக் கொண்டு மின்னல் வேகத்தில் பறந்தான்.

சுப்பையனும், இஸ்மாயிலும் மெதுவாகத் தோட்டத்தைச் சுற்றிப் பார்த்து வந்தனர்.

"இஸ்மாயில்... எங்கப்பாவோட கூடப் பொறந்த பங்காளிகள் எல்லாரும் எப்படியாவது இந்த ரெண்டு ஏக்கர் நெலத்தையும் கைப்பத்தப் பாத்தாங்க.. எங்கப்பா பலவகையிலேயும் போராடி இந்தப் புஞ்சையை மீட்டுக்கிட்டாரு... என்ன செய்யறது.. சொத்துன்னு வந்தா சொந்தம் ஏது... பந்தம் ஏது... அதுலே எங்க அப்பாவுக்கு ஏற்பட்ட மனக்காயம் இன்னும் இருக்குது... அவரோட உடல் உபாதைகளுக்கு இதெல்லாம் ஒரு காரணம்.. இங்கே பாரு இஸ்மாயிலு... சோளம் எப்படி வெளைஞ்சிருக்குது..." சுப்பையன் ஒரு கதிரிலிருந்து சோளத்தை உதிர்த்து அவனிடம் கொடுத்தான். இருவரும் வாயில் சிறிது போட்டுக் கொண்டு மென்றார்கள்.

"கவலைப்படாதே சுப்பு... நீ ஆளாயிட்டே... உங்க அப்பாவோட மனக்காயத்துக்கு மருந்தா இரு..."

"எங்கம்மா சோளச் சோறு நல்ல ஆக்குவாங்க... அதோட சோளப் பணியாரமும் ரொம்ப நல்லாப் பண்ணுவாங்க...

அடுத்த வாரம் ஞாயித்துக்கிழமை ஊட்டுக்கு வா... செய்யச் சொல்றேன்..."

"வரும் போது கருவாடு வாங்கீட்டு வர்றேன் சுப்பு... நான் நல்லாக் கருவாட்டுக் கொழம்பு வைப்பேன்..."

"சபாஷ்... சரியான பொருத்தம்... என்றான் சுப்பையா.

இருவரும் சிரித்தார்கள். தோட்டத்தை ஒரு வட்டம் அடித்து விட்டு அவர்கள் வருவதற்கும், குன்னான் சைக்கிளில் தோட்டத்திற்குள் நுழைவதற்கும் சரியாக இருந்தது.

சைக்கிளின் பின்னால் ஒரு சிறு துணிப்பை இருந்தது. அதைக் கொண்டு வந்து சுப்பையாவிடம் கொடுத்தான் குன்னான்.

"சுப்பண்ணா... அஞ்சு படி ராகிதான் இருந்துச்சு... போதுமல்லோ..." என்றான்.

"போதும்... போதும்... சரி.. நாங்க கௌம்பறோம்... நேரங்கெடைக்கும் போது ஊட்டுக்கு வாடா குன்னா..."

"கண்டிப்பா வர்றனுங்க... அய்யா ஆத்தா சின்னத்தம்பி அம்மணி எல்லாரையும் நான் ரொம்பக் கும்பிட்டுக்கிட்டதாச் சொல்லுங்க..."

"சொல்றேன்... இஸ்மாயில் இப்போ நீதான் திருப்பூர் வரை வண்டியை மிதிக்கணும்... இப்பவே மணி நாலு... போறதுக்கு ஒரு மணி நேரம் ஆகும்... ஆறுமணிக்குப் பார்ட்டி ஆபீசுக்குப் போகணும்.. நட.. போவலாம்.."

"ஏனுங்கண்ணா... கொஞ்சம் காப்பித் தண்ணி காச்சறேன்... குடிக்கறீங்களா..." என்றான் குன்னான்.

"இன்னும் உனக்குக் காச்சற புத்தி போகலேடா... அதெல்லாம் வேண்டாம்... அடுத்த தடவ நான் இங்க வரும்போது கம்பு மாவு இடிச்சு வையி... வர்றண்டா.."

"ஆகட்டுங்க..." விடைகொடுத்தான் குன்னான்.

7

அவநாசி சாலையிலுள்ள பனியன் தொழிலாளர் சங்கக் கட்டடம்.

விசாலாமான கட்டடம் என்றாலும் ஓடுகளால் வேயப்பட்ட கூரைதான். கம்யூனிஸ்ட் கட்சிப் பிரமுகர்கள் யார் வந்தாலும் அங்குதான் தங்குவார்கள். அடிக்கடி கட்சி ஊழியர் கூட்டங்களும் அங்கு நடக்கும். ஓய்வு நேரத்தில் பனியன் தொழிலாளர்கள் பலரும் மாலையில் ஒன்று கூடுவார்கள். அரசியல் தொடங்கிக் கலை, இலக்கியம் வரை அங்கு சூடான விவாதங்கள் நடக்கும். சிலர் 'கேரம் போர்டு' விளையாடு வார்கள். அங்கு ஒரு தனியறையில் சிறு நூலகம் ஒன்றும் இயங்கி வந்தது. மார்க்சீயச்சிந்தனைகள், திருக்குறள், பகவத் கீதை மற்றும் பல்வேறு தொழிற்சங்க நடவடிக்கைகள் பற்றிய நூல்கள், இலக்கியத் திறனாய்வுகள் எனப் பலவகைப் புத்தகங்களும் அங்கு இருக்கும். கட்சி ரீதியாக நடக்கக்கூடிய பத்திரிக்கைகள், தினசரிகள் அங்கு தவறாமல் இருக்கும்.

தோழர்கள் பலர் மாலை நேரங்களில் ஒன்றுகூடிப் படிப்பதும், விவாதிப்பதும் என அன்றையப் பொழுது கழியும்.

யாராவது ஒருவரோ, இருவரோ ஒன்று சேர்ந்து அனைவருக்கும் தங்கள் சொந்தச் செலவில் தேநீர் வாங்கிக் கொடுப்பார்கள். சில நேரங்களில் காசு மிகுந்திருக்கக் கூடிய தோழர்கள் தேநீருடன் வடைகளும் வாங்கிக் கொடுப்பார்கள்.

பல தொழிலாளர்கள் நாலணா, எட்டணா எனக் கொடுத்துத் தங்களுக்காக வாங்கிய கட்டடம் அது.

இரவு 'ஓவர் டைம்' பார்க்கும் தொழிலாளர்கள் டவுன்பஸ் கிடைக்காத பொழுது அங்கேயே படுத்துத் தூங்குவதும் உண்டு. கழிப்பறை வசதிகளும் உண்டு. அந்தக் கூட்டத்தைச் சுற்றிலும்

ஆங்காங்கே பெட்டிக் கடைகளும், தேநீர்க் கடைகளும் அமைந்திருந்தன.

எந்தக் காரணத்தைக் கொண்டும் தொழிலாளர்கள் அந்தக் கட்டடத்திற்குள் இருக்கும் பொழுது புகைபிடிப்பது, மது அருந்துவது, சூதாட்டம் போன்ற எந்தச் செயல்பாடுகளையும் அங்கு வைத்துக் கொள்ள மாட்டார்கள். அத்துணை கட்டுப் பாடு! சுருங்கச் சொன்னால் அது பனியன் தொழிலாளர்களின் சிற்றாலயமாக விளங்கி வந்தது!!

அந்தக் கட்டடத்தின் நடுக்கூடத்தில் ஐம்பது பேர் வரை அமரலாம். பெரிய ஜமுக்காளம் விரிக்கப்பட்டிருந்தது. தொழிலாளர்கள் வரிசையாக அமர்ந்திருந்தனர். அவர்கள் முன்பு ஒரு மேசையும், இரண்டு நாற்காலிகளும் போடப்பட் டிருந்தன.

மாலை ஆறு மணி. கூட்டம் தொடங்கியது.

நாற்காலிகளில் இரண்டு பேர் அமர்ந்திருந்தனர். ஒருவருக்கு ஐம்பது வயதும், இன்னொருவருக்கு நாற்பது வயதும் இருக்கும். இருவரும் சட்டையின் மீது சிவப்புத் துண்டு அணிந்திருந் தார்கள். கூட்டத்தின் முதல் வரிசையில் சுப்பையாவும், இஸ்மாயிலும் உட்கார்ந்து ஆர்வமுடன் கூட்ட நடவடிக்கை களைப் பார்த்துக் கொண்டிருந்தனர்.

"தோழர்களே... அனைவருக்கும் வணக்கம். நம்மிடையே இன்றைக்குப் பொதுவுடைமை என்னும் பொருளில் பேசுவதற்குத் தோழர் இங்கே வருகை தந்திருக்கிறார். இவர் கோயமுத்தூர்ப் பஞ்சாலைத் தொழிலாளர் சங்கத்தின் மாவட்டச் செயலாளராகப் பல்லாண்டுகள் பணியாற்றிய அனுபவமுள்ளவர். தொழிலாளர் நலனுக்காகப் பலமுறை சிறை சென்றவர். பழுத்த மார்க்சீயவாதி. இவரது பேச்சை நீங்கள் அனைவரும் கேட்டுப் பயன்பெற வேண்டும் என்ற நல்ல எண்ணத்தில் இந்தக் கூட்டம் ஏற்பாடு செய்யப்பட்டுள்ளது.

இது போன்றக் கூட்டங்கள் நடத்தப்படுவதன் நோக்கம் உழைக்கின்ற வர்க்கமாகிய நாம் ஏதோ பாடுபட்டோம்... பணம் சம்பாதித்தோம்... என்பதோடு நின்றுவிடக் கூடாது. நமக்கென்று இருக்கின்ற உரிமைகளை நாம் எவ்வாறு போராடிப் பெற வேண்டும் என்பதற்கான பயிற்சிப் பாசறையாகத்தான் இது போன்ற கூட்டங்கள் நிகழ்கின்றன. தோழர்கள் தவறாமல் இது போன்ற கூட்டங்களில் பங்கெடுக்க வேண்டும் எனக் கேட்டுக் கொண்டு தோழரைத் தோழமையுடன் பேசுமாறு அழைக்கிறேன்" என்று வரவேற்புரையைச் சுருக்கமாக முடித்துக் கொண்டார்.

ஐம்பது வயது மதிக்கத்தக்கவர் எழுந்து பேசத் தொடங்கினார்.

தோழர்களே... உங்களைச் சந்திப்பதில் மிகவும் மகிழ்ச்சி யடைகிறேன்... பனியன் தொழில் இல்லையென்றால் திருப்பூர் வெறும் பாலைவனமே... இந்தப் பாலையைச் சோலையாக்கிய பெருமை உங்களுடைய சிவப்புக் கைகளுக்கே சொந்த மானது... அதை மறவாதீர்கள்... வெறும் உழைப்பு மட்டும் போதாது... உழைப்புடன் சேர்ந்து நாம் அறிவு ரீதியாகப் போராடவும் தெரிந்திருக்க வேண்டும்... அப்பொழுதுதான் நமக்குக் கிடைக்க வேண்டிய நியாயமான உரிமைகளை நாம் பெறமுடியும்... ஒன்றை நன்றாகப் புரிந்து கொள்ள வேண்டும் தோழர்களே... போராடாமல் எந்தச் சுகத்தையும் நாம் அனுபவிக்க முடியாது... போராட்டக் குணமுள்ளவனால்தான் இருட்டுக்குக்கூட வெள்ளையடிக்க முடியும்... இந்த உண்மையை நீங்கள் புரிந்து கொள்ள வேண்டும்... இது 1966ஆம் ஆண்டு... மேலைநாடுகளில் குறிப்பாக அமெரிக்கா போன்ற முதலாளித்துவம் கோலோச்சும் நாட்டில் எப்படிப் பட்ட ஒரு கொள்கையை மெள்ளக் கையாண்டு கொண்டு இருக்கிறார்கள் தெரியுமா... பத்து மனிதர்கள் செய்யக்கூடிய வேலையை ஒரு விஞ்ஞான எந்திரத்தைக் கொண்டு செய்ய வைப்பது... அதன்மூலம் ஒன்பது தொழிலாளிகளின் வயிற்றில் மண்ணைப் போடுவது என்ற கொள்கை அங்கே வேகமாக

வளர்ந்து கொண்டு வருகிறது... நம்து நாட்டிலேயும் அனைத்துத் துறைகளும் விஞ்ஞானமயம் ஆக்கப்பட வேண்டும் என்ற விபரீதச் சிந்தனையுடன் ஆட்குறைப்பு நடவடிக்கைகளை அரசு மேற்கொள்ள முயற்சித்து வருகிறது.. இது உழைக்கின்ற வர்க்கத்திற்கு அடிக்கப்பட்ட முதல் அபாய அறிவிப்பு... உடல் உழைப்பை நம்பி வாழும் பாட்டாளிகளுக்கு விடப்பட்ட சவால்... விஞ்ஞான வளர்ச்சி பத்து மனிதர்களின் வேலையை ஒரு மனிதன் செய்ய உதவி விட்டு, மீதியுள்ள ஒன்பது மனிதர்களைப் பட்டினி போடுவதாகும்... வேலை நேரத்தைச் சமமாகப் பத்து மனிதர்களுக்கும் பகிர்ந்து தரவேண்டும்... அதாவது, பத்து மனிதர்கள் பத்து மணி நேரத்தில் நெய்யக்கூடிய துணியை ஒரே மனிதன் எந்திரத்தின் உதவியால் அதே நேரத்தில் செய்துவிடக் கூடுமானால், அந்தப் பத்து மணி நேர வேலையை அதே பத்து நபர்களுக்குத் தலைக்கு ஒரு மணி நேரம் எனச் சமமாகப் பிரித்துக் கொடுத்துவிட வேண்டும்... இதுதான் தோழர்களே... பொதுவுடைமைக் கொள்கைகள்...." இவ்வாறு அவர் பேசிக் கொண்டிருக்கும் பொழுது அங்கு குழுமியிருந்த தோழர்கள் அனைவரும் பலத்த கரவொலி எழுப்பித் தங்கள் மகிழ்ச்சியை வெளிப்படுத்திக் கொண்டனர்.

இந்த இடைப்பட்ட நேரத்தில் வரவேற்புரை நிகழ்த்தியவர், சிறப்புப் பேச்சாளருக்குச் சோடா உடைத்துக் கொடுத்தார். அப்பொழுது-

"சுப்பண்ணா... சுப்பண்ணா..." என்ற பதற்றமான குரல் அந்தக் கூட்டத்தையே திரும்பிப் பார்க்க வைத்தது.

அங்கே-முத்தையா அழுது சிவந்த கண்களுடன் தேம்பிக் கொண்டு இருந்தான். சுப்பையாவும், இஸ்மாயிலும் பதறியவாறு எழுந்து அவனருகே ஓடி வந்தனர்.

"என்னடா முத்தையா... என்ன ஆச்சு... ஏன் இப்படி அழுதுக்கிட்டு வர்றே... சொல்லுடா... சொல்லு.." அவன் தோளைப் பற்றிக் குலுக்கினான் சுப்பையா.

"சுப்பண்ணா... நான் என்ன சொல்லுவேன்... எப்படிச் சொல்லுவேன்... அய்யன் நம்ம எல்லாரையும் தவிக்க உட்டுட்டுப் போயிட்டாருண்ணே..." என்று முத்தையா கதறினான்.

"அய்யா..." அடிவயிற்றிலிருந்து அலறினான் சுப்பையா.

8

உலகம் நிலையாமை கொண்டது என்பதை ஒவ்வொரு மனிதனும் மரணத்தைக் கொண்டே உணர்ந்து கொள்ளுகிறான். பிரிந்து போன உறவுகளைக் கூடச் சேர்த்து வைக்கும் பாலமாக இருப்பது மரணம் மட்டுமே. ஒரு மனிதனின் இறப்பிற்காக இனனொரு மனிதன் சிந்தும் கண்ணீர் வெறும் நீர்த்துளிகள் அல்ல... ஆன்மாபிஷேகம்! ஒவ்வொரு ஆன்மாவும், விடைபெற்றுப் போன இன்னொரு ஆன்மாவுக்காகச் செலுத்தும் விடை நல்கு விழாவே மரணமாகும்!

அந்த வீட்டின் நடுக்கூடத்தில் கருப்பண்ணனின் உடல் படுக்க வைக்கப்பட்டிருந்தது. அவர் தலைமாட்டருகே தேங்காய், பழம் வைக்கப்பட்டு, குத்துவிளக்கும் ஏற்றப்பட்டிருந்தது. மூக்குத் துவாரங்களில் பஞ்சு அடைக்கப்பட்டு அவரது இரண்டு கட்டை விரல்களும் ஒரு துணியால் இறுகக் கட்டப்பட்டிருந்தது. நெற்றியில் திருநீறு.

வேலாயி தலைவிரி கோலமாகக் கதறிக் கொண்டிருந்தாள். அழுது வீங்கிய கண்களுடன் வள்ளி. அவர்களைச் சுற்றிலும் பத்துப் பதினைந்து பெண்கள் சுற்றி அமர்ந்து கொண்டு ஒப்பாரி இசைத்துக் கொண்டிருந்தார்கள். வீட்டுக்கு வெளியே தரையிலும், பெஞ்சுகளிலும், நாற்காலிகளிலும் ஆண்கள் சோகமுடன் அமர்ந்திருந்தனர்.

வாசலில் கூலிக்கு மாரடிப்பவர்கள் உற்சாகப் பானத்தை ஏற்றிக் கொண்டு தாரை, தப்பட்டையுடன் கருப்பண்ணனின் புகழைப்

பாடிக் கொண்டிருந்தனர். அவர்கள் முன்பு ஒரு வெள்ளை வேட்டி விரிக்கப்பட்டிருந்தது. துக்கம் கேட்க வருவோர் அதில் காசுகளையும், பணத்தாள்களையும் போட்டவாறு இருந்தனர்.

"உச்சிக்கு நான் குளிச்சு
உடம்பெல்லாம் மஞ்சளிட்டேன்!
பிச்சிப்பூ நான் சூடி
மச்சானைப் பாக்க வந்தேன்...

ஆ... அய்யோ... அய்யோ...
என்னத்தை நான் சொல்லுவேன்...
ஆத்துத் தண்ணியிலே நான்-
அயிரை மீனுக் கொழம்பு வச்சேன்!
ஊத்துத் தண்ணியிலே உழக்கு அரிசி
நான் போட்டு வெள்ளைச் சோறாக்கிக்
காத்தாடக் கலயம் நெறைய ஏந்தி,
கருப்பட்டி மச்சானை நான் காண வந்தேனே...

ஆ... அய்யோ... அய்யோ...
என்னத்தை நான் சொல்லுவேன்...

அல்லித் தண்டெடுத்தும் மல்லிப்பூச் செண்டெடுத்தும்
மாமன் ஒரு நாளும் எம் மேனியை அடிக்கலியே...
கொள்ளி கள்ளி என்றெல்லாம் ஒரு நாளும்
எம் மாமன் என்னை மனம் நோக வையவில்லையே...

ஆ... அய்யோ... அய்யோ...
என்னத்தை நான் சொல்லுவேன்...

வில்லு வண்டி பூட்டிக்கிட்டு
வித்தாரம் பேசிக்கிட்டு
கலகலன்னு சிரிச்சுக்கிட்டுக்
காடுகரை சுத்துன மச்சான்
நல்ல காதோரம் நரைகாணு முன்னே
நான் தொழும் கைலாயம் போனாங்களே...

ஆ... அய்யோ... அய்யோ...
என்னத்தை நான் சொல்லுவேன்..."

வேலாயி பாடிய ஒப்பாரிப் பாட்டு அனைவர் விழிகளையும் குளமாக்கியது.

"அம்மா..." என்று அழைத்தவாறு உள்ளே நுழைந்த சுப்பையா, தாயின் மடியில் விழுந்து குலுங்கினான்.

சவமாகிப் போன தன் தந்தையின் உடல்மீது விழுந்து ஓலமிட்டான். இஸ்மாயில் மிகுந்த சிரமத்துடன் அவனை வெளியே அழைத்து வந்தான்.

"முத்தையா... என்னடா ஆச்ச... அய்யன் நல்லாத்தானே இருந்தாங்க..." அழுது கொண்டே முத்தையாவை நோக்கிக் கத்தினான் சுப்பையா.

"நீ பெருமாநல்லூரிலேருந்து வந்து ராகியை வச்சுப்போட்டு கட்சி ஆபீசுக்குப் போனே... அப்போ... காப்பித்தண்ணி வேணுமின்னு அய்யன் கேட்டாங்க... அஞ்சு நிமிஷங் கழிச்சு அம்மா காப்பித் தண்ணியோட போயி அய்யனைப் பாத்தாங்க... கூப்புட்டாங்க... ஒரு பேச்சும் இல்லே... நான் ஓடியாந்து அய்யனை எழுப்பிப் பாத்தேன்... தலை சரிந்தது... நாங்கள்ளாம் கத்துனே கத்துலே ஆரோ போயி டாக்டரைக் கூட்டியாந்தாங்க... அவரு சோதிச்சுப் பாத்துட்டு அய்யன் மாரடைப்புலே போயிட்டாருன்னு சொன்னாங்க..."

"எங்க அய்யன் கிட்டே ஒரு வார்த்தைகூடக் கடைசியா நான் பேச முடியல்லியே... அய்யோ.. அய்யையோ..." தலையிலடித்துக் கொண்டு விம்மினான் சுப்பையா.

சுற்றியிருந்தவர்கள் அவனைச் சூழ்ந்து கொண்டார்கள்.

அது 1969ஆம் ஆண்டு.

காலை ஏழு மணி. சுப்பையா பரபரப்புடன் கம்பெனிக்குப் புறப்பட்டுக் கொண்டிருந்தான்.

"சுப்பண்ணா..." என்று அழைத்தவாறு தன் முன்பு பணிவுடன் வந்து நின்ற முத்தையாவை ஏற இறங்கப் பார்த்தான் சுப்பையா.

"புரியுதுடா... முத்து... இப்போ... நீ காலேஜிலே படிக்கற... போட்டுக்க நல்ல துணி வேணும்... அதானே... போன வாரமே சொன்னே... எனக்கும் ஞாபகம் இருக்குது... நீ ஒண்ணு செய்யி... சாயுங்காலம் காலேஜ் முடிஞ்சு வந்த பொறவு ராயபுரத்துலே இருக்கற மொதலியார் துணிக்கடைக்குப் போயி உனக்கு வேணுங்கற துணியை எடுத்துக்க... நான் வாரா வாரம் பணங் கட்டிக்கறேன்... மொதலியார்கிட்டே நேத்தே இதைப் பத்திப் பேசிட்டேன்..."

"சரிங்க அண்ணா..." மகிழ்வுடன் சென்றான் முத்தையா.

கண்ணாடி முன்பு நின்று தலையை அவசரமாகச் சீவிக் கொண்டான் சுப்பையா.

பிறகு, ஒரு நிமிடம் அமரராகிப் போன தன் தந்தை கருப்பண்ணனின் நிழற்படம் முன்பு நின்று வணங்கினான்.

வெளியே சைக்கிள் மணி ஒலித்தது.

"இஸ்மாயில் வந்துட்டான் போலிருக்கே... அம்மா... சீக்கிரம் சோத்துப் போசியைக் கொண்டுட்டு வா..." குரல் கொடுத்தான் சுப்பையா.

வேலாயி வேகமாகச் சமையலறையிலிருந்து வெளிப்பட்டாள். சோத்துப் போசியை அவனிடம் கொடுத்தாள்.

வெள்ளைப் புடவையுடன் நின்று கொண்டிருந்த வேலாயியின் கால்களைத் தொட்டு வணங்கினான்.

"வள்ளிக் கண்ணு எங்கேம்மா..."

"அவ... தண்ணி வாத்துக்கிட்டு இருக்கறா... நீ கௌம்பு கண்ணு..."

"இந்த வருஷம் அவ எஸ்எஸ்எல்சி எழுதப் போறாம்மா... கவனமாப் படிக்கச் சொல்லு..."

“அதெல்லாம் நான் பாத்துக்கறேன் கண்ணு... நீ கவனமாப் போயிட்டு வா...” விடை கொடுத்தாள் வேலாயி.

இஸ்மாயில் சைக்கிளுடன் நின்று கொண்டிருந்தான். பின்னால் அமர்ந்து கொண்டான் சுப்பையா. வண்டி நகர்ந்தது.

“டேய் இஸ்மாயில்... இன்னிக்குச் சாயுங்காலம் ஆறு மணிக்குப் பனியன் சங்கத்துலே முக்கியமான கூட்டம் இருக்குதுடா... தவறாம நீ கலந்துக்கணும்...”

“என்னவா இருக்குண்டா சுப்பு...”

“ஏதோ... ஒரு முக்கியப் பிரச்சினைன்னு தலைவரு சொன்னாரு...”

“சரி... கண்டிப்பா வர்றேன்...”

சைக்கிள் கம்பெனிக்குள் வேகமாக நுழைந்தது.

மாலை ஆறு மணி. பனியன் சங்கக் கட்டடம். பனியன் தொழிலாளர்கள் பலரும் திரளாகக் கூடியிருந்தனர். திருப்பூர் பனியன் தொழிலாளர் சங்கத் தலைவர் ஆவேசமாகப் பேசினார். சுப்பையாவும், இஸ்மாயிலும் ஆர்வமுடன் அவர் பேச்சைக் கேட்டனர்.

“........ தோழர்களே... நாளுக்கு நாள் விலைவாசி நஞ்சு போல் ஏறிக் கொண்டே போகிறது... இப்பொழுது நாம் குடிக்கின்ற அரை வயிற்றுக் கஞ்சிக்குக்கூட ஆபத்து வந்து விடும் போலிருக்கிறது... உதிரத்தைச் சிந்திப் பாடுபடும் நாம் இனியும் பொறுமையுடன் இருக்க முடியாது என்ற நோக்கில் முதலாளிகளுக்குப் பல கோரிக்கைகளை வைத்தோம்... விலைவாசி ஏற்றத்துக்குத் தகுந்தவாறு எங்களுடைய தினக்கூலியை உயர்த்திக் கொடு என்பதே அதன் சாரமாகும்... தென்னிந்தியப் பனியன் உற்பத்தியாளர் சங்கம் என்ற முதலாளிகள் அமைப்பு நம்மை நாயை விடக் கேவலமாக நடத்தியது... நம்முடைய உழைப்பில்தான் முதலாளிமார்கள்

இலட்சக் கணக்கில் லாபம் பார்த்துக் கொண்டிருக்கிறார்கள்... நாம் ஒன்றும் அவர்களிடம் பிச்சை கேட்கவில்லை... குடியிருக்க மாடிவீடு கேட்கவில்லை... இருக்கின்ற குடிசைக்கும் ஆபத்து வந்துவிடக் கூடாது என்றுதான் கூலி உயர்வு கேட்கிறோம்... நாம் ஒன்றும் பழச்சாறு குடிக்க வேண்டும் என்று கோரிக்கை வைக்கவில்லை... உண்ணுகின்ற பழைய சோற்றிலும் மண் விழுந்துவிடக் கூடாது என்றுதான் பதறுகின்றோம்... நமக்கு உடல் நலம் குன்றினால் அயல்நாடு சென்று மருத்துவம் பார்க்க வேண்டும் என்று முதலாளிகளிடம் கேட்கவில்லை... நொந்து நூலாகிப் போயிருக்கும் எங்கள் நுரையீரல்கள் நன்கு சுவாசிப்பதற்குச் சுகாதாரமான, காற்றோட்டமான அடிப்படை வசதிகளைக் கம்பெனிகளில் உருவாக்கிக் கொடுங்கள் என்றுதான் கேட்கிறோம்... உழைத்து, உழைத்து உதிரச் சிவப்புக் கருத்துப் போய்க் காசநோய் வந்து காட்டுக்குப் போகக்கூடிய அபாயநிலையிருந்து எங்களைக் காப்பாற்றுங்கள்... அதாவது, மருத்துவ வசதிகளை முறையாக நடைமுறைப்படுத்துங்கள்... என்றுதான் நாம் மனு கொடுத்திருக்கிறோம் தோழர்களே... எதையும் கண்டு கொள்ளவில்லை... தொழிலாளர் நல உயர் அதிகாரிகளிடம் பேசினோம்.. அவரும் நமக்கு ஆதரவு காட்டவில்லை... கொள்கை அளவில் ஏற்பதாகக் கூறினார்... இன்றுவரை பயனில்லை... பின்பு, தலைமைச் செயலகத்தில் தொழிலாளர் நல அமைச்சரைச் சந்தித்துக் கோரிக்கை மனுவைக் கொடுத்தோம்... அதன்படி, ஆறுநாள் ஒரு பனியன் தொழிலாளி வேலை செய்தால் கூடுதலாக ஒருநாள் சம்பள உயர்வு தரப்பட வேண்டும் என்று அரசு ஆணையில் அறிவிக்கப்பட்டு அது முதலாளிகள் சங்கத்திற்கும் அனுப்பப்பட்டது. ஆனால், மமதை கொண்ட முதலாளிகள் சங்கம் அரசு ஆணையை நடைமுறைப்படுத்த மறுத்து விட்டது... இனி நாம் என்ன செய்யலாம் தோழர்களே... நீங்களே பதில் கூறுங்கள்...” தன் பேச்சை நிறுத்திவிட்டு அனைவரையும் ஒருமுறை தன் விழிகளால் அளவிட்டார் திருப்பூர் பனியன் தொழிலாளர் சங்கத் தலைவர்.

"போராடுவோம்... இடைவிடாது போராடுவோம்... ஆணவம் கொண்ட ஆதிக்கக் கும்பலுக்கு நீதி புகட்டுவோம்... நம்முடைய போராட்டத்தால் இந்தத் திருப்பூர் மண்ணே புழுதிப் புயலாக மாறவேண்டும்..." எனக் கர்ஜனை புரிந்தான் சுப்பையா.

9

கி.மு. இரண்டாம் நூற்றாண்டில் கொங்கு நாட்டில் சோழர்கள் ஆட்சி நடைபெற்றது. சேரமன்னன் கணைக்காலிரும்பொறை கொங்கு நாட்டின் மீது படையெடுத்தான். சோழன் செங்கண்ணானும் கடுமையாகச் சேரனுடன் போரிட்டான். முடிவில் சேரன் சிறை வைக்கப்பட்டான். சிறைக் காவலன் சேரனுக்கு உரிய மரியாதை தராததால் மனம் நொந்து உயிர் துறந்தான் சேரன். போரும் முடிவுக்கு வந்தது. போர் நடைபெற்ற இடம் "திருப்போர்" என அழைக்கப்பட்டது. அதுவே நாளடைவில் பேச்சு வழக்கில் "திருப்பூர்" என வழங்கப்பட்டது. இது பல அறிஞர்களின் கருத்தாகும். அதனால்தானோ என்னவோ திருப்பூரில் பனியன் முதலாளிகளுக்கும், தொழிலாளர்களுக்கும் அடிக்கடி ஏதாவது ஒரு காரணத்தின் அடிப்படையில் போராட்டம் நடைபெற்றுக் கொண்டேயிருக்கும்!

திருப்பூர்க் குமரன் சாலையில் ஓர் ஆடம்பரமான குளிர்சாதன வசதி செய்யப்பட்ட சொகுசான கட்டடம். அதுதான் "சைமா" என அழைக்கப் படும் "தென்னிந்தியப் பனியன் உற்பத்தியாளர் சங்கக்" கட்டடம். முதலாளிமார்கள் அடிக்கடி அங்கு சந்தித்துத் தங்களுக்குக் கிடைத்த ஆதாயத்தைப் பற்றியும், உல்லாச வாழ்க்கை பற்றியும் பேசி மகிழ்ந்து கொள்ளுவார்கள். திருப்பூருக்குப் புதிதாக மாறுதலாகி வரும் பல்துறை

அதிகாரிகளுக்கும் அவ்வப்பொழுது அங்கே விருந்துகளும் வைக்கப் படும். சுருங்கச் சொன்னால் அந்தக் கட்டடம் முதலாளிமார்களின் கேளிக்கைக் கூடம்.

கட்டடத்தின் முன்பு சில கார்கள் நின்று கொண்டிருந்தன. கேட்டுக்கு வெளியே பனியன் தொழிற் சங்கத்தின் பொறுப்பாளர்கள் மற்றும் சுப்பையா, இஸ்மாயில் ஆகியோரும் நின்று கொண்டிருந்தனர். ஆதிக்க வர்க்கத்தின் அழைப்பிற்காக அவர்கள் காத்துக் கொண்டிருந்தனர். சிறிது நேரத்திற்குப் பிறகு பணியாள் ஒருவன் அவர்களை நோக்கி வந்தான்.

"தலைவரு முக்கியமான வேலையிலே இருக்காரு... இருந்தாலும் உங்களைப் பாக்க ஒத்துக்கிட்டாரு... அரைமணி நேரம் உங்களுக்குக் குடுத்திருக்காங்க... அதுக்குள்ளே பேசி முடிச்சுட்டு வந்துருங்க..." என்று கூறினான் அவன்.

பனியன் தொழிற்சங்கப் பிரதிநிதிகள் அவனை நோக்கி முறைத்துவிட்டுத் தலைவரின் அறையை நோக்கிப் போனார்கள்.

தென்னிந்தியப் பனியன் உற்பத்தியாளர் சங்கத் தலைவரின் அறை. குளிர்சாதன வசதியுடன் கூடிய பெரிய விசாலமான அறை. தலைவரின் மேசைமீது இரண்டு, மூன்று தொலை பேசிகள். பல கோப்புகள். விலை உயர்ந்த பேனாக்கள். அழகுமயமான தாள் தாங்கிகள்... இப்படி எத்துணையோ நவீனமான பொருட்கள். கனத்த உருவம் கொண்ட மனிதர்- அவர்தான் தலைவர், அவர் அருகே நான்கு பேர் கொண்ட சிறு குழு.

"வாங்கய்யா உக்காருங்க..." வரவேற்ற தலைவர் பனியன் தொழிலாளர் சங்கப் பிரதிநிதிகளை அமரச் சொன்னார். அனைவரும் தலைவருக்கு எதிரேயிருந்த நாற்காலிகளில் அமர்ந்தனர். பேச்சு வார்த்தை தொடங்கியது.

“அரசு ஆணையைப் படிச்சிருப்பீங்கன்னு நெனைக்கறோம்...” திருப்பூர் பனியன் தொழிலாளர் சங்கத் தலைவர் பேச்சை எடுத்தார்.

“....ம்...ம்... படிச்சேன்.... அதுக்கென்ன இப்போ...” முதலாளிகள் சங்கத் தலைவரின் அலட்சியமான பதில்.

“அதை அமுல்படுத்துமாறு கேட்டுக்கறோம்...”

“அதெல்லாம் நடக்காதுய்யா... அரசாங்கம் ஆணை போட்டா அமுல்படுத்தனும்ன்னு சட்டமா என்ன...”

“இது பொறுப்பான பதிலே இல்லை... நீங்க முதலாளிகள் சங்கத் தலைவரு... இப்படிப் பேசறது என்னங்க நியாயம்...”

“என்னய்யா பெரிய நியாயம்... நீ ஒரு தலைவன்... உனக்கு நான் பதில் சொல்லணுமா...”

“அய்யா... தயவு செய்து நாகரிகமாப் பேசுங்க... இவரு எங்க பனியன் தொழிலாளர் சங்கத் தலைவரு... எங்களுக்காக வாதாட வந்திருக்காரு... கண்ணியமாப் பேசுங்க...” குறுக்கிட்டுப் பேசினான் சுப்பையா.

“யாருப்பா நீ.... உன்னைப் பார்த்தா வீதியிலே கோலிக்குண்டு வெளையாடற பையன் மாதிரி இருக்குது... நீ உங்க தலைவனுக்கு வக்காலத்து வாங்கிப் பேசுறியா...”

“உங்களைப் பாத்தாக் கூடத்தான் ரௌடி மாதிரி இருக்குது.... அதுக்காக நீங்க முதலாளி சங்கத் தலைவரு இல்லேன்னு ஆயிருமா...” சுப்பையா ஆவேசப்பட்டான்.

“என்னடா சொன்னே.. நாயே... செருப்பு பிஞ்சு போயிரும்...”

“செருப்பு என் காலிலேயும் இருக்குது... அது பழைய செருப்பு....”

“ட்டேய்...” முதலாளிகள் சங்கத் தலைவர் உறுமலுடன் எழுந்தார். அவருடன் இருந்தவர்கள் தலைவரை அமைதிப் படுத்தினார்கள்.

"ஏம்ப்பா... என்ன கலாட்டா பண்ண வந்திருக்கீங்களா... பேச்சு வார்த்தைங்கற பேருலே ரௌடித்தனம் பண்ணுறீங்களா..." முதலாளிகள் சங்கப் பிரதிநிதி ஒருவர் கூச்சலிட்டார்.

"யாருங்க ரௌடித்தனம் பண்ணுறா... அநாகரிகமாப் பேச ஆரம்பிச்சது நாங்களா... நீங்களா..." சுப்பையா எதிர்வாதம் செய்தான்.

"சுப்பு... கொஞ்சம் அமைதியா இருப்பா... அவங்க முதலாளிங்க... அப்படித்தான் பேசுவாங்க..." பனியன் தொழிலாளர் சங்கத் தலைவர் சுப்பையாவை அமைதிப்படுத்த முனைந்தார்.

"என்ன தலைவரே இப்படிப் பேசுறீங்க... மொதலாளின்னா... அவரு என்ன தேவதூதரா... எதுக்கு நாம அடங்கிப் போகணும்... உங்களை அவமரியாதையாப் பேசறான் அந்த ஆளு... இதைப் பொறுத்துக்கச் சொல்றீங்களா..." சுப்பையா கத்தினான்.

"என்னடா அவன்... இவன்னு பேசுறே... எச்சிலை நாயே... நீ எங்கே வேலை பாக்குறேன்னு எனக்குத் தெரியும்... உன்னை என்ன செய்யறேன் பாருடா..." தலைவரும் கத்தினார்.

"இதோ பாருங்க... இப்படியெல்லாம் நீங்க பேசக்கூடாது... அந்தப் பையன் என்ன தப்பாப் பேசிட்டான்... இப்படிக் கோவிச்சுக்கறீங்க... பேச்சு வார்த்தைக்கு வந்த எங்களை நீங்கதான் அவமானப்படுத்தறீங்க..." என்றார் தொழிற்சங்கப் பிரதிநிதி ஒருவர்.

"இப்போ என்னதாய்யா சொல்லுறீங்க..." என்றார் தலைவர்.

"அரசு ஆணைப்படி ஆறுநாள் ஒரு தொழிலாளி வேலை செஞ்சா ஒரு நாள் சம்பளத்தைச் சேர்த்துக் குடுக்கணும்... இதை நீங்க அமுல்படுத்த வேணும்... இதுதான் எங்க கோரிக்கை..." என்றார் பனியன் தொழிலாளர் சங்கத் தலைவர்.

"அது நடக்காதுய்யா... அப்படியெல்லாம் தரமுடியாது... உன்னாலே முடிஞ்சதைப் பாத்துக்க..." என்றார் முதலாளிகள் சங்கத் தலைவர் திமிருடன்.

“இது நல்லதுக்கில்லே... வம்பை வெலை குடுத்து வாங்கா தீங்க...”

“என்னய்யா மெரட்டிப் பாக்குறே... நாங்க பனியன் கம்பெனியை இழுத்து மூடுனா நீங்கள்ளாம் சோத்துக்கு நக்கத்தான் போகணும்... உன்னாலே என்ன புடுங்க முடியுமோ புடுங்கு... பாத்துக்கலாம்...”

“அப்படியா... நாங்க புடுங்க ஆரம்பிச்சா... உங்க ஆணி வேரையே வெட்டி எறிஞ்சுருவோம்... பொறுத்திருந்து பாருய்யா... நாளையிலிருந்து திருப்பூருலே எந்தப் பனியன் கம்பெனியும் ஓடாது.... ஸ்டிரைக்....” கண்கள் சிவக்கக் கர்ஜித்தான் சுப்பையா.

“திங்கற சோத்துலே மண்ணை அள்ளிப் போட்டுக்கப் போறீங்க... போ... போ... எரந்து திங்கற நாய்களுக்கு லொள்ளைப் பாரு...” எகத்தாளம் கொப்பளிக்கச் சிரித்தார் முதலாளிகள் சங்கத் தலைவர். அந்தச் சிரிப்பில் அவருடைய நண்பர்களும் கலந்து கொண்டனர்.

“ட்டேய்...” வேகமாகச் சட்டையை மடித்து விட்டான் சுப்பையா. இஸ்மாயிலும், மற்றவர்களும் அவனைப் படாதபாடு பட்டு வெளியே தள்ளிக் கொண்டு வந்தனர்.

பனியன் தொழிலாளர் சங்கக் கட்டடத்தில் சூடான விவாதம் நடந்து கொண்டிருந்தது. தொழிலாளர் சங்கப் பிரதிநிதிகளும், பனியன் தொழிலாளர்களும் அங்கு பெருமளவில் கூடி யிருந்தனர்.

சுப்பையா கோபமாகக் கொந்தளித்துக் கொண்டிருந்தான். அவனுடைய பேச்சை அனைவரும் மறுக்க முடியாமல் கேட்டுக் கொண்டிருந்தனர்.

“.... என்ன நான் அப்படித் தப்பாப் பேசிட்டேன்... பணம் இருக்குங்கற திமிருலே முதலாளிகள் சங்கத் தலைவரு நம்ம

எல்லாரையும் நாயைவிடக் கேவலமாத் திட்டுறான்... அதைப் பாத்துக்கிட்டுச் சும்மா இருக்கச் சொல்றீங்களா.... நம்ம ஒவ்வொருத்தரோட ஒடம்புலேயும் ரத்தம் ஓடுதுங்க... சாக்கடைத் தண்ணி ஓடல்லே... சோத்துலே உப்புப் போட்டுத் தான் திங்கறோம்... மண்ணைப் போட்டுத் திங்கல்லே... நாம எல்லாரும் பாடுபடற கூட்டமுங்க... பணம் ஒண்ணுதான் நம்மகிட்டே இல்லியே தவிர வேறு எதுலே நாம கொறைஞ்சு போயிட்டோம்.... ஆறுநாள் வேலை செஞ்சா ஒருநாள் சேர்த்துக் கூலியைக் குடுன்னு அரசாங்கம் உத்தரவு போட்டும் அதை மதிக்காம நடந்துக்கறாங்கன்னா... எவ்வளவு கொழுப்பு அந்த நாய்களுக்கு இருக்கணும்... இந்த ஆணவக்காரனுகளுக்கு நாம பாடம் சொல்லிக் குடுத்தே ஆகணும்... யாரும் நாளையிலிருந்து கம்பெனிக்குப் போக வேண்டாம்... ஸ்டிரைக் பண்ணலாம்... ஒண்ணை நல்லாப் புரிஞ்சுக்குங்க தோழர்களே... உழைக்கிற கூட்டம் அஞ்சு வெரலையும் மடக்கிக்கிட்டு எந்திரிச் சோம்ன்னு வையுங்க... பஞ்சபூதங்கூட நமக்குப் பணிவிடை செய்யக் காத்திருக்கும்... நல்லாப் புரிஞ்சு நடந்துக்குங்க..." சுப்பையாவின் முகத்திலும், உடம்பிலும் வியர்வைத் துளிகள் பெருக்கெடுத்து வழிந்தது.

"சரி... நாளையிலிருந்து ஸ்டிரைக்... நம்ம கோரிக்கை அமுலாகற வரை இது நீடிக்கும்..." அறிவித்தார் திருப்பூர் பனியன் தொழிலாளர் சங்கத் தலைவர்.

"அதுதான் சரி..." என்றான் சுப்பையா. இஸ்மாயில் உட்பட அங்கிருந்த தொழிலாளர்கள் அனைவரும் நம்பிக்கையுடன் அவனைச் சூழ்ந்தனர்.

10

இரவு ஒன்பது மணி. சுப்பையாவும், இஸ்மாயிலும் வீட்டுக்குள் நுழைந்தனர். வீடு அமைதியாக இருந்தது.

அண்டாவிலிருந்து தண்ணீரை எடுத்து நன்றாகக் கை, கால், முகம் கழுவிக் கொண்டான் சுப்பையா, இஸ்மாயிலும் அவ்வாறே செய்தான்.

அரவம் கேட்டு எழுந்த வேலாயி இருவருக்கும் வட்டில்களில் சோறு எடுத்து வைத்தாள்.

"சுப்புக் கண்ணு... எழுப்பக் கூடாதாப்பா... இன்னிக்கித் துணிமணியெல்லாம் தொவைக்கிற வேலை நெறைய இருந்துச்சு... அதெல்லாம் முடிக்கிறதுக்குள்ளே பொழுது ஆயிருச்சு... கைகால் அசதியிலே தூங்கிட்டேன்... இஸ்மாயில் தம்பி உக்காருப்பா... ரெண்டு பேரும் சாப்புடுங்க..." வேலாயி அன்புடன் இருவரையும் உபசரித்தாள்.

"வள்ளி, முத்தையா, நீங்க எல்லாரும் சாப்பிட்டீங்களா..." சுப்பையா கேட்டான்.

"ம்ம்... சாப்புட்டாங்கப்பா..."

"நீங்க சாப்புட்டீங்களாம்மா..."

"ம்... சாப்புட்டேன் கண்ணு..." வேலாயி மென்று விழுங்கினாள்.

சுப்பையா வேகமாக எழுந்து சென்று பாத்திரங்களையெல்லாம் திறந்து பார்த்தான்.

"ஏம்மா... இதுதான் நீங்க சாப்புட்ட லட்சணமா... ஏம்மா பொய் சொல்றீங்க... எங்க ரெண்டு பேருக்கும் சோத்தைப் போட்டுட்டு நீங்க பட்டினி கெடக்கப் போறீங்க... பெரிய

தியாகின்னு நெனைப்பும்மா உங்களுக்கு... ஏன் இன்னும் கொஞ்சம் அரிசி போட்டா உலையிலே வேகாதோ..." சுப்பையா கோபமாகக் கேட்டான்.

"அது வந்துப்பா... அரிசி..." வேலாயி தடுமாறினாள்.

சுப்பையா மீண்டும் எழுந்து அரிசி போட்டு வைக்கும் டின்னைத் திறந்து பார்த்தான். அது காலியாக இருந்தது. அதிர்ந்தான்.

"ஏம்மா... இப்படி... செட்டியார் கடையிலே மளிகைச் சாமானெல்லாம் வீட்டுலே கொண்டு போய்க் குடுங்க... பணம் ஒண்ணாந்தேதி குடுக்கறேன்னு சொன்னேன்... அவன் குடுக்கலியா..."

"ஏற்கனவே செட்டியார் கடையிலே அம்பது ரூபா பாக்கி யிருக்குது... இப்ப மறுபடியும் கடன் கேட்டா எப்படிப்பா குடுப்பாங்க..."

"சரி சரி... நாளைக்கு நான் ஏற்பாடு பண்ணறேன். மொதல்லே அந்த வெங்கலக் குண்டாவை எடுத்துக்கிட்டு வாங்க..." என்றான் சுப்பையா.

"எதுக்குப்பா?" வேலாயி பரிதாபமாகக் கேட்டாள்.

"சொன்னதைச் செய்யுங்கம்மா... அதை எடுத்துக்கிட்டு வாங்க.."

வேலாயி அமைதியாகச் சென்று வெண்கலக் குண்டாவை எடுத்துக் கொண்டு வந்து அவன் முன்பு வைத்தாள்.

சுப்பையா தன் வட்டிலில் இருந்த சோற்றை எடுத்து அதில் கொட்டினான். இஸ்மாயிலும் தன் வட்டிலில் இருந்த சோற்றை எடுத்து அதில் கொட்டினான்.

"அம்மா... என்ன கொழம்பு வச்சீங்க.."

"கத்தரிக்காயும், கருவாடும் கலந்து வச்சேன் சுப்பு..."

"அப்படிப் போடு.. அதை எடுத்து உங்க கையாலே இதுலே ஊத்துங்க..." சுப்பையா சொன்னவாறு வேலாயி குழம்பைக் குண்டாவில் ஊற்றினாள்.

"உங்க கையாலேயே பிசைந்து ஆளுக்கொரு உருண்டையா எங்களுக்குக் குடுங்கம்மா..." என்றான் சுப்பையா.

"ஏம்ப்பா... நீங்க என்ன சின்னக் கொழந்தைங்களா... வளர்ற பசங்க... உங்க வயித்துக்கே பத்தாது..."

"பங்கித் தின்னாப் பசியாறும்ன்னு நீங்கதானே சொன்னீங்கம்மா... உங்க கையாலே வாங்கித் தின்னா யானைப் பசியும் பூனைப் பசி மாதிரி அடங்கிப் போயிடும்..." இஸ்மாயிலும் தன் பங்குக்கு அள்ளி விட்டான்.

வேலாயி சோற்றை நன்றாகப் பிசைந்து சிறு, சிறு உருண்டைகளாக மாற்றி அவர்கள் இருவருக்கும் உள்ளங்கைகளில் வைத்தாள்.

சுப்பையாவும், இஸ்மாயிலும் ஆர்வமுடன் வாங்கி உண்டனர். பிறகு, இருவரும் தங்கள் பங்களிப்பாக சோற்று உருண்டைகளை அவளுடைய கைகளில் வைத்தனர்.

வேலாயி சோற்றுருண்டையைத் தன் வாயில் இடும்பொழுது அழுதாள். பதறிப் போனான் சுப்பையா.

"ஏம்மா அழுவறீங்க..." அவள் தோளைப் பிடித்து உலுக்கினான் சுப்பையா.

"பாடுபட்டுட்டு வர்ற உங்களுக்கு ஒரு வாய்ச் சோறு கூட வயிறாறப் போட முடியல்லியேப்பா... அதை நெனைச்சா..." வேலாயி அழுதாள்.

"இதுலே என்னம்மா இருக்குது... கை நெறையக் காசு கொண்டாந்து குடுத்தா... நீங்க வயிறு நெறையச் சோறு போடுவீங்க... தப்பு எங்க மேலேதாம்மா இருக்குது..." என்றான் சுப்பையா.

“அம்மா... இப்ப நீங்க போட்ட சோத்து உருண்டையிலே எங்க வயிறு நெறையாம இருக்கலாம்... ஆனா... எங்க மனசு நெறஞ்சு இருக்கும்மா... ஏன் தெரியுமா?... நீங்க போட்ட சோத்துலே உப்பு மட்டுந்தான் அளவா இருந்துச்சு... ஆனா அன்பு அதிகமா இருந்துச்சு... அந்த நிம்மதி போதும்மா...” இஸ்மாயிலும் கண் கலங்கினான்.

“தம்பி இஸ்மாயில்...” மேற்கொண்டு வேலாயி எதுவும் பேச முடியாமல் திணறினாள்.

“அம்மா... ஒரு விசயம்... நாளையிலிருந்து நாங்க எல்லாரும் ஒரு கோரிக்கையை முன் வச்சு ஸ்டிரைக் பண்ணப் போறோம்...” என்றான் சுப்பையா.

“தெரியும்ப்பா... கேள்விப்பட்டேன்...”

“அதனாலே...” சுப்பையா வழியும் கண்ணீருடன் வீட்டுக் கூரையைப் பார்த்தான்.

“அதுனாலே இந்த வாரம் சனிக்கிழமை வாரச் சம்பளம் கெடையாதுன்னு சொல்ல வர்றே... அதுதானே கண்ணு...” வேலாயி அவன் தலையை வருடியவாறு கேட்டாள்.

“ஆமாம்மா...” சுப்பையா தலையைக் குனிந்து கொண்டான்.

“கவலைப்படாதே கண்ணு... செவ்வாய் கெழமை சந்தையிலே சோளம் வாங்கியாந்து வச்சிருக்கறேன்... நாளைக்கே குத்திப் பக்குவம் பண்ணி வச்சுப்புடறேன்... சோளச் சோறும் அவரைக்காய்க் கொழம்பும் ரொம்ப ருசியா இருக்கும்... ஸ்டிரைக் முடிஞ்ச பொறகு நெல்லுச் சோறு உண்டுக்கலாம்... கவலையை உடு சாமி...” வேலாயி ஆறுதல்படுத்தினாள்.

11

காலை எட்டுமணி. கட்சி அலுவலகத்தின் முன் திரளான தொழிலாளர் கூட்டம் திரண்டிருந்தது. நீண்ட ஊர்வலம் புறப் படுவதற்கான ஏற்பாடுகள் ஆயத்தமாகிக் கொண்டிருந்தன. பெண்களும் இந்தப் பேரணியில் பங்கு கொள்ள ஆர்வமுடன் காத்துக் கொண்டிருந்தனர்.

சுப்பையாவும், இஸ்மாயிலும் அருகிலுள்ள தேநீர் விடுதியில் தேநீர் அருந்திக் கொண்டிருந்தனர். அப்பொழுது ஒரு தோழர் அவர்களை நோக்கி ஓடிவந்தான்.

"சுப்பு... சங்கத் தலைவரு உன்னைப் பாக்கணும்னு சொல்றாருப்பா. உடனே ஆபீசுக்கு வா..." என்றான் அவன்.

சுப்பையாவும், இஸ்மாயிலும் அலுவலகத்திற்குள் விரைந்தனர்.

"சுப்பையா... நல்லாக் கவனமாக் கேட்டுக்கப்பா... கூட்டத்துக்கு அதாவது இந்தப் பிரம்மாண்ட ஊர்வலத்துக்கு நானும் நீயும் தலைமை தாங்கி வருவோம்... இஸ்மாயிலும் மற்ற தோழர்களும் எங்களோட நெருக்கமா இணைஞ்சு வாங்க... நான் எழுதிக்குடுத்த முழக்கங்களை நீ சத்தமாப் படிக்கணும்.. மத்தவங்க அதைத் திருப்பிச் சொல்லணும்... ஊர்வல முடிவு பஸ் ஸ்டாண்ட் பக்கத்துலே இருக்கற சந்தைக் கடை திடல்லே முடியும்... அங்கே போராட்ட நோக்கத்தை விளக்கி நானும், மத்தவங்களும் பேசுவோம்... நீயும் பேசுப்பா..." விரிவாக விளக்கினார் திருப்பூர் பனியன் தொழிலாளர் சங்கத் தலைவர்.

தலையை ஆட்டினான் சுப்பையா.

சிறிது நேரத்தில் ஊர்வலம் புறப்பட்டது. ஆணும், பெண்ணு மாகக் கிட்டத்தட்ட ஐநூறு பேர் கொண்ட ஊர்வலம் கைகளில் செங்கொடிகளை ஏந்தியவாறு உற்சாக முழக்கத்துடன் புறப்பட்டனர். திருப்பூர் பனியன் தொழிலாளர் சங்கம்

நடத்தும் முதல் ஊர்வலம் என்பதால் அனைவரிடமும் பெரிய எதிர்பார்ப்புக் காணப்பட்டது. முதலாளிமார்களும் இதைக் கவனிக்க ஒற்றர்களை அனுப்பியிருந்தனர். காவல் துறை அதிகாரிகளும் ஊர்வலத்தை ஒழுங்குபடுத்திக் கொண்டு வந்தனர். அவநாசிச் சாலையில் தொழிலாளர் ஊர்வலம் கம்பீரமாகக் கிளம்பியது.

நீண்ட ஊர்வலம். ஆண்கள், பெண்கள், சிறுவர்கள், இளைஞர்கள் என இரண்டிரண்டு பேராக வரிசைப்படி ஊர்வலத்தில் நடந்து வந்தனர்.

பனியன் தொழிலாளர் சங்கத் தலைவரும், சுப்பையாவும் முன்னிலையேற்று ஊர்வலத்தை நடத்தி வந்தனர். மேலும், சுப்பையாவும், இஸ்மாயிலும் சலிக்காது போராட்ட முழக்கங்களை ஒலித்துக் கொண்டே வந்தனர்.

"இன்குலாப்... இன்குலாப்... இன்குலாப் ஜிந்தாபாத்" சுப்பையா சிங்கமெனக் கர்ஜித்தான்.

"இன்குலாப்... இன்குலாப்... இன்குலாப் ஜிந்தாபாத்..." எனக் கூட்டத்தினரும் பதிலுக்கு உணர்வுபூர்வமாகக் குரல் கொடுத்தனர்.

"போராடுவோம்... வெற்றி பெறுவோம்..."

"ஆயிரம் கைகள் உயரட்டும்... அடிமை விலங்குகள் நொறுங்கட்டும்..."

"அமுல்படுத்து... அமுல்படுத்து... அரசு ஆணையை அமுல்படுத்து..."

"பனியன் தோழனே... பனியன் தோழனே...

உன்னுடைய உதிரம் சிந்தட்டும்...

திருப்பூர் பூமி சிவக்கட்டும்...

அநியாயக்காரர்கள் அழியட்டும்..."

இதுபோன்ற முழக்கங்கள் விண்ணைப் பிளந்தது. திருப்பூரிலுள்ள அனைத்துப் பனியன் தொழிலாளர்களும் ஊர்வலத்தில் கலந்து கொண்டதால் திருப்பூர் நகர இயல்பு வாழ்க்கையே நிலைகுலைந்தது.

தேநீர் விடுதிக்காரர்கள், ஓட்டல் தொழில் நடத்துவோர், பெட்டிக்கடைக்காரர்கள் என அனைத்துத் தரப்பு மக்களிடமும் இனம் புரியாத கவலை முகத்தில் நிழலாடியது. ஏனெனில், இந்தத் தொழில்களுக்கெல்லாம் அடிப்படை பனியன் கம்பெனிகளே என்பது நாடறிந்த உண்மை. பனியன் தொழில் இல்லையென்றால் திருப்பூர் ஒரு பாலைவனமே!

சாலைகளின் இருபுறங்களிலும் மக்கள் திரண்டு நின்று வேடிக்கை பார்த்தனர்.

பத்திரிக்கையாளர்கள் பலரும் போட்டி போட்டுக் கொண்டு ஊர்வலத்தைப் படம் பிடித்தனர்.

திருப்பூர் இரயில் நிலைய மேம்பாலத்தைத் தாண்டி, ஊர்வலம் குமரன் சாலையில் சங்கமிக்கும் பொழுது பகல் பன்னிரண்டு மணி.

உச்சி வெய்யல் மண்டையைப் பிளந்தது. யாரும் சளைக்கவில்லை. தொடர்ந்து நடந்து கொண்டேயிருந்தனர். பனியன் தொழில் தொடங்கிப் பல்லாண்டுகள் கழித்துத் தங்கள் உரிமைக்காகப் போராடும் முதல் போராட்டம் இதுதான். எனவே, அனைவரிடமும் ஓர் எதிர்பார்ப்பு இருக்கவே செய்தது.

பகல் மூன்று மணியளவில் ஊர்வலம் திருப்பூர்-பேருந்து நிலையம் அருகே உள்ள சந்தைத் திடலை அடைந்தது.

நடந்து வந்த களைப்பு, வெய்யல் கொடுமை, பசியின் தாக்கம் இம்மூன்றும் கூட்டணி அமைத்துத் தொழிலாளர்களைக் கடுமையாக வாட்டியது. இருந்தும் எவரும் அயரவில்லை.

ஆங்காங்கே அனைத்துத் தோழர்களும் தரையிலேயே அமர்ந்தனர். சிறு மேடை அவர்கள் முன் அமைக்கப் பட்டிருந்தது.

திருப்பூர் பனியன் தொழிலாளர் சங்கத் தலைவர் ஆவேசமாகப் பேசினார்.

"தோழர்களே... உங்கள் அனைவருக்கும் என் வீர வணக்கத்தைத் தெரிவித்துக் கொள்ளுகிறேன்... ஒற்றுமையுடன் நீங்கள் நடத்திய இந்தப் பேரணி கல் நெஞ்சுக்காரர்களின் இதயத்தைப் பிளக்கும் என்பதில் அய்யமில்லை! ஆறுநாள் மாடு போலப் பாடுபடுகிறோம்... ஒருநாள் கூலியைச் சேர்த்துக் கொடு என்றுதானே கேட்கிறோம்... இதில் என்ன தவறு கண்டு விட்டார்கள் முதலாளிமார்கள்? திருப்பூரில் வசதியான வாழ்க்கை வாழும் முதலாளிமார்களுக்கு நான் ஒன்றைத் தெளிவுபடுத்திக் கொள்ள விரும்புகிறேன்... நீங்கள் பருகும் பழச்சாறு எங்கள் பனியன் தோழனின் வியர்வைத் துளிகள்... நீங்கள் உண்ணும் ஒவ்வொரு பருக்கையும் எங்கள் பனியன் தொழிலாளியின் உடலிலே உறைந்து கிடக்கும் வெள்ளை அணுக்களின் தொகுதி என்பதை மறந்துவிட வேண்டாம்... ஆறுநாள் பாடுபட்டால் ஏழுநாளாகக் கூலியை உயர்த்திக் கொடுங்கள் என்று அரசு ஆணை பிறப்பித்தும் அதை நீங்கள் மறுதலிக்கிறீர்கள்... இது சுழன்றடிக்கும் சூறாவளியைப் பூங்கொத்துக் கொடுத்து வரவேற்புக் கூறுவதற்குச் சமமாகும்... உழைத்தவன் உல்லாச வாழ்க்கை வாழ வேண்டும் எனக் கேட்கவில்லை... மூன்று வேளை உண்ணும் உணவில் எச்சிலைத் துப்பாதீர்கள் என்றுதான் மன்றாடிக் கேட்டுக் கொள்ளு கிறோம்."

சுப்பையா தலைவருக்கு ஒரு சோடாவைக் குடிக்கக் கொடுத்தான். ஒரு வாய்ச் சோடாவைக் குடித்த தலைவர்-

"தோழர்களே... இப்பொழுது நன்றியுரையைத் தோழர் சுப்பையா நிகழ்த்துவார்..." என அறிவித்தார்.

சுப்பையா 'மைக்' முன்பு வந்து நின்றான். அனைவரும் ஆர்வமுடன் அவனை நோக்கினர்.

"தோழர்களே... இன்று நடைபெற்ற கூட்டம் அதாவது ஊர்வலம் ஆதிக்க வர்க்கத்தின் கோட்டைக்கு வைக்கப்பட்ட முதல் வெடிகுண்டு... யாரும் எதற்காகவும் தளராதீர்கள்... இறுதி வெற்றி நமக்குத்தான்... சனிக்கிழமையானால் சம்பளம் கிடைக்கும்... இந்த வாரம் அது இல்லை... இதுபோன்ற சிறுசிறு தியாகங்களை நாம் செய்தால்தான் எதிர்காலத்தில் நம்முடைய வாழ்க்கை சிறப்பானதாக இருக்கும்... உழைப்பவனுடைய வியர்வைத் துளிகள் ஒவ்வொன்றும் அக்கினித் திராவகத்தின் மறு வடிவங்கள் என்பதை முதலாளிமார்கள் இன்னும் சில நாட்களில் புரிந்து கொள்ளுவார்கள்... நம் ஒவ்வொருவருடைய சதையும், இரத்தமும் வடித்தெடுத்த வார்ப்படங்கள்தான் இன்று முதலாளிகளின் கார்களாகவும், ஆடம்பர மாளிகைகளாகவும் வடிவம் பெற்றுள்ளது... இன்னும் சில நாட்களிலோ அல்லது சில மணி நேரங்களிலோ அவர்கள் புரிந்து கொள்ளுவார்கள்... விரைவில் நல்ல செய்தி நமக்கு வரும்... தோழர்கள் அனைவரும் தகவல்களைத் தெரிந்து கொள்ள அவநாசிச் சாலையில் உள்ள நமது சங்க அலுவலகத்திற்குத் தினமும் வந்து செல்லுங்கள் எனக் கேட்டுக் கொள்ளுகிறேன்... அமரர் ஜீவா அவர்கள் இயற்றிய ஒரு பாடலை உங்களிடம் பாடிக் காட்டி நன்றியுரையை நிறைவு செய்கிறேன்... இதோ... அந்தப்பாடல்-

"பாடுபடும் பாட்டாளித் தோழா-இந்தப்
பாருலகின் சொந்தக்காரன் வேறில்லை நீதான் (பாடு)

மாடுகளோ மேய்ந்த தழையை-மென்று
மனதாரத் தின்னுதடா மாநிலத்திலே
ஆடுகள் கடித்த தழையை-இங்கு
அசைபோட்டுத் தின்னுவதை அறியார் உண்டோ
கேடுகெட்ட பன்றியும்கூட-தேடிக்
கிடைத்ததைச் சொந்தமென்று அடைத்துவைக்கும்

பாடுபடும் உனக்கு மட்டும்-பாட்டின்
பலன் இல்லைஎன்று சொல்வோர் பாதகரடா (பாடு)

நெற்றிநீர் நிலத்தில் விழவும்-நிதம்
நெஞ்சுநோகவும் உடம்பு நெக்கு விடவும்
பற்றிய பசிப்பிணியோடு-இங்கு
பஞ்சுபடாப் பாடுபட்டு வஞ்சம் இன்றியே
சிற்றெறும்பைப் போல் உழைத்தாலும்-நீ
தேடியதில் பாத்தியதை செப்பக் கூடாதாம்
மற்றவர்க்கே யாவும் சொந்தமாம்-எனும்
வம்பர் சொல்லை மிதித்திட மனம் தேறடா (பாடு)

கஞ்சியின்றிச் சாவது யாரார்?-பிச்சைக்
காரராகி இரந்துண்டு மாள்வது யாரார்?
கெஞ்சியே தவிப்பது யாரார்?-சற்றும்
கேள்விமுறையின்றி மோசம் போவது யாரார்?
பஞ்சணையில் தூங்குவது யார்?-தினம்
பாலமுதக் கொழுப்புற்று வாழுவது யார்?
மிஞ்சுகின்ற வித்தியாசத்தால்-வீணர்
மேன்மையுறத் தொழிலாளர் வீழ்கிறாரடா? (பாடு)

சும்மா இருப்பவர் தமக்கும்-பல
சூழ்ச்சிகளால் உழைப்போரைச் சுரண்டுவோருக்கும்
எம்மாதிரி இழிவாயினும்-பலே
எத்தராகிப் பிறர்பொருள் நத்துவோருக்கும்
சிம்மாதனம் குருபீடங்கள்-இந்தச்
செகத்தினைச் சொந்தமாக்கும் சேட்டை பாரடா
அம்மாடாவோ! ஈனநீதிகாண்-இதை
அழித்திடு, நீதி செய்யும் ஆண்மை கொள்ளடா (பாடு)

மாடமாளிகைகள் உனது-நெல்
வயல்களும் காடுகளும் யாவும் உனது;
தேடரிய தொழிற்சாலைகள்-இந்தச்
செகத்தின் பெரும்பொருள்கள் யாவும் உனது;
ஆடையலங்காரம் உனது-இங்கு
ஆட்சியதிகாரம் செல்வம் யாவும் உனது;
பாடுபட்டால் கூலியுண்டென்பார்-இந்தப்
பழமொழி உண்மையுறப் பழகிடடா (பாடு)

சென்றகாலச் சட்டதிட்டங்கள்-இங்குச்
செத்ததென்று கொட்டு! ஜெயபேரிகை கொட்டு!
நன்றிகெட்ட மானிடப் பேய்கள்-இங்கு
நடுங்கி மடியச் செய்யும் கடும்புயல் பார்!
ஒன்றுபட்ட செஞ்சேனை வெள்ளம்-கடல்
செயினும் பேரொலியாய் ஒலிக்குது கேள்;
இன்று புதிதாகப் பிறந்தோம்-என்று
எழுந்து புதுஉலகில் ஏறுபோல் நட! (பாடு)

நன்றி... தோழர்களே... நன்றி" சுப்பையா முடித்ததும் கரவொலி அடங்க வெகு நேரமாயிற்று. பிறகு, சிறிது சிறிதாக ஊர்வலத்தினர் கலையத் தொடங்கினார்கள்.

ஏ ஒன் ஹோட்டல் என்பது அதன் பெயர். அங்கே கிடைக்கும் தேநீர் ஏ ஒன்னாகவே இருக்கும். ஈசுவரன் கோவில் வீதியிலே அமைந்த அந்த ஓட்டலில் எப்போதும் ஓயாத கூட்டம் அலைமோதும். மையப் பேருந்து நிலையத்திற்கு அருகில் அது அமைந்திருந்ததால் கூட்டத்திற்குப் பஞ்சமில்லை. சிறு, சிறு அறைகளாக அந்த ஓட்டல் அமைந்திருந்தது. தனித்தனியாக, குடும்பம், குடும்பமாக அங்கு வந்து தேநீர் அருந்துவதை ஒரு கௌரவமாகவே பலரும் கருதினார்கள்.

நெடுநாள் கழித்துச் சுப்பையாவும், இஸ்மாயிலும் அந்த ஓட்டலுக்கு வந்திருந்தனர். காசுப் புழக்கம் தாராளமாக இருந்தால் இருவரும் அங்கு வருவது வழக்கம்.

"இஸ்மாயில்... ஏதாவது சாப்புடடா..." சுப்பையா அவனிடம் கேட்டான்.

"டீயும், பன்னும் சாப்புட்டு ரொம்ப நாளு ஆவுதுடா சுப்பு..." இஸ்மாயில் தயக்கத்துடன் பேசினான்.

"ஏண்டா தயங்காதே... எங்கிட்டே முழுசா ரெண்டு ரூவா இருக்குது... கவலைப்படாதே..." என்ற சுப்பையா பன்னுக்கும், தேநீருக்கும் ஆர்டர் கொடுத்தான்.

"இன்னிக்கி நடந்த ஊர்வலம் மனசுக்கு ஆறுதலா இருக்குடா சுப்பு... எப்படியும் நமக்கு வெற்றி கெடைக்கும் இல்லியா..."

"நல்ல கொள்கை தோற்றதாக வரலாறே இல்லியே... கண்டிப்பா ஜெயிப்போம்... சந்தேகம் வேண்டாம்..."

சர்வர் இருவர் முன்னிலையிலும் ஆவி பறக்கும் தேநீர்க் கோப்பைகளையும், ஒரு தட்டில் இரண்டு பன்களையும் வைத்தான்.

இருவரும் பன்னைத் தேநீரில் முக்கித் தின்றார்கள்.

அப்பொழுது-

"டேய்... முத்தையா... எப்படிடா ஒரு சிகரெட்டை ஒரே இழுப்புலே முழுசாச் சாம்பலாக்கிட்டே..." என்ற குரல் பக்கத்து அறையிலிருந்து கேட்டது.

"அது ஒரு கலைடா மச்சான்... காலேஜிலே படிக்கறோம்... இதைக்கூடச் செய்யலைன்னா எப்படி..." முத்தையாவின் குரல் சிரிப்பொலியால் அதிர்ந்தது.

கோபத்துடன் எழுந்த சுப்பையா அடுத்த அறைக்குள் பாய்ந்தான்.

அங்கே-

முத்தையாவும், அவனது நண்பர்களும் சிகரெட்டுகளை ஊதியவாறு மகிழ்ச்சியாகப் பேசிக் கொண்டிருந்தனர்.

"ஏண்டா பரதேசி நாயே... இதுக்காடா உன்னைக் காலேஜிலே சேர்த்து விட்டேன்... பியூசி படிக்கறப்பவே சிகரெட்டுலே வாழ்க்கையைத் தொடங்குறியா... உன்னை வெட்டிப் போட்டாத்தான் என்ன..." கோபம் கொப்பளிக்கச் சுப்பையா, முத்தையாவின் கன்னத்தில் ஓங்கி ஓர் அறை விட்டான். அவன் வாயில் குருதித் துளிகள். மற்ற நண்பர்கள் அறையை விட்டு வேகமாக ஓடித் தலைமறைவானார்கள். இஸ்மாயில் திகைத்துப் போய் நின்றான்.

12

கூடத்தில் அனைவரும் அமைதியாக அமர்ந்திருந்தனர். வேலாயி, வள்ளி இருவரும் கண்ணீர்ப் பெருக்கியவாறு இருந்தனர். இஸ்மாயில் கன்னங்களில் இரு கைகளையும் வைத்தவாறு உட்கார்ந்திருந்தான். முத்தையா தலைகுனிந்தவாறு நின்று கொண்டிருந்தான். சுப்பையா அவனையே கூர்ந்து நோக்கியவாறு இருந்தான்.

"ஆனாலும்... பெரியவனே... நீ செஞ்சது தப்புத்தாம்ப்பா... ஒரு வயசுப் பையனை பலபேரு பார்க்க நீ அடிச்சுருக்கக் கூடாது கண்ணு..." வேலாயி மெதுவாகக் கண்களைத் துடைத்துக் கொண்டு பேசினாள்.

"என்னம்மா... நீ அர்த்தங்கெட்டதனமாப் பேசறே... அவன் செஞ்ச காரியத்துக்கு வெட்டிப் போட்டாக்கூடத் தப்பில்லே... இன்னிக்கிச் சிகரெட்டு புடிக்கறவன்... நாளைக்கித் தண்ணி போடுவான்... அப்புறம்... எல்லா மைனர்த்தனமும் ஆரம்பிச் சுருவான்... இதுக்கா இவனைக் காலேஜிக்கு அனுப்புனேன்... சொல்லும்மா..." கத்தினான் சுப்பையா.

வேலாயி வாயடைத்துப் போனாள். முத்தையா மெதுவாக வந்து சுப்பையாவின் கைகளைப் பற்றிக் கொண்டான்.

"அண்ணா... நீங்க அடிச்சதுலே எந்தத் தப்பும் இல்லீங் கண்ணா... எம் மேலே இருக்கற அக்கறையிலேதான்னா அடிச்சீங்க... இனிமே நான் சிகரெட்டைக் கனவுலேகூட நெனைக்க மாட்டேனுங்க... நம்புங்க... இல்லீன்னா... என்னை அடிச்சே கொல்லுங்க..." முத்தையா கதறினான்.

சுப்பையா அப்படியே அவனை மார்புடன் அணைத்துக் கொண்டான்.

"நீ செஞ்ச தப்பை உணர்ந்துட்டே அது போதுண்டா... இனிமே கண்ட காலிப் பசங்களோட சகவாசம் உனக்கு வேண்டாம்... நல்லாப் படிச்சு முன்னுக்கு வர்ற வழியைப் பாருடா..." என்றான்.

அப்பொழுது-

"சுப்பு..." என்ற குரல் வாசலில் கேட்டது. இஸ்மாயில் எழுந்து சென்று பார்த்தான். பிறகு உள்ளே வந்தான்.

"சுப்பையா.... நம்ம கம்பெனியிலே வேலை பாக்கற நாச்சியப்பன் வந்திருக்காரு... உன்னைப் பாக்கணுமாம்..." இஸ்மாயில் அறிவித்தான்.

"ம்... சரி... சரி... எல்லாரும் போயிச் சாப்புடுங்க... நான் கொஞ்ச நேரத்துலே வந்தர்றேன்... வாடா இஸ்மாயில்..." சுப்பையா வெளியே வந்தான்.

நாற்பது வயது மதிக்கத்தக்க நாச்சியப்பன் நின்று கொண்டிருந்தார்.

"அண்ணே... என்ன இது... உள்ளே வர மாட்டீங்களா... வெளியே நின்னுட்டீங்களே... வாங்க உள்ளே போயிப் பேசலாம்..." சுப்பையா அழைத்தான்.

"தம்பி... அதில்லேப்பா... ஒரு தர்மசங்கடமான சூழ்நிலை... எப்படிச் சொல்றதுன்னு தெரியல்லே..." தலையைச் சொறிந்தார் நாச்சியப்பன்.

"சும்மா சொல்லுங்கண்ணே... எங்கிட்டேச் சொல்ல என்ன வெக்கம்?" ஊக்கப்படுத்தினான் சுப்பையா.

"தம்பி சுப்பு... இந்த வாரம் ஸ்டிரைக் பண்ணறதுனாலே வாரச் சம்பளம் இல்லே... அதுனாலே பொண்டாட்டி... புள்ளைங்கள்ளாம் பட்டினி... நல்ல சோறு தின்னு ரெண்டு நாளாச்சு... ஒரு அஞ்சு ரூவா குடுத்து உதவி செஞ்சீன்னா ரொம்பப்

புண்ணியமாப் போயிரும் தம்பி...”மென்று விழுங்கியபடி கேட்டார் நாச்சியப்பன்.

அவரை ஒருமுறை உற்று நோக்கினான் சுப்பையா.

“அண்ணே... ஒரு நிமிஷம் இப்படிப் பக்கத்துலே வாங்க... உங்க ரெண்டு கண்ணும் ஏன் இப்படிச் செவந்து போயிருக்குது...” அவரை அழைத்தான் சுப்பையா.

நாச்சியப்பன் தயங்கித் தயங்கி அவனிடம் வந்தார்.

“வாயை ஊதுங்க...” என்றான் சுப்பையா.

தயங்கினார் நாச்சியப்பன். பிறகு ஊதினார். இப்பொழுது சுப்பையாவின் கண்கள் சிவந்தன.

“ஏண்ணே... உங்களுக்கெல்லாம் அறிவில்லை... குடிக்க மட்டும் எப்படி உங்களுக்குக் காசு கெடைக்குது... கள்ளச் சாராயத்தைக் குடிச்சுப்புட்டு இப்படி வந்து அஞ்சுக்கும்... பத்துக்கும் அலையறீங்களே... வெக்கமா இல்லையாண்ணே... மனுஷனா நீங்கள்ளாம்... உங்களை விடச் சின்னப் பையன் நான்... எனக்கு எத்துணை ஆசையிருக்கும்... அப்பிடி என் ஆசைப்படி நான் நடக்க ஆரம்பிச்சுருந்தா என் குடும்பம் நடுத்தெருவுக்கு வந்திருக்கும்... இப்படிச் சாராயத்தைக் குடிச்சுப்புட்டு வந்து நிக்கறீங்களே... போலீஸ்காரன் பாத்தான்னா கம்பி எண்ண வேண்டியதுதான்... இது ஒண்ணும் பாண்டிச்சேரி இல்லே... மதுவிலக்கு அமல்லே இருக்கற மாநிலம்... புரிஞ்சுதா...” வெடித்தான் சுப்பையா.

“சத்தம் போடாதே சுப்பு... இனிமே குடிக்க மாட்டேன்... ஏதோ மனக்கவலை குடிச்சுப்புட்டேன்...”

“கவலை வந்தவனெல்லாம் குடிக்க ஆரம்பிச்சா அப்புறம் இந்த உலகமே குடிகாரப் பூமியாத்தான் போயிரும்.. நம்ம மாதிரிப் பாடுபடற பாட்டாளிகளுக்கெல்லாம் ஒடம்புதானே முக்கியம்... குடிச்சு ஒடம்பைக் கெடுத்துக்கிட்டா உங்களை

யாரு கவனிப்பா... மூணு புள்ளைகளைப் பெத்திருக்கீங்களே அறிவு வேண்டாம்..."

"அய்யோ சுப்பு... சத்தம் போடாதே சாமி... எவன் காதுலேயாவது உளுந்தா போலீசுலே போட்டுக் குடுத்துடப் போறான்... முடிஞ்சா உதவுப்பா... இல்லீண்ணா வுடுப்பா..."

"இந்த ரோஷத்துக்கு ஒண்ணும் கொறச்சல் இல்லே... சரி... இந்தாங்க அஞ்சு ரூவா... வேலைக்குப் போன ஒடனே கட்டாயம் திருப்பிக் குடுத்துடணும்... புரியுதா..." சுப்பையா சட்டைப் பையிலிருந்து ஐந்து ரூபாயை எடுத்துக் கொடுத்தான்.

நன்றியுடன் பெற்றுக் கொண்டார் நாச்சியப்பன்.

இஸ்மாயிலைக் கண்களால் அழைத்தான் சுப்பையா.

"நீ நாச்சியப்பன் என்ன பண்றார்ன்னு பாத்துட்டு வாடா.... காசை வாங்கிக்கிட்டு மறுபடியும் சாராயக் கடைக்குப் போயிடப் போறாரு... சீக்கிரம் போ..." விரட்டினான் சுப்பையா.

சிறிது நேரத்திற்குப் பிறகு இஸ்மாயில் திரும்பி வந்தான்.

"சுப்பு.... நாச்சியப்பன் மளிகைக் கடைக்குத்தான் போயிருக் காரு... அதிருக்கட்டும்... எப்படிடா இந்தக் கஷ்டத்துலே கூட உன்னாலே மத்தவங்களுக்கு உதவ முடியுது..." இஸ்மாயில் அவனது கைகளைப் பற்றிக் கொண்டு கேட்டான்.

"இது என்னடா இஸ்மாயில் அதிசயம்... பசி நம்ம எல்லாருக்கும் பொதுவான அம்சம்... அதுவும் பாட்டாளி வர்க்கத்தோட கூடப் பொறந்த சொத்து ரெண்டுதான்... என்ன தெரியுமா... பசியும் தரித்திரமும்... நாச்சியப்பன்கிட்டே குடிக்கற பழக்கம் இருக்கறது உண்மைதான்... ஆனா... நல்ல மனசுக்காரன்... அதுதான் உதவி செஞ்சேன்..."

"அவருக்கு நல்ல மனசு... உனக்கு ரொம்பப் பெரிய மனசுப்பா... அது சரி.. சுப்பு... ஸ்டிரைக் நிலவரம் எப்படியிருக்கும்ன்னு நெனைக்கறே..."

"என்னடா இஸ்மாயில்... என்னை என்ன ஜோசியம் சொல்லச் சொல்றியா... நம்பிக்கையோட போராடுவோம்... கண்டிப்பா வெற்றி நிச்சயம்... கலெக்டரையும்... லேபர் ஆபீசரையும் நம்ம திருப்பூர் பனியன் சங்கத் தலைவரு நாளைக்கிக் காலையிலே பாக்கப் போறாரு... பாப்போம்... ஏதாவது நல்ல சேதி வரலாம்..."

அப்பொழுது-

வேர்க்கடலையை வடைச்சட்டியில் வைத்து வறுத்துக் கொண்டு, சிறு வண்டியைத் தள்ளியவாறு ஒரு தொழிலாளி "வறுத்த கடலை... வறுத்த கடலை..." என்று கத்திக் கொண்டே போனான்.

வீட்டுக்குள்ளிருந்து வள்ளி வேகமாக ஓடிவந்து வேர்க்கடலை வண்டியை ஆசையாகப் பார்த்தாள். பிறகு, சுப்பையாவைப் பார்த்தாள். சுப்பையா சட்டைப் பையைப் பார்த்தான். அதில் ஒன்றுமில்லை.

"வள்ளிக்கண்ணு... நாளைக்கு வாங்கித் தர்றேம்மா..." சுப்பையா கொஞ்சலுடன் மறுதலித்தான்.

"அட... ஏண்டா... ஒரு சின்னப் புள்ளை ஆசையாப் பாக்கறா.... இரு வள்ளி... நான் வாங்கீட்டு வர்றேன்..." என்ற இஸ்மாயில் வேர்க்கடலை விற்பவனை அழைத்தான். அருகே வந்தான் அவன்.

"பொட்டலம் எவ்வளவு?" என்றான் இஸ்மாயில்.

"ஒரு பொட்டலம் அஞ்சு பைசா..."

"சரி... இருபத்து அஞ்சு பைசாவுக்கு மொத்தமா ஒரே பொட்டலமாப் போட்டுக் குடு..." என்றான் இஸ்மாயில்.

அவன் ஒரே பொட்டலமாக வேர்க்கடலையை மடித்து இஸ்மாயிலிடம் நீட்டினான்.

"இந்தா வள்ளி... உள்ளே போயித் தின்னுக்கோ..." இஸ்மாயில் பெருமையாக வேர்க்கடலைப் பொட்டலத்தை நீட்ட, வள்ளி வெட்கம் கலந்த சிரிப்புடன் பெற்றுக் கொண்டு உள்ளே ஓடினாள்.

"ஏண்டா... கர்ண மகாப் பிரபு... உங்கிட்டே இருந்ததே மொத்தம் இருபத்து அஞ்சு பைசாத்தான்... அதையும் தானம் பண்ணீட்டே... செலவுக்கு என்னடா வழி..." சுப்பையா கிண்டலாகக் கேட்டான்.

"பிரியமானவங்களுக்குப் பிரியமானதைப் பிரியமா வாங்கிக் குடுத்தா பிரச்சினை எதுவும் வராது கண்ணு..." இஸ்மாயில் கலகலப்பாகச் சிரித்தான். சுப்பையாவும் அவன் தோளைத் தட்டியவாறு சிரித்தான். அவர்கள் இருவரும் தங்களுக்குள் பேசி மகிழ்வதை வள்ளி ஜன்னல் அருகே நின்று புன்னகையுடன் ரசித்தாள்.

காலை பதினொரு மணியிருக்கும். அவநாசிச் சாலையிலுள்ள பனியன் தொழிலாளர் சங்கக் கட்டடம் பரபரப்புடன் காணப்பட்டது.

பனியன் தொழிலாளர்கள் வருவதும், போவதுமாக இருந்தார்கள். அவர்கள் அனைவரது முகங்களிலும் கவலைக் குறிகள்!

வேலையில்லை... அதனால் காசு இல்லை... காசு இல்லாததால் சரியான சோறு இல்லை... சோறு இல்லாததால் வேதனைப் பெருமூச்சுக்கள்... ஏக்கப் பார்வைகள்... நெஞ்சில் கனன்று கொண்டிருக்கும் கோபத்தின் உக்கிரம்... இவைகளெல்லாம் பாடுபடும் பாட்டாளிகளின் அடையாளச் சின்னங்கள்!

உள்ளே-சுப்பையாவுக்கும் திருப்பூர் பனியன் தொழிலாளர் சங்கத் தலைவருக்கும் கடும் வாக்குவாதம் நடைபெற்றுக் கொண்டிருந்தது.

"....நீங்க சொல்றது எந்த வகையிலும் நியாயமாப் படவில்லை... இன்னியோட ஸ்டிரைக் ஆரம்பிச்சு அஞ்சு நாள் முடிஞ்சு போச்சு... என்ன முன்னேற்றம்... ஒண்ணுமே இல்லை... பெரிய ஊர்வலம் நடத்துனோம்... அதுதான் கண்ட பலன்... கலெக்டரையும்... லேபர் ஆபீசரையும் ஏன் இன்னும் நீங்க பாக்கமா இருக்கறீங்க..." சுப்பையா அனல் தெறிக்கும் வார்த்தைகளைக் கொட்டினான்.

"இதோ பாருப்பா... இப்படியெல்லாம் பேசாதே... உனக்கெல்லாம் அனுபவம் பத்தாது... நான் தொழிற்சங்கத்துலே முப்பது வருசம் சர்வீஸ் உள்ளவன்... நான் பாக்காத போராட்டமோ... பொதுக்கூட்டமோ கெடையாது... புரிஞ்சுக்க..." பனியன் தொழிலாளர் சங்கத் தலைவரும் கத்தினார்.

"முப்பது வருசம் அனுபவம் உள்ளவருதான் கலெக்டரைப் பாக்க முடியாமத் திரும்பி வந்திருக்கீங்க.... ஏன் தலைவரே.... இதைச் சொல்ல உங்களுக்கு வெக்கமா இல்லே... ஒவ்வொரு தொழிலாளியும் நல்ல சோறு தின்னு ஒரு வாரம் ஆச்சுய்யா... அவனவன் வயித்துலே நெருப்பைக் கட்டிக்கிட்டு அலையறான்.... நாளைக்கி என்ன நடக்குமோன்னு தவிக்கறான்... நீங்க என்னமோ உங்க பெருமையைப் பத்திப் பேசிக் கிட்டிருக்கீங்க... லேபர் ஆபீசரையும், கலெக்டரையும் இந்நேரம் நீங்க பாத்துப் பேசி ஒரு முடிவுக்கு வந்திருக்கணும்... இப்படிக் காரணம் காரியம் பேசிக்கிட்டிருக்கக் கூடாது..."

"சுப்பு... வார்த்தையை விடாதப்பா... லேபர் ஆபீசரும், கலெக்டரும் ஒண்ணும் நம்ம மாமன் மச்சான் இல்லே... இஷ்டத்துக்குப் போயிப் பாக்கறதுக்கு..."

"அவங்க வீட்டு வாசல்லே தர்ணாப் பண்ணியாவது நீங்க பாத்துட்டு வந்திருக்கோணும்... ஏன்னா... ஆயிரக்கணக்கான பாட்டாளிங்க நமக்கு நல்லது நடக்கும்ன்னு ஒவ்வொரு நாளும் நம்பிக்கையோட தூங்கி எந்திரிக்கறான்... அவன் ஆசையிலே மண்ணை அள்ளிப் போட்டுராதீங்க..."

“சுப்பு... இந்தப் பேச்செல்லாம் சுத்தப்படாதுப்பா... தலைவனா இருந்து பாத்தாத்தான் உனக்கு அந்த அருமையெல்லாம் தெரியும்... வேகாத வெய்யல்லே கலெக்டர் ஆபீசுக்கும்... லேபர் ஆபீசுக்கும் ஒரு சிங்கிள் டீ கூடக் குடிக்காம அலைஞ்சது எனக்குத்தான் தெரியும்...”

“இதோ பாருங்க தலைவரே... யாரு தேவைக்கு அலையறீங்க... நம்ம தோழர்களுக்காகத்தான்... என்னமோ சலிச்சுக்கறீங்க... தலைவரா பதவியிலே இருந்தா மட்டும் போதாது... தலையைக் குடுக்கவும் தயாரா இருக்கணும்...” என்றான் கோபத்துடன் சுப்பையா.

“நீ போயித் தலையைக் குடு... நான் என்ன மயிருக்குத் தலையைக் குடுக்கோணும்...” பனியன் தொழிலாளர் சங்கத் தலைவரின் பேச்சில் கண்ணியம் குறைந்தது.

அவரை நோக்கிப் பாய்ந்தார் நாச்சியப்பன்.

“ஏண்டா கேப்பமாறி நாயே... நீயெல்லாம் ஒரு தலைவனாடா... சுப்பையா கேட்டதுலே என்னடா தப்பு... தோள் மேலே செவப்புத் துண்டு போட்டுக்கிட்டா மட்டும் தலைவன் ஆகிற முடியாது... ஏத்துக்கிட்டே கொள்ளைக்காக ஒடம்புலே ஓடற செந்தண்ணி வெளியே சிந்தணும்... அவன்தாண்டா தலைவன்...” என்ற நாச்சியப்பன் பனியன் தொழிலாளர் சங்கத் தலைவரின் சட்டையைப் பிடித்து அவரை உலுக்கினார்.

சுப்பையாவும், இஸ்மாயிலும் மற்றவர்களும் அரும்பாடுபட்டு அவரை விலக்கினார்கள்.

“அண்ணே.... நாச்சியப்பன்னே... ரொம்பத் தப்புப் பண்ணறீங்க... பேச்சு நடந்துக்கிட்டு இருக்கும்போது எதுக்குத் தலைவரு மேலே கை வைக்கறீங்க...” சுப்பையா நாச்சியப்பனைக் கண்டித்தான்.

“அ டப் போப்பா... பேசாதே நீ... ஒரு வாய்ச்சோறு நிம்மதியாத் தின்னு நாலஞ்சு நாளாச்சு... போராட்டம் சீக்கிரம் முடிவுக்கு

வரும்... சம்பளம் கூடுதலா வரும்... வயிறு ரொம்பக் கஞ்சித் தண்ணி குடிக்கலாம்ன்னு நெனைச்சா... இன்னும் இந்த ஆளு பேச்சு வார்த்தைக்கே போகாம இருக்கானே... இவனை யெல்லாம் நம்பி எப்படியப்பா சங்கம் நடத்தறது..." நாச்சியப்பன் துண்டால் முகத்தை மூடியவாறு குலுங்கிக் குலுங்கி அழுதார்.

"பாத்தீங்களா தலைவரே... இதுதான் நம்ம நெலைமை... நாச்சியப்பனுக்கு ஒண்ணும் உங்க மேலே கோபம் கெடையாது... அவரோட தரித்திரத்து மேலேதான் கோபம்... அதுதான் உங்ககிட்டே முரட்டுத்தனமா நடந்துக்கிட்டாரு... இதையெல்லாம் நீங்க ஒண்ணும் மனசிலே வச்சுக்காதீங்க..." என்றான் சுப்பையா.

"இதெல்லாம் சகஜம்ப்பா... இந்த மாதிரி எத்தனையோ அவமானத்தையெல்லாம் நான் பாத்துட்டேன்... அதை விடு... ஒண்ணு சொல்றேன்... எல்லாரும் நல்லாக் கேட்டுக்கோங்க... அவசரப்பட்டா எந்தக் காரியமும் ஆகாது... நாளைக்கி மறுபடியும் கோயமுத்தூரிலே கலெக்டரைப் பாத்து பேசப் போறேன்... லேபர் ஆபீசரும் அங்கே வர்றேன்னு சொல்லியிருக்காரு.. நீங்கள்ளாம் தைரியமா இருக்கோணும்... நிச்சயமா வெற்றி நமக்குத்தான்..." பனியன் தொழிலாளர் சங்கத் தலைவர் ஆறுதல் மொழிகளை முன் வைத்தார்.

"நாளைக்கி எத்தனை மணிக்கு மீட்டிங்..." சுப்பையா கேட்டான்.

"காலையிலே பதினொரு மணிக்கு..." பனியன் தொழிலாளர் சங்கத் தலைவர் துண்டால் முகத்தைத் துடைத்தபடி சொன்னார்.

"அப்போ... நாளைக்கி நானும் உங்களோட வர்றேன்..." என்றான் சுப்பையா.

"ரொம்ப நல்லதாப் போச்சு... கண்டிப்பா நீயும் வந்து கலந்துக்க... அப்பத்தான் உண்மை நெலவரம் என்னன்னு

உனக்கும் புரியும்... மத்தவங்களுக்கும் நீ எடுத்துச் சொல்ல லாம்... மத்தவங்க என்னப்பா சொல்றீங்க... சுப்பையாவை அழைச்சுக்கிட்டுப் போறதிலே உங்களுக்கெல்லாம் சம்மதந்தானே..." தலைவர் கேட்டார்.

அனைவரும் ஒரு மனத்துடன் தலையை ஆட்டினர்.

"தலையை ஆட்டுனா மட்டும் போதாதுப்பா... ஆளுக்குக் கொஞ்சம் போட்டுக் குடுங்க... நான்... நம்ம சங்கச் செயலாளர்... சுப்பையா ஆகக்கூடி மூணு பேரு போறோம்.. பஸ் செலவும்... சாப்பாட்டுச் செலவும் எப்படியும் அம்பது ரூவாயாவது ஆகும்... தயார் பண்ணிக் குடுங்க... ஏம்பா... இஸ்மாயில் துண்டேந்திக்கிட்டு வசூல் பண்ணீட்டு வாப்பா... என்றார் பனியன் தொழிலாளர் சங்கத் தலைவர்.

13

காலை பதினொரு மணி. கோயமுத்தூர் மாவட்டாட்சியர் அலுவலகம் பரபரப்புடன் இயங்கிக் கொண்டிருந்தது.

மாவட்டாட்சியர் அறையில் பனியன் தொழிலதிபர்கள் சங்கத்தைச் சேர்ந்த சிலரும், தொழிற்சங்கத்தின் சார்பில் சிலரும் இருக்கைகளில் அமர்ந்திருந்தனர்.

தொழிலாளர் நல அலுவலர் அமைதியாக மாவட்டாட்சியரைப் பார்த்துக் கொண்டிருந்தார்.

பணியாளர் ஒருவர் அனைவருக்கும் ஆவி பறக்கும் காபிக் கோப்பைகளை ஏந்தி வந்து ஒவ்வொருவருக்கும் வழங்கிக் கொண்டிருந்தார்.

"எல்லாரும் காபி குடிங்க... பேசி ஒரு முடிவுக்கு வருவோம்..." என்று மௌனத்தைக் கலைத்தார் மாவட்டாட்சியர்.

“இதோ பாருங்க சார்... போராட்டம் ஆரம்பிச்சு ஆறுநாள் ஆகிப் போச்சு... தொழிலாளர் நெலைமை ரொம்ப வேதனை தரக்கூடியதாக இருக்குது... அதுக்கு ஒரு முடிவு சொல்லுங்க.... நாங்க ஒண்ணும் காபி சாப்பிட வரல்லே...” மாவட்டாட்சியரை நோக்கி வருத்தத்துடன் சொன்னார் பனியன் தொழிலாளர் சங்கத் தலைவர்.

“நான் சொல்றதுக்கு என்ன இருக்கு... தூங்கறவனை எழுப்பலாம்.. தூங்கற மாதிரி நடிக்கிறவங்களை எழுப்ப முடியுமா...” என்றார் மாவட்டாட்சியர்.

“நீங்க யாரைச் சொல்லுறீங்க?...” கேட்டார் பனியன் அதிபர் சங்கத் தலைவர்.

“உங்களைத்தான் சொல்றேன்... கொஞ்சம் விட்டுக் கொடுத்துப் போனீங்கன்னா எந்தப் பிரச்சினையும் இருக்காது... தமிழ்நாடு அரசு அரசு ஆணையே போட்டிருக்கு..... திருப்பூர்ப் பனியன் தொழிலாளர்கள் ஆறுநாள் வேலை செஞ்சா ஒருநாள் ஊதியம் சேர்த்துக்குடுங்கன்னு. அதை ஏன் மதிக்க மாட்டீங்கறீங்க... இப்படிப் பிடிவாதம் பிடிக்கறதாலே ரெண்டு தரப்புக்கும் நஷ்டந்தான்... இதோட மூணு தடவை இந்தக் கூட்டம் போட்டாச்சு... லேபர் ஆபீசரும் பலதட வை பேசிட்டாரு... ஒரு நன்மையும் கெடையாது... அரசு ஆணையை மதிக்கலேன்னா எப்படி...” சலித்துக் கொண்டார் மாவட்டாட்சியர்.

“சார்... நீங்க ரொம்பச் சுலபமா சொல்லீட்டீங்க... மொதல் போட்டுத் தொழில் பண்றவங்களுக்குத்தனே உபத்திரவம் என்னன்னு தெரியும்...”

“பனியன் அதிபர் சங்கத் தவைரா இருந்துக்கிட்டு நீங்க இப்படிப் பேசக்கூடாது... ஒரு தொழில்ன்னா ஆயிரம் பிரச்சினைகள் இருக்கத்தான் செய்யும்... நீங்க மொதல் போட்டுத் தொழில் நடத்தறீங்க... ஆனா... தொழிலாளிங்க ரத்தத்தை வியர்வைத் துளிகளாக்கி உங்களுக்கு லாபத்தை வாங்கித் தர்றாங்க... மொதல் போட்டா மட்டும் போதாதுங்க...

பாடுபடறதுக்குப் பாட்டாளி வேணும்... அவங்க மாதிரி உங்களாலே எந்திரத்தோட எந்திரமா விடிய விடியப் பாடுபட முடியுமா... மனிதநேயத்தோட இந்தப் பிரச்சினையைப் பாருங்க..." அனுதாபத்துடன் பேசினார் தொழிலாளர் நல அலுவலர்.

"என்ன சார் நீங்க... அவங்களுக்கு ஆதரவாப் பேசுறீங்க... எங்களுக்கு லாபம் வந்திருக்குதுன்னு உங்களுக்குத் தெரியுமா... ஒரு கம்பெனி நடத்தறதுன்னா சாதாரண விஷயம் இல்லீங்க சார்... உங்க மாதிரிக் கோட்டு, சூட்டுப் போட்ட அதிகாரிங்க லேபர்களுக்கு அதைக் குடுங்க இதைக் குடுங்கன்னு வக்கனையாப் பேசீட்டுப் போயிருவீங்க... இவனுங்க கேக்கறதையெல்லாம் குடுத்துட்டா கடைசியிலே நாங்க பழநிக்கோ... திருப்பதிக்கோ போயிப் பிச்சை எடுக்கணும் தெரியுமா... என்ன சார் பேசுறீங்க..." கொதித்தார் பனியன் அதிபர் சங்கத் தலைவர்.

இப்பொழுது இடைமறித்துப் பேசினான் சுப்பையா.

"அய்யா... முதலாளிகள் சங்கத் தலைவரே... உங்களுக்கு லாபமே வர்றதில்லேன்னு கூசாமப் பொய் சொல்றீங்களே... இது நியாயமா... லாபம் இல்லாமலா கருவம்பாளையத்துலே ஒரு சாயப்பட்டறை... தென்னம் பாளையத்துலே ஒரு சாயப்பட்டறை. ராயபுரத்துலே பெரிய பங்களா... கொங்கு நகர்லே ரெண்டு கம்பெனி... மூணு காரு... இதெல்லாம் லாபம் இல்லாமலா உங்களுக்குக் கெடைச்சது... மனச்சாட்சிக்கு மேலே ஒரு சாட்சி உலகத்துலேயே கெடையாது... பொய் சொல்லாதீங்க..." என்று கூச்சலிட்டான் சுப்பையா.

"இங்க பாருப்பா... மருவாதியாப் பேசக்கத்துக்க... நான் பரம்பரைப் பணக்காரன்... இந்தப் பனியன் கம்பெனியை நம்பி நான் ஒண்ணும் இல்லே... புரிஞ்சுக்க..."

"இந்த உதார்ப் பேச்செல்லாம் இங்க உடாதீங்க... பதினஞ்சு வருசத்துக்கு முன்னாடிக் கலாசி வேலை பாத்தீங்க இதே

திருப்பூரிலே.... அப்புறமா பனியன் கம்பெனியிலே எங்க மாதிரிக் கூலியாளா வேலை பாத்து இன்னிக்கி முதலாளி ஆயிட்டீங்க... உங்களுக்கு அந்தஸ்து... கௌரவம்... எல்லாம் பனியன் கம்பெனி போட்ட பிச்சை... அதை மறந்துடாதீங்க..."

"சுப்பையா... நீ வரம்பு மீறிப் பேசுற... நீங்க ஆறுநாள் வேலை நிறுத்தம் பண்ணீட்டீங்க... நாங்க மனசு வச்சுக் கம்பெனிக் கதவைத் திறந்தோம்ன்னா... அத்தனை பேரும் எலும்பைத் துண்டைக் கவ்வுற நாய் மாதிரி ஓடியாந்துருவீங்க... உங்க யோக்கியதை தெரியாதா... பழைய சோத்துக்கு விதியில்லாத பயலுங்க... என் யோக்கியதை பத்திப் பேச வந்துட்டானுங்க..."

"நிறுத்துய்யா... ஆருய்யா பழைய சோத்துக்கு அலைஞ்சது... நீ என்ன பொறக்கும் போதே... ஜமீன்தாராவா பொறந்தே... என்னமோ பேச வந்துட்டே.... உன் யோக்கியதையை அவுத்து உடட்டுமா... கம்பெனியிலே வேலை பாக்குறப்போ... மாமா வேலை பாத்து மொதலாளிங்களுக்குப் பொம்பளை சப்ளை பண்ணினே... அவங்க போட்ட சோத்துலே வளந்த ஒடம்புதானே இது... அப்புறம் வடநாட்டுலேர்ந்து வந்த மொதலாளிமார்களுக்கு உம் பொண்டாட்டியைக் கூட்டிக் குடுத்தே... அதுலே வந்த வாழ்வுதானே காரும்... பங்களாவும்... நீ எங்களுக்குப் பிச்சை போடறியா... நாங்க மானமுள்ள கூட்டம்... செத்தாச்சாவோம்... உங்கிட்டே வந்து நிக்க மாட்டோம்..."

"ட்டேய்... பிச்சைக்கார நாயே.. என்னைப் பாத்து என்ன பேச்சுப் பேசிப்போட்டே.... ராஸ்கோலு... உன்னை என்ன செய்யறேன் பாருடா... தேவடியாப் பயலே..." என்ற பனியன் சங்கத் தலைவர் அங்கே கிடந்த நாற்காலியை எடுத்துச் சுப்பையாவைத் தாக்கப் பாய்ந்தார். சுப்பையாவும் அதை வீரத்துடன் எதிர்கொண்டான். இருவரும் கட்டிப் புரண்டு அடித்துக் கொண்டனர். சுப்பையா ஆவேசத்துடன் சண்டையிட்டு அவருடைய வேட்டியைக் கையிலே உருவி வைத்துக் கொண்டான்.

மாவட்டாட்சியரும், தொழிலாளர் நல அலுவலரும், மற்றவர்களும் உறைந்து போய் நின்றனர். இரண்டு நிமிடங்களுக்குள் இந்தக் காட்சி நிறைவேறியது.

“நீங்கள்ளாம் மனுஷங்களாய்யா... பொறுக்கித்தனமா நடந்துக்கறீங்க... ஐ ஸே கெட் அவுட்...” மாவட்டாட்சியர் பெருங்குரலில் கத்தினார்.

பனியன் அதிபர் சங்கத் தலைவர் அரை நிர்வாணமாக நின்று கொண்டிருந்தார்.

“சுப்பையா... இப்படி உணர்ச்சிவசப்பட்டா எப்படிப்பா காரியம் நடக்கும்... உன்னைக் கூட்டிக்கிட்டு வந்தது தப்பாப் போச்சு... அவரு வேட்டியை உருவலாமாப்பா... என்ன இருந் தாலும் பெரிய மனுஷன் இல்லியப்பா...” பனியன் தொழி லாளர் சங்கத் தலைவர் சுப்பையாவிடம் அங்கலாய்த்தார்.

“என்ன தலைவரே... புரியாமப் பேசறீங்க... பெரிய மனுஷனாம் பெரிய மனுஷன்... யாருய்யா பெரிய மனுஷன்... மனுஷங் களை மனுஷங்களாக மதிக்கத் தெரிஞ்சவன்தான் பெரிய மனுஷன்... அடுத்தவங்க துன்பங்களைத் துடைக்கறவன்தான் பெரிய மனுஷன்... பழைய சோத்துக்கு விதியில்லாத பயலுங்கன்னு மட்டமா நம்மளைப் பத்தி அந்த ஆளு பேசறான்... கேட்டுக்கிட்டுச் சும்மா இருக்கச் சொல்றீங்களா... பேசிக்கிட்டு இருக்கும் போதே நாற்காலியைத் தூக்கி,அடிக்க வர்றான்... இவன் வேட்டியைப் புடுங்கனுதுலே என்ன தப்பு...” சீறினான் சுப்பையா.

“அதெல்லாம் இருக்கட்டும்ப்பா... மொதல்லே அவரு வேட்டியைக் குடுப்பா... மத்ததை அப்புறம் பேசிக்கலாம்...”

சுப்பையா வெறுப்புடன் வேட்டியை பனியன் அதிபர் சங்கத் தலைவரிடம் வீசியெறிந்தான்.

“ட்டடேய்... சுப்பையா... நீ நாகப்பாம்புப் புத்துக்குள்ளே கையை உட்டுட்டே... உன்னை அழிக்காம ஓயமாட்

டேண்டா..." வேட்டியைக் கட்டியவாறு உறுமினார் பனியன் அதிபர் சங்கத் தலைவர்.

"யாரு அழியப் போறாங்கன்னு காலம் பதில் சொல்லும்... நாங்க ஒண்ணும் உங்கிட்டே பிச்சை கேட்க வர்லே... புரிஞ்சுக்க... இனி மேலாவது உழைக்கிற கூட்டத்தை மதிக்கக் கத்துக்க... இல்லே... இப்போ வேட்டியை உருவுனேன்... அப்புறம் ஜட்டியையும் கழற்றி அம்மணமா ஓட வச்சிருவேன்... ஜாக்கிரதையா இரு..." என்ற சுப்பையா வேகமாக அறையை விட்டு வெளியேறினான்.

"நான் இனிமேல் உங்களைக் கூட்டி மீட்டிங் போட மாட்டேன்... ஒரு கலெக்டர்ன்னுகூட மரியாதையில்லாம ரெண்டு தரப்புலேயும் நடந்துக்கிட்டீங்க... இதைப் பத்தி தொழிலாளர் நல அமைச்சர்கிட்டே பேசி அறிக்கை குடுக்கப் போறேன்... தேவைப்பட்டா முதலமைச்சர்கிட்டேக் கூட இதைப் பத்திப் பேசப் போறேன்... ம்... எல்லாரும் வெளியே போங்க..." மாவட்டாட்சியர் ஆணை பிறப்பித்தார்.

தொழிலாளர் நல அலுவலரைத் தவிர அனைவரும் அந்த அறையை விட்டு வெளியேறினார்கள்.

மாவட்டாட்சியர் அலுவலகத்துக்கு வெளியே இருந்த தேநீர்க் கடையில் சுப்பையா தேநீர் அருந்திக் கொண்டிருந்தான். அவனுடன் இஸ்மாயிலும் இருந்தான்.

திருப்பூர் பனியன் தொழிலாளர் சங்கத் தலைவர் அவனை நோக்கி வேகமாக வந்தார்.

"சுப்பையா... உன் உணர்ச்சியை நான் மதிக்கிறேன்... நம்ம பிரச்சினைங்கறது முள்ளு மேலே போட்ட பட்டுத் துணிமாதிரி... பக்குவமாத்தான் எடுக்கணும்... அவசரப்படக் கூடாது..." என்றார்.

"பக்குவமா எடுக்கற வரைக்கும் தொழிலாளிங்க வயிறு எரிஞ்சுக்கிட்டே இருக்கணும்ன்னு சொல்ல வர்றீங்களா....

அந்த ஆளு அத்தனை பேச்சு நம்மளைப் பத்திப் பேசறான்... பனைமரம் மாதிரி நின்னுக்கிட்டு இருக்கீங்களே... கொஞ்சங்கூட சூடு சொரணையே இல்லையா தலைவரே... நாம என்ன பிச்சை கேட்டா அந்த ஆளுகிட்டே வந்தோம்... கலெக்டரு ஆபீசுன்னு இதோடே உட்டுட்டேன்... இல்லேன்னா.... அவன் கொடலை உருவி மாலை போட்டுருப்பேன்...” என்று கொதித்தான் சுப்பையா.

இவன் பேசிக் கொண்டிருப்பதைச் சற்றுத் தொலைவில் நின்று பனியன் அதிபர் சங்கத் தலைவரும், அவரைச் சார்ந்தவர்களும் கோபமாகப் பார்த்துக் கொண்டிருந்தனர்.

14

தொடக்கத்தில்திருப்பூரில் உருவாக்கம் செய்யப்பட்ட பனியன் கொல்கத்தாவுக்கு ஏற்றுமதி செய்யப்பட்டது. மற்ற மாநிலங்களில் திருப்பூர் பனியன் விற்பனை கொல்கத்தா மூலமாகவே நடைபெற்றது. 1960 முதல் இந்தியாவின் மற்ற மாநிலங்களுக்கும் நேரிடையாகப் பனியன்கள் விற்பனைக்கு அனுப்பப்பட்டன. அதுமுதல் திருப்பூர் குபேரனின் ஆதிக்கத்தில் வந்தது. அதாவது-செல்வச் செழிப்பில் மிதக்கத் தொடங்கியது. 1968க்குப் பின் பனியன் தொழில் ஒரு புதிய திருப்பத்தைக் கண்டது. மூன்று அல்லது நான்கு பேர் கூட்டாகச் சேர்ந்து பனியன் கம்பெனிகளைத் தொடங்கும் நிலை உருவானது. அன்றைய நிலவரப்படி ஓர் இருபதாயிரம் ரூபாய் இருந்தால் போதும். சிறப்பான முறையில் கம்பெனியைத் தொடங்கி நடத்தலாம். இன்றைக்கு?

பனியன் முதலாளிகள் சங்கம் 1957இல் உருவாக்கப்பட்டது. அதில் இடம் பெற்ற முதலாளிமார்கள் பலரும் பல்வேறு அரசியல் கட்சிகளில் இடம் பெற்றவர்களாக இருந்த போதிலும், தொழிலாளிகளைச் சுரண்டுவதில் மட்டும்

தெளிவான கொள்கை கொண்டவர்களாகவே இருந்தனர். 1980க்குப் பின் பனியன் அதிபர் சங்கத்திலும் பல்வேறு பிரிவுகள் தோன்றின. "டைரக்ட் எக்ஸ்போர்ட்டர்ஸ் அசோசியேஷன்" என்றும் "திருப்பூர் எக்ஸ்போர்ட்டர்ஸ் மேனுபேக்சன் அசோசியேஷன்" என்றும் அமைப்புக்கள் தோன்றின. ஆனாலும், தாங்கள் சுகபோக வாழ்க்கை வாழ்வதிலும், தொழிலாளிகள் கூலி உயர்வு கேட்டால் பின் வாங்குவதிலும் அவர்களுக்குள் எவ்வித மாற்றமும் ஏற்படவில்லை. இது பனியன் தொழிலாளர்களின் ஊழ்வினை என்றுதான் சொல்ல வேண்டும்.

சில ஆண்டுகளுக்கு முன்பு ஒரு கூலியாளாகப் பனியன் கம்பெனியில் சேர்ந்து பணியாற்றியவன், தொழில் நுட்பத்தைத் தெரிந்தவுடன் கடன் வாங்கியாவது கம்பெனியைத் தொடங்குவான். அவனும் தன்னிடம் வேலைபார்ப்பவர்களை நாளடைவில் அடிமைகளாகவே நடத்தத் தொடங்கி விடுவான். ஏனென்றால், இவன் முதலாளியாம். அவன் தொழிலாளியாம். பீடியிலிருந்து சிகரெட்டுக்கு மாறுவதும், சாராயத்திலிருந்து விஸ்கிக்கு மாறுவதும், பழைய சோற்றிலிருந்து பிரியாணிக்கு மாறுவதும், சைக்கிளிலிருந்து பைக் மற்றும் கார் என மாறுவதும் மறக்க முடியாத மாயாஜாலக் காட்சிகளாகும். அது என்னவோ தெரியவில்லை! பணத்திற்கு மட்டும் அப்படியொரு போதையும், மயக்கமும் வந்து விடுகிறது. நேற்றுவரை தெருவிலே பொறுக்கிக் கொண்டிருந்தவன், பெட்டி, பெட்டியாகப் பணத்தை எவ்விதத்தில், எவ்வழியில் சேர்த்தாலும் சமுதாயம் அவனுக்குக் கொடுக்கும் பெயர் "பெரிய மனுஷன்!" யாரையும் ஏமாற்றாமல், நேரிய வழியில் சம்பாதித்துப் பண்பான வாழ்வு நடத்துபவனுக்கு இந்த உலகம் சூட்டும் பட்டம் "பிழைக்கத் தெரியாதவன்" அல்லது "கையாலாகாதவன்". இந்த நிலை என்று மாறும்?

பல்வேறு சிந்தனைகளில் மூழ்கியவாறு பேருந்தில் பயணித்துக் கொண்டிருந்தான் சுப்பையா. அவன் அருகில் அமர்ந்திருந்த

இஸ்மாயில் தூங்கிய நிலையில் அவன் தோள்மீது சாய்ந்து கொண்டிருந்தான். திருப்பூர்-அவநாசிச் சாலையில் உள்ள "பயணிகள் விடுதி" அருகே கோயமுத்தூரிலிருந்து வந்த பேருந்து நின்றது.

சுப்பையாவும், இஸ்மாயிலும் அவசரமாக இறங்கினார்கள்.

"சுப்பு... நான் சங்கத்திலேயே தங்கிக்கறேன்... நீ வீட்டுக்குப் போ... எல்லாம் காலையிலே பேசிக்கலாம்..." என்றான் இஸ்மாயில்.

"சரி... நான் வர்றேண்டா..." சுப்பையா அவனிடமிருந்து விடை பெற்றுச் சிறிது தூரம் நடந்திருப்பான்.

"சுப்பு... நில்லுடா ஒரு நிமிஷம்..." என்றவாறு இஸ்மாயில் அவனருகே வந்தான்.

சுப்பையா அவனைக் கேள்விக்குறியுடன் பார்த்தான். இஸ்மாயில் ஒரு நிமிடம் இமைக்காமல் அவனைப் பார்த்தான். மெதுவாக அவன் தோள்மீது கைவைத்தான்.

"என்னடா... என்னாச்சு.. ஏன் ஒரு மாதிரியா இருக்கறே..." சுப்பையா அவனைக் கேட்டான்.

இஸ்மாயிலின் கண்கள் கலங்கியிருந்தன.

"ம்... நீ கோபப்படறதுலேயும், உணர்ச்சிவசப்பட்டுப் பேசற துலேயும் நியாயம் இருக்குது... ஆனா... நாம ஏழைங்கடா... பாடுபட்டுச் சாப்புடற ஜாதிடா... நம்மனாலே என்ன செய்ய முடியும்?..."

"நீ என்னடா சொல்ல வர்றே... புரியும்படி சொல்லு..."

"அவங்க பணக்காரங்க... எதையும் செய்வாங்க... கலெக்டர் ஆபீசு முன்னாலே நாம டீ குடிச்சிக்கிட்டு இருந்தோம்... அப்போ... அந்தப் பனியன் முதலாளி சங்கத் தலைவர் உன்னைப் பார்த்த பார்வையும்.. தன்னோட கூட்டாளிங்ககிட்டே அவர்

உன்னக் காட்டிக் கோபமா ஏதோ பேசினதும்... எனக்கு ரொம்பக் கலக்கத்தைக் குடுக்குதுடா.. நீ ரொம்ப ஜாக்கிரதையா இருக்கணும் சுப்பு... எதுக்கும் நான் வீடுவரை தொணைக்கு வரட்டுமா..."

இஸ்மாயிலின் பேச்சைக் கேட்டுச் சுப்பையா அடிவயிறு குலுங்கச் சிரித்தான். பிறகு-

"மனோ வலிமையும்... கொண்ட கொள்கையிலே உறுதியும் இருக்கற எந்த ஒரு மனிதனையும் யாரும் எதுவும் செய்ய முடியாது... அவங்க பணக்காரங்களா இருக்கலாம்... இருக்கட்டும்... நம்பளை என்னடா செய்ய முடியும்... நாம ஒண்ணும் அநியாயமான கூலியைக் கேக்கலியேடா... ஆறுநாள் வேலை செஞ்சா ஒரு நாள் கூலி சேர்த்துக் குடுங்கண்ணு அரசாங்கம் ஆணையே பிறப்பிச்சிருக்கு... அதை அமுல்படுத்துங்கண்ணு தானே சொல்றோம்... இது எப்படித் தப்பாகும்.. ஒண்ணைப் புரிஞ்சுக்கடா இஸ்மாயில்... தர்மத்தைப் பேசறவனோட தலை என்னிக்குமே நிமிர்ந்துதான் இருக்கும்... அது எப்பவும் தலை வணங்காது... என் சிநேகிதன் நீ... இப்படிப் பயப்படுறியே... நல்லா யோசிச்சுப் பாரு... நம்ப கோரிக்கையிலே ஏதாவது அக்கிரமம் இருக்குதாடா சொல்லு... நாம எல்லாரும் குபேரனா வாழறதுக்காகப் போராடல்லே.... நம்ம குடும்பத்துலே அடுப்பு அணையக் கூடாதுன்னுதான் போராடுறோம்... தைரியமாப் போயித் தூங்குடா... வெற்றி நமக்குத்தான்..." இஸ்மாயிலின் கன்னத்தைச் செல்லமாகத் தட்டிய சுப்பையா அமைதியாக நடந்தான்.

அவன் போவதையே இமைக்காமல் பார்த்தான் இஸ்மாயில்.

சுப்பையா தேவாங்கபுரம் தொடக்கப் பள்ளி அருகே வந்து கொண்டிருந்தான். இரவு ஒன்பது மணிக்கு மேலிருக்கும். ஆள் நடமாட்டம் அந்தப் பகுதியில் குறைந்து கொண்டிருந்த நேரம். கல்லூரிச் சாலையை நோக்கி அவன் திரும்பிய பொழுது ஒரு

கார் வேகமாக வந்து, அவன் மீது உரசுவது போலிருந்தது. காரிலிருந்து வலிமையும், முரட்டுத்தனமும் கொண்ட இரண்டு அடியாட்கள் இறங்கினார்கள்.

“ஏண்டா... எங்க மொதலாளியைப் பத்தியாடா கலெக்டரு முன்னாலே கேவலமாப் பேசினே... பிச்சைக்காரப் பயலே... உனக்குச் சாவுமணி அடிக்கப் போறோம்...” என்றவாறு ஒருவன் சுப்பையாவை நெருங்கினான்.

சுப்பையா அனைத்தையும் புரிந்து கொண்டான். பேச்சு வார்த்தையில் ஏற்பட்ட மோதல் அடியாட்கள் வடிவில் வந்துள்ளதை அறிந்து கொண்டான். அதற்குள் ஒருவன் முரட்டுத்தனமாகச் சுப்பையாவின் கழுத்தைத் தன் கரங்களால் வளைத்துக் கொண்டான். இன்னொருவன் வலுக்கட்டாயமாக அவனைக் காருக்குள் தள்ளினான்.

15

கார் கருவம்பாளையம் நோக்கிப் பறந்தது. அங்கிருந்த ஒரு பெரிய புகழ் பெற்ற பனியன் கம்பெனிக்குள் நுழைந்தது. சுப்பையா அங்கிருந்த ஓர் அறைக்குள் வலுக்கட்டாயமாகத் தள்ளப்பட்டான். தடுமாறியபடி ஒரு பனியன் அறவை எந்திரத்தில் மோதிய சுப்பையா கீழே விழுந்தான். அவன் நெற்றியில் அடிபட்டு குருதி கசிந்தது.

இப்பொழுது மின் விளக்குகள் அந்த அறை முழுவதும் எரியவிடப்பட்டன. பனியன் துணி உருளைகளும், நூல் கூம்புகளும், கட்டிங் டேபிள்களும், இஸ்திரிப் பெட்டிகளும், கத்தரிக்கோல்களும், பனியன்களைப் போட்டு வைக்கக்கூடிய அட்டைப் பெட்டிகளும் அந்த அறை முழுவதும் சீராக வைக்கப்பட்டிருந்தன.

சமாளித்துக் கொண்டு எழுந்தான் சுப்பையா. தீக்குச்சி உரசும் சத்தம் கேட்டுத் திரும்பிப் பார்த்தான். பனியன் அதிபர் சங்கத் தலைவர் சிகரெட்டை ஊதியவாறு அவனை எகத்தாளமாகப் பார்த்துக் கொண்டிருந்தார். லுங்கியை மடித்துக் கட்டி யிருந்தார். விலையுயர்ந்த முரட்டுச் செருப்புகள் அவரது கால்களை அலங்கரித்தன. முண்டா பனியன் அணிந்திருந்தார். அதற்கு மேலே கழுத்தில் ஆள்காட்டி விரல் பருமனில் தங்கச் சங்கிலியும், இடது கையில் அதே பருமனில் தங்கச் சங்கிலியும் மின்னிக் கொண்டிருந்தன. அவருக்குப் பக்கத்தில் நான்கு முரடர்கள். அவர் கண்கள் நன்கு சிவந்திருந்தன.

"என்னடா சுப்பையா... அடி பலமா பட்டுருச்சா..." ஏளனமாகக் கேட்டார் முதலாளிகள் சங்கத் தலைவர்.

"இதைவிடப் பலமான அடியைக்கூட என்னாலே தாங்கிக்க முடியும்... ஆமா... இதென்ன காரியம் பண்ணறீங்க.. ஆட்களை விட்டு என்னைக் கடத்திக்கிட்டு வந்து... இப்படி அடியாட்கள் புடைசூழ... இதென்ன தலைவரே... இது பெரிய மனுஷனுக்கு அழகில்லையே..." சுப்பையா நெற்றியில் கசிந்த குருதியைத் துடைத்தவாறு பேசினான்.

"என்னடா உனக்கு பயமா இல்லையா... இது என் எடம்... உன்னைக் கொத்துக்கறி மாதிரி உருமாத்தி வெளியிலே தூக்கி வீசப்போறேன்... ஏண்டா... திமிர் புடிச்ச நாயே... அத்தனை பேரு முன்னாலே என்னை எப்படித் தூக்கி எறிஞ்சு பேசினே... என் ஆவி துடிக்குதுடா... டேய்... எல்லா அயோக்கியத்தனமும் பண்ணீட்டுத்தாண்டா இன்னிக்கு முதலாளி சங்கத் தலைவரா இருக்கறேன்... இப்போ... என்ன உன்னாலே புடுங்க முடியும்... ஜிந்தாபாத் போட்டுட்டா நீ லெனின் ஆயிட்டேன்னு நெனைப்பா... மரியாதையா என் கால்லே விழுந்து மன்னிப்புக் கேளு... உன்னைப் பெரிய மனசு பண்ணி விட்டர்றேன்... ம்...." சிகரெட்டைக் காலில் போட்டு நசுக்கியவாறு கேட்டார் பனியன் அதிபர் சங்கத் தலைவர்.

“ஏய்யா... உனக்கு வெக்கமா இல்லியா... என் வயசு என்ன... உன் வயசு என்ன... எனக்குத் தகப்பன் மாதிரி இருக்கே... அறிவு மட்டும் வளரவே இல்லியே... காலையிலே கலெக்டரு ஆபீசுலே நீயும் வாய்க்கொழுப்பாய் பேசினே... நானும் அதுக்குப் பதிலுக்குப் பதில் பேசிட்டேன்... பிரச்சினை முடிந்தது... இதோட உட்டுரு... இப்படி ஆளைத் தூக்கிக்கிட்டு வர்றது... காலிலே விழுன்னு மெரட்டறது... இதெல்லாம் பெரிய மனுஷனுக்கு அழகில்லே... இது என் சக தோழர்களுக்குத் தெரிஞ்சுது நீ இந்த உலகத்துக்கு வந்த அடையாளமே இல்லாமப் பண்ணீருவாங்க... ஒழுங்கு மரியாதையாக் கதவைத் தெறந்து விடு... நான் போகணும்...” சுப்பையா கதவை நோக்கி நடந்தான்.

“ட்டேய்... போட்டுத் தள்ளுங்கடா அவனை...” ஆவேசமாகக் கத்தினார் பனியன் அதிபர் சங்கத்த தலைவர்.

வெறி கொண்ட வேங்கை வெள்ளாட்டுக் குட்டி மீது பாய்வது போல அடியாட்கள் சுப்பையாவின்மீது பாய்ந்தார்கள். கைக்குள் கிடைத்த பொருட்களையெல்லாம் எடுத்து அவனை அடித்தார்கள். விளையாட்டுத் திடலில் வீரர்கள் பந்தை எப்படித் தங்கள் விருப்பத்திற்கேற்றவாறு உதைத்து விளையாடுவார்களோ அதைப் போலச் சுப்பையா அடித்து நொறுக்கப்பட்டான். அவனது பேண்ட்டும், சட்டையும் கிழிக்கப்பட்டது. அவன் அணிந்திருந்த பனியனும், ஜட்டியும் செங்குருதியால் தோய்க்கப்பட்டது. ஆனால், அவனிடமிருந்து ஓர் அபயக்குரல் கூட வெளிப்படவில்லை.

“என்ன நெஞ்சழுத்தம்டா உனக்கு... ஒரு முக்கல்... முனகல்கூட இல்லியே... ட்டேய்... அடிச்சது போதும்.... நிறுத்துங்கடா... இனி அடிச்சா ஆளே போயிருவான்...” வியப்புத் தோய்ந்த குரலில் பேசினார் பனியன் அதிபர் சங்கத் தலைவர்.

“இனி... இவனை என்ன செய்யலாம் மொதலாளி...” அடியாள் ஒருவன் பணிவுடன் அவரிடம் கேட்டான்.

"ம்.... இனிமே எந்த ஒரு கூலிக்காரப் பயலும் என்னை எதிர்த்துப் பேசக்கூடாது... அதுக்கு ஒரு எச்சரிக்கைதான் இவனுக்கு நாம போட்ட தர்ம அடி... இந்தத் தியாகியைக் கொண்டு போயி... நம்ம திருப்பூர்க் குமரன் சிலைக்குப் பக்கத்துலே போட்டுருங்க... நாலு பேரு பாக்கட்டும்... அதிருஷ்டம் இருந்தாப் பொழைச்சிக்கட்டும்..." என்றார் முதலாளிக்கு முதலாளி.

சுப்பையாவின் உடம்பு முழுக்க இரத்தச் சகதி... மயங்கிய நிலையில் கிடந்தான். அடியாட்கள் அவனை மீண்டும் காரில் ஏற்றிக் கொண்டனர். பனியன் அதிபர் சங்கத் தலைவர் ஒரு சிகரெட்டைப் பற்ற வைத்தார். அவர் முகத்தில் வெற்றிப் புன்னகை.

திருப்பூர்த் தொடர்வண்டி நிலையம் அருகில்தான் குமரன் சிலை இருந்தது. நாட்டு விடுதலைக்காகத் தன்னையே அர்ப்பணித்துக் கொண்ட குமரன் சிலையின் அடியில் கேட்பாரற்றுக் கிடந்தான் சுப்பையா.

விடியற்காலை ஐந்து மணியிருக்கும். மக்கள் நடமாட்டம் மெதுவாகத் தொடங்கியது.

சுப்பையா மெல்லக் கண் விழித்தான். உடம்பு முழுவதும் மரண வேதனை. குருதி வாடை, இரத்தம் பேண்ட்டிலும், சட்டையிலும் ஆங்காங்கே உறைந்து கிடந்தது. அவன் எழ முயன்றான். முடியவில்லை.

சிலர் அவனைப் பார்த்தனர். அனுதாபித்தனர். இன்னும் சிலர் அவனைக் காணாதது போல நடந்தனர். இதுதானே நம்மவர் நிலை!

யாரோ ஒருவன் இரத்தக் காயங்களுடன் குமரன் சிலையருகே விழுந்து கிடக்கிறான் என்ற தகவல் மெதுவாகப் பரவத் தொடங்கியது. ஆனால், யாரும் அவனருகே வந்து விசாரிக்கவோ, உதவவோ முன்வரவில்லை.

காலை மணி ஆறு. மெதுவாகப் பொழுது புலர்ந்து கொண்டிருந்தது. நான்கைந்து பேர் கொண்ட சிறுகூட்டம் அவனை நோக்கி வந்தது. அதில் இஸ்மாயிலும் இருந்தான். சுப்பையாவை அவன் அடையாளம் தெரிந்து கொண்டான்.

“அய்யோ... அய்யையோ... என்னடா ஆச்சு... சுப்பு... நான் நெனச்சது போலவே ஆயிருச்சேடா... அந்தப் பாவிங்க உன்னைப் பலி வாங்கிட்டாங்கடா... அய்யோ...” இஸ்மாயில் நெஞ்சில் அடித்துக் கொண்டு கதறி அழுதான். சுப்பையாவின் தலையைத் தன் மடிமீது தூக்கி வைத்துக் கொண்டான்.

அதற்குள் சிலர் சோடா, டீ, தண்ணீர் என வரிசையாக வாங்கிக் கொண்டு வந்தனர்.

தண்ணீர் முகத்தில் பட்டதும் சுப்பையா மெதுவாகக் கண் விழித்தான்.

“அம்மா... அம்மா... ம்மா...” சப்பையாவினால் பலமாகக் குரல் கொடுக்க முடியவில்லை. இஸ்மாயிலையும், மற்ற தோழர்களையும் அடையாளம் தெரிந்து கொண்டான். குடிக்கத் தண்ணீர் கேட்டுச் சைகை செய்தான்.

இஸ்மாயில் சிறிது தண்ணீரை அவன் வாயில் ஊற்றினான். ஆனால், அவனால் குடிக்க முடியவில்லை. வழிந்தது.

“இஸ்மாயில்... அழுதுக்கிட்டிருக்க நேரமில்லை.. உடனே பெரிய ஆஸ்பத்திரிக்குக் கூட்டீட்டுப் போகணும்... கொஞ்சங்கூடத் தாமதம் கூடாதுப்பா...” என்றான் ஒருவன்.

சில நொடிகளில் இரண்டு ஆட்டோ ரிக்ஷாக்கள் வந்து நின்றன. இஸ்மாயிலும், இன்னொருவனும் சேர்ந்து, அரும்பாடுபட்டுச் சுப்பையாவைத் தூக்கி ஆட்டோ ரிக்ஷாவுக்குள் அமர வைத்தனர். அடுத்த ரிக்ஷாவில் இன்னும் சிலர் ஏறிக் கொண்டனர்.

இரண்டு ரிக்ஷாக்களும் அரசு மருத்துவமனை நோக்கி விரைந்தன.

சுப்பையா என்ற பனியன் தொழிலாளியை யாரோ கொடூரமாகத் தாக்கி விட்டார்கள் என்ற செய்தி இப்பொழுது ஊருக்குள் வேகமாகப் பரவியது.

16

அரசு மருத்துவமனைகள் நாடு முழுவதும் இயங்கி வருகின்றன. என்ன நோக்கத்திற்காக அவைகள் இயங்கி வருகின்றன? சராசரி மனிதர்களும் நல்ல உடல்நலத்துடன் இருக்க வேண்டும். மருத்துவ வசதிகள் அனைவருக்கும் பரவலாகக் கிடைக்கப்பெற்று “நோயற்ற வாழ்வே குறைவற்ற செல்வம்” என்ற முதுமொழி நடைமுறையாக்கப்பட வேண்டும் என்ற உயரிய கொள்கையின் அடிப்படையில் மாநில அரசுகள் நல்வாழ்வுத்துறைக்காகப் பணத்தை வாரி இறைக்கின்றன. ஆனால், அவைகள் மக்களுக்குப் போய்ச் சேருகின்றனவா... கேள்விக்குறிதான்... உயிர்காக்கும் தொழிலில் ஈடுபட்டுள்ள மருத்துவர்களே இன்றைக்கு உயிரைப் போக்கும் எமன்களாகத் திகழ்கிறார்கள் என்பதுதான் வேதனைக்குரிய செய்தி.

அரசு மருத்துவமனைகளில் பணியாற்றும் மருத்துவர்கள் ஒவ்வொருவரும் தங்களுக்கெனச் சொந்தமாக மருத்துவமனை வைத்துள்ளனர். மக்களுக்காக வாங்கப்படும் பல உயர் வகை மருந்துகள் அவர்களுடைய சொந்த மருத்துவ மனைகளுக்குத் திருட்டுத்தனமாக எடுத்துச் செல்லப்படுகின்றன. அங்கே வரும் நோயாளிகளுக்கு அவைகள் பயன்படுத்தப்பட்டு, டாக்டர்களுக்கு அந்த மருந்துகள் பொன்முட்டையிடும் வாத்துகளாக மாறுகின்றன! என்ன கொடுமை இது! அரசு மருத்துவமனைகளில் மக்களுக்கு அனைத்து நோய்களுக்கும் இலவசமாக மருத்துவம் பார்க்க வேண்டும். இது தற்பொழுது சாத்தியமா... பிணந்தூக்குகிறவனிலிருந்து பெரிய மருத்துவர் வரை அனைவருக்கும் கப்பம் கட்டியாக வேண்டும்.

அப்பொழுதுதான் நோயாளிகள் உரிய முறையில் கவனிக்கப் படுவார்கள். இல்லாது போனால் சாக வேண்டியதுதான்.

அரசு மருத்துவமனைப் பகுதிகளில் நல்ல சுற்றுப்புறச் சூழலும் கிடையாது. கை இழந்தவன், கால் இழந்தவன், வயிற்று வலிக்காரன், புற்றுநோயாளி என அனைவரும் ஏதோ ஒரு படுக்கையில் குவித்து வைக்கப்பட்ட குப்பை போலப் படுத்துக் கிடப்பார்கள்!

ஓர் இடத்தில் இரத்தம் உறைந்து கிடக்கும். இன்னோரிடத்தில் ஒருவன் வலி எனக் கத்திக் கொண்டிருப்பான். அனைத்து இடங்களிலும் ஈக்களும், கொசுக்களும் தவறாமல் நோயாளிகள் மீது படையெடுத்துக் கொண்டிருக்கும்! அத்துடன் முடைநாற்றம் வேறு... மருத்துவமனைக்குப் போனால் நோய் குணமாகிறதோ இல்லையோ... புதிதாக ஒருவன் ஏதேனும் ஒரு நோயைச் சம்பாதித்துக் கொண்டு வீடு திரும்பலாம்.

இரண்டாம் தாயாகக் கருதப்படும் செவிலியர்களும் நோயாளிகளிடம் காசைப் பிடுங்குவதிலேயே குறியாக இருப்பார்கள். இரவு நேரப் பணியாளர் பணியில் இருக்கும் செவிலியர்கள் நோயாளிகளை நன்கு கவனிக்கிறார்களோ இல்லையோ இரவு நேரப் பணிக்கு வரும் மருத்துவர்களைப் பல்வேறு நிலைகளில் நிறைவுபடுத்த வேண்டும். இது கசப்பான உண்மைதான்!! மறுப்பதற்கில்லை.

அரசு மருத்துவமனைகள் நவீனமயமாக்கப்பட்ட கசாப்புக் கடைகளாகவும், மருத்துவர்கள் (பகுதி நேரம்) சேவை என்ற பெயரில் பணம் சம்பாதிக்கும் வணிகர்களாகவும் மாறிவிட்டது உண்மையான உண்மை!!

அரும்பாடுபட்டுச் சுப்பையாவை அரசு மருத்துவமனையில் இஸ்மாயிலும், பிற தோழர்களும் சேர்த்து விட்டனர். மணி ஏழாகியும் ஒரு டாக்டரைக்கூடக் காணவில்லை. இஸ்மாயிலும், மற்றவர்களும் எரிமலையின் உச்சிக்கே போய் விட்டார்கள்.

“ஏம்மா... விபத்து ஏற்பட்டாலோ... உயிர் போற நெலைமையிலே இருந்தாலோ இருபத்தி நாலு மணி நேரமும் உடனடிச் சிகிச்சைன்னு போர்டு தொங்குது... நாங்க இவனைச் சேர்த்து அரைமணி நேரம் ஆச்சு... ஒருத்தரு கூட வர்லே... இது என்ன சிஸ்டர் நியாயம்.. டாக்டரு வருவாரா... மாட்டாரா...” இஸ்மாயில் ஒரு செவிலியைப் பார்த்துக் கூச்சலிட்டான்.

அதிர்ந்து போன அந்தச் செவிலி-

“டாக்டர் ரவுண்டு வந்துக்கிட்டிருக்காரு... இதோ போயிக் கூட்டீட்டு வர்றேன்... தயவு செஞ்சு கூச்சல் போடாதீங்க...” என்றவள் வேகமாக அந்த இடத்தை விட்டு விரைந்தாள்.

சுப்பையா படுக்கையில் படுத்தவாறு முனகிக் கொண்டிருந்தான். சுற்றிலும் தோழர்கள் அவனைக் கவலையுடன் பார்த்துக் கொண்டிருந்தனர். இப்பொழுது டாக்டரும், சில செவிலியரும் அங்கு வந்தனர்.

சில மணித்துளிகள் சுப்பையாவைப் பல்வேறு நிலைகளில் ஆய்ந்து பார்த்து விட்டுப் பின்வருமாறு டாக்டர் கூறினார்:

“இவருக்கு உடம்பு முழுக்க வீங்கியிருக்கு... பலமான அடி விழுந்திருக்கு... வலது கை எலும்பு முறிஞ்சிருக்கு... இரத்தமும் அதிகம் வீணாயிருச்சு... நல்ல முறையிலே இவருக்கு ட்ரீட்மெண்ட் குடுக்கறோம்... எப்படியும் பூரணமா குணமாக மூணு மாசம் ஆகும்...” என்றார்.

“உயிருக்கு ஒண்ணும் ஆபத்தில்லையே டாக்டர்...” பரிதாபமாகக் கேட்டான் இஸ்மாயில்.

“அதெல்லாம் எந்தப் பிரச்சினையும் இல்லை.... இரத்தம் குடுக்கணும்... யாராவது தயாரா இருக்கீங்களா...”

“நாங்க எல்லாருமே தயாரா இருக்கோம்... எவ்வளவு வேணுமுன்னாலும் எடுத்துக்குங்க...” இஸ்மாயில் உட்பட வந்திருந்த தோழர்கள் அனைவரும் டாக்டரைச் சூழ்ந்து கொண்டனர்.

"சரி... உங்க எல்லாருடைய இரத்தத்தையும் சோதிச்சுப் பாத்துட்டுச் சொல்றேன்... சிஸ்டர்... சுப்பையாவை இங்கே படுக்க வைக்க வேண்டாம்... தீவிரக் கண்காணிப்புப் பிரிவுக்கு மாத்துங்க... நீங்க எல்லாரும் வெளியே இருங்க... நான் கூப்புடறேன்..." டாக்டர் வெளியேறினார்.

இஸ்மாயிலும், மற்றவர்களும் கவலையுடனும், கலக்கத் துடனும் மருத்துவமனைக்கு வெளியே வந்தார்கள்.

மாலை ஆறு மணியிருக்கும். சுப்பையாவின் உடம்பு முழுக்கக் கட்டுப் போடப்பட்டிருந்தது. சுயநினைவு திரும்பி ஓரளவு அனைவரையும் அடையாளம் கண்டு பேசும் நிலைக்கு வந்திருந்தான். அவனது படுக்கையைச் சுற்றிலும் வேலாயியும், வள்ளியும் அழுதபடி நின்று கொண்டிருந்தனர்.

"ஏம்மா... அழறீங்க... எனக்கு ஒண்ணும் ஆகல்லே... கொஞ்சம் அடி பலமாப் பட்டிருக்கு... நாலுநாள்லே சரியாப் போயிடும்... பயப்படாதீங்கம்மா..." சுப்பையா மென்மையாகப் பேசினான்.

"நீ சொல்றே கண்ணு... பெத்த வயிறு பத்தி எரியுதுடா.. எந்தப் பாவி இப்படிப் பண்ணினானோ... அவன் வம்சமே அழிந்து நிர்மூலமாப் போயிரும்..." வேலாயி நெஞ்சில் அடித்துக் கொண்டு சாபம் கொடுத்தாள். வள்ளியும் அழுதாள்.

"அண்ணா... கொஞ்சம் சாத்துக்குடி ஜூஸ் குடிங்க... ஒடம்புக்குத் தெம்பா இருக்கும்..." என்றவாறு முத்தையா ஒரு கண்ணாடி டம்ளர் நிறைய ஜூஸ் கொண்டு வந்தான். அவனுடன் இஸ்மாயிலும் வந்தான். அவன் தலையில் ஒரு தொப்பி.

முத்தையா மெதுவாகப் பழச்சாற்றினைச் சுப்பையாவுக்கு ஊட்டி விட்டான். சிரமப்பட்டு விழுங்கினான் சுப்பையா.

"நம்ம குடும்பத்துக்காகவும்... தொழிலாளர்களுக்காகவும் எவ்வளவோ கஷ்டப்பட்டீங்களே... அண்ணா... உங்களைப்

போயித் தாறுமாறா அடிச்சுப் போட்டுட்டாணுங்களே...”
முத்தையா சிறு குழந்தைபோலத் தேம்பித் தேம்பி அழுதான்.

சுப்பையா ஆறுதலாக அவன் தலைமுடியைக் கோதி விட்டான்.

“எதுக்குடா தம்பி அழுவறே... நீ எம் மேலே எவ்வளவு பாசம் வச்சிருக்கறேங்கறதை இது மாதிரிச் சந்தர்ப்பதுலேதாண்டா தெரிஞ்சுக்க முடியுது... இதுக்காக உன்னோட அன்புக்காக இன்னும் எத்தனை தடவை வேணுமுன்னாலும் நான் அடிவாங்கத் தயாரா இருக்கறேண்டா... தைரியமா இருடா... எனக்கு ஒண்ணும் ஆகாது...” என்ற சுப்பையா தன் தங்கையைப் பார்த்தான்.

“வள்ளிக்கண்ணு... இங்கே வாடா செல்லம்... உங் கண்ணு ஏண்டா இப்படிச் செவந்து போயிருக்குது... சுப்பையாவோட தங்கச்சி நீ.... கண்ணீர் உடலாமா... கொஞ்சம் இந்த ஜுஸைக் குடி...” என்றவன் வள்ளியைத் தன்னருகே அழைத்து, அவளுக்குக் கொஞ்சம் ஜுஸை ஊட்டி விட்டான். வள்ளி அவனைக் கட்டிப் பிடித்துக் கொண்டு கதறி அழுதாள்.

பிறகு, இஸ்மாயிலை ஒரு நிமிடம் உற்றுப் பார்த்தான் சுப்பையா. அருகே அழைத்தான்.

“டேய்... இஸ்மாயில்... இது என்னடா புதுப்பழக்கம்... தலையிலே தொப்பி...”

“சுப்பு... தப்பா நெனைக்காதடா... தொழுகைக்குப் போயிட்டுட வர்றேண்டா... உனக்கு ஏற்பட்ட இந்தக் கதி எம் மனசை ரொம்பவும் பாதிச்சுருச்சுடா... நீ எப்பவும் நல்லா இருக்கணும்டா... நூறு வருஷம்... ஆயிரம் வருஷம் நல்லா இருக்கோணும்... அதுனாலே... அல்லாகிட்டே வேண்டிக் கிட்டுப் பள்ளிவாசல்லேருந்து அப்படியே வர்றேன்...” என்றான் தயங்கியபடியே இஸ்மாயில்.

அவனது கைகளை இறுக்கமாகப் பற்றிக் கொண்டான் சுப்பையா.

“இதுலே தப்பா நெனைக்க ஒண்ணும் இல்லேடா... கடவுள் நம்பிக்கைங்கறது ஒருத்தனோட சொந்த விசயம்... நல்லாச் சிந்திச்சுப் பார்த்தா முகம்மது நபி மாதிரி ஒரு சிறந்த போராளியை நாம பார்க்கவே முடியாது... உருவ வழிபாட்டை எதிர்த்து... ஏக இறைத் தத்துவத்தைப் பரப்ப அவர்பட்ட கல்லடியும்... சொல்லடியும்... மனிதனாகப் பொறந்த ஒவ்வொருத்தனும் நெனைக்க வேண்டிய பாடம்... தொழுகை பண்ணற மொறையெல்லாம் உனக்குத் தெரியுமாடா...”

“ம்... எங்க வாப்பா சிறுவயசுலே என்னைப் பள்ளிவாசலுக்குக் கூட்டிக்கிட்டுப் போயிருக்காரு... அவரோட சேர்ந்து நானும் தொழுகப் பழகியிருக்கறேன்...”

“எப்படியோ... ஒரு நாத்திகன்... இன்னிக்கி ஆத்திகனா மாறிட்டே... அதுக்கு எனக்கு ஏற்பட்ட சம்பவம் ஒரு தூண்டுகோலா இருந்துருக்கு... எதுவும் மாறக்கூடியதுதான்.... மாற்றங்கள்தான் உலகத்துலே மாற்றமுடியாத விதி... அதுசரி... நம்ப போராட்டம் என்னாச்சு...”

“நமக்குள்ளே சரியான ஒற்றுமையில்லேடா சுப்பு... அதோட தொழிற்சங்க நிர்வாகிகளுக்கும் போராட்டத்தைச் சரியான கோணத்துலே கொண்டு போகத் தெரியல்லே... அதுனாலே வறுமை ஜெயிச்சுருச்சு...”

“அப்படீன்ன... என்னடா இஸ்மாயில் சொல்றே...”

“நம்மளோட எட்டுநாள் போராட்டம் தோல்வி அடைஞ் சிருச்சு... பெரும்பாலான தொழிலாளிங்க வேலைக்குப் போக ஆரம்பிச்சுட்டாங்க... அரசு ஆணையை எந்த மொதலாளியும் அமுல்படுத்தலே...” இஸ்மாயிலின் பேச்சில் வேதனையின் வெளிப்பாடு.

சுப்பையா எதுவும் பேசவில்லை. மௌனமாக இருந்தான்.

அப்பொழுது-

திருப்பூர் பனியன் தொழிலாளர் சங்கத் தலைவரும், இன்னும் சில தோழர்களும் சுப்பையாவைப் பார்க்க வந்தனர்.

"வாங்க தலைவரே... வணக்கம்..." என்றான் சுப்பையா.

"கையைத் தூக்க வேண்டாம் சுப்பு... மரியாதையெல்லாம் மனசுலே இருக்கட்டும்... கேள்விப்பட்டுத் துடிச்சுப் போயிட்டேன் சுப்பு... இப்படி ஒடம்பு முழுக்க அடிபட்டுப் படுத்திருக்கியே... எந்தக் காலிப் பய இப்படிப் பண்ணுனது... சொல்லுப்பா... அந்த அயோக்கிய நாயி பனியன் அதிபர் சங்கத் தலைவன்தான்... எனக்குத் தெரியும்... நான் சொல்றது சரியா?..."

"சரி... அந்த ஆளுன்னு வச்சுக்குங்க... என்ன செய்யலாம்..."

"என்ன சுப்பு... இப்படிச் சொல்லுறே... கொள்கை ரீதியா மோதறது நியாயம்... இப்படிக் கோழைத்தனமா ஒருத்தனை அடிச்சுப் போடறது என்னப்பா நியாயம்... நீ சரின்னு சொன்னா நாளைக்கே பனியன் அதிபர் மேலே போலீசுலே ஒரு புகார் குடுக்கலாம்... மேலும் தோழர்கள் எல்லாம் ஒண்ணு சேர்ந்து பனியன் அதிபர் சங்கத்து முன்னாடி பெரிய தர்ணாவும் போடலாம்... அப்பத்தான் அவனுக்குப் புத்திவரும்..."

"ஆமாண்டா சுப்பு... நம்ம தலைவரு சொல்ற மாதிரி அந்த ஆளைச் சும்மா விடக் கூடாது... ரெண்டுலே ஒண்ணு பாக்கணும்..." இஸ்மாயிலும் குறுக்கிட்டுப் பேசினான். மற்ற தோழர்களும் இதை வரவேற்றனர்.

"உஷ்... ஷ்... சத்தம் போடாதீங்க... இது ஆஸ்பத்திரி... ஏதோ எம்மேலே அனுதாபப்பட்டுத் தனிப்பட்ட மொறையிலே நல்லாக் கவனிக்கறாங்க நீங்க போடற கூச்சல்லே.... என்னை வெளியே அனுப்பீருவாங்க... கொஞ்சம் அமைதியா இருங்க..." என்றான் சுப்பையா.

அனைவரும் அமைதி ஆயினர். அவன் முகத்தையே பார்த்தனர்.

"தலைவரே... இதுலே உணர்ச்சிவசப்பட்டு எந்த நன்மையும் ஆகாது... நிங்க சொல்றமாதிரிப் போலீசுலே புகார் குடுத்தா என்ன நடக்கும்... அதுக்கு சாட்சி உண்டா... சம்பந்தம் உண்டா... அப்படீன்னு போலீசு நம்மளை ஆயிரம் கேள்வி கேக்கும்... அது மட்டுமில்லே... போலீஸ் வாயை அடக்க ஆயிரக்கணக்கிலே அவன் செலவு செய்வான்... ஆதிக்க வர்க்கத்தோட கைக்கூலிகள்தானே அதிகாரீங்க... அப்புறம்... தர்ணா பண்ணலாம்ன்னு சொல்றீங்க... இதையும் கொஞ்சம் ஒத்தி வையுங்க... ஏன் சொல்றேன்ன... நடைபெற்ற எட்டுநாள் போராட்டத்துலே நமக்குத் தோல்விதான் கெடைச்சிருக்கு... தொழிலாளிங்க எல்லாரும் சோர்ந்து போயிருப்பாங்க... இன்னிக்குத்தான் எல்லாரும் வேலைக்குப் போறாங்கன்னு கேள்விப்பட்டேன்... மறுபடியும் தர்ணா அப்படீன்னா அது சரியா வராது... மேலும்... எனக்கு முக்கியத்துவம் குடுத்து எந்தத் தர்ணாவோ... ஆர்ப்பாட்டமோ... இப்போ அவசியமில்லே... ஒரு நல்ல கொள்கையை வென்றெடுக்க வேணுமுன்னா சில தியாகங்களைச் செஞ்சுதான் ஆகணும்... இரத்தம் சிந்தாம எந்தச் சித்தாந்தமும் சரித்திரமாகாது... என்னோட சக தோழர்களுக்காக நான் காயம் பட்டதை நெனைச்சுப் பெருமைப்படறேன்... இப்பவும் சொல்றேன்... பனியன் அதிபர் சங்கத்து மேலேயோ அல்லது அதன் தலைவரு மேலேயோ எனக்கு எந்தத் தனிப்பட்ட பகையும்... வருத்தமும் இல்லே... நாம அறிவுரீதியா சாதிச்சுக் காட்டலாம்... பொறுமையா இருங்க..." என்றான் சுப்பையா. அனைவரும் அவனைக் கண்ணீர் வழியக் கட்டியணைத்துக் கொண்டனர்.

17

தோல்வி என்பது-தற்காலிகமாக வெற்றி தள்ளி வைக்கப்பட்டுள்ளது என்பதைக் குறிக்கும் சொல்! ஆறுநாள் வேலை செய்தால் ஒருநாள் கூலி சேர்த்துக் கொடுக்க வேண்டும் என்கிறது அரசு ஆணை. இதை நடைமுறைப்படுத்த முதலாளிகள் சங்கம் மறுக்கிறது. ஏன் மறுக்கிறது? எந்த நிலையிலும் உழைக்கின்ற வர்க்கம் கடுகளவு உரிமையைக் கூடப் பெற்றுவிடக் கூடாது. அப்படிப் பெற்றால், படிப்படியாக பல உரிமைகள் கேட்பார்கள். தங்களுக்கு இணையாக வளர்ந்து விடுவார்கள். அவர்கள் எந்நிலையிலும் வளரக்கூடாது. தங்களுக்குப் பணி செய்யும் பணியாட் களாகவே அவர்கள் விளங்க வேண்டும் என்பதில் முதலாளிமார்கள் உறுதியாக இருந்தார்கள். அதன் முடிவுதான் அரசு ஆணையை அவர்கள் மறுதலித்தது. மேலும், பனியன் தொழிலாளர்கள் சந்தித்த முதல் போராட்டமும் இதுவே. எப்படி வியூகம் அமைத்துப் போராடுவது, பொருளாதாரத் தடைகளை எப்படி எதிர்கொள்ளுவது என்பது பற்றிய கருத்துருக்களை யாரும் சரியாகக் கவனத்தில் கொள்ளவில்லை. அதுவும் தோல்விக்குக் காரணம். திருப்பூர்ப் பனியன் தொழிலாளர்கள் எட்டுநாள் பொது வேலைநிறுத்தம் செய்ததன் விளைவு... ஓரளவு அவர்கள் உதிரத்தில்... சிந்தனையில்... போராட வேண்டும் என்ற உணர்வைப் பதிவு செய்துள்ளது என்பது உண்மையான உண்மை! எதிர்காலத்தில் பனியன் தொழிலாளர்கள் நடத்துகின்ற பல போராட்டங் களுக்கு இது அடிஉரம் என எடுத்துக் கொள்ளலாம்.

சுப்பையா நடுக்கூடத்தில் ஒரு கட்டிலில் படுத்திருந்தான். பல்வேறு எண்ண அலைகள் அவன் நெஞ்சில் நிழலாடிக் கொண்டிருந்தன. மருத்துவ மனையிலிருந்து அவன் திரும்பி ஒரு மாதம் ஆகி விட்டது. உடலில் ஏற்பட்ட காயங்கள் மெல்ல

ஆறிக் கொண்டிருந்தன. வலது கை எலும்பு முறிவுக்காகக் கட்டுப் போடப்பட்டிருந்தது. பல நூல்களைப் படிப்பதும்... சிந்திப்பதும் என நாட்கள் அவனுக்குக் கழிந்து கொண்டிருந்தன.

வீட்டின் முன்பு ஒரு பைக் வந்து நின்றது. சுப்பையா வேலை பார்த்த பனியன் கம்பெனி முதலாளி வீட்டுக்குள் நுழைந்தார்.

"வாங்க மொதலாளி..." வரவேற்றான் சுப்பையா. படுக்கையிலிருந்து எழ முயன்றான். முதலாளி ஓடிவந்து அவனைத் தாங்கிப் பிடித்து மீண்டும் படுக்க வைத்தார்.

"எதுக்குச் சுப்பையா... இப்படிக் கஷ்டப்பட்டு எந்திரிக்கறே... நீ நின்னாத்தான் மரியாதையா என்ன... சும்மா படுத்துக்கப்பா..." இதமாகப் பேச்சுக் கொடுத்தார் முதலாளி.

"அம்மா... அம்மா... எங்க மொதலாளி வந்திருக்காரு... மோர் கொண்டாம்மா..." சுப்பையா குரல் கொடுத்தான்.

சில நொடிகளில் வேலாயி மோர் டம்ளருடன் வந்து, முதலாளி முன்பு பணிவுடன் நீட்டினாள். முதலாளி சிறிது மோர் குடித்தார்.

"நீங்க வந்து சுப்பையாவைப் பாத்ததுக்கு ரொம்ப நன்றிங்க..." என்றாள்.

"எதுக்கும்மா... பெரிய பேச்செல்லாம் பேசறீங்க... சுப்பையா மாதிரி ஒரு ஒழுக்கமுள்ள பையனைப் பாக்கறது எவ்வளவு கஷ்டம் தெரியுமா... அவனுக்கு இப்படி ஒரு விபரீதம் வந்ததை நெனைச்சா மனசே பதறுதும்மா... எங்க சங்கத் தலைவரு மகா மோசமான ஆளும்மா... நான் என்ன செய்ய முடியும்... அந்த மனுஷனைப் பகைச்சிக்கிட்டு நான் தொழில் பண்ண முடியாது... சுப்பையா... நீ பேச்சு வார்த்தை நடத்தறப்போ கொஞ்சம் அடக்கமா இருக்கோணும் தம்பி... அந்த ஆளு பேசினாங்கறதுக்காக... நீயும் கூடக் கூடப் பேசினா... பிரச்சினை எப்படி முடியறது... நீ.... அவனோட அந்தரங்கத்தை

எல்லாம் அத்தனை பேரு முன்னிலையிலே போட்டு ஒடைச்சிட்டே... அவன் சதி பண்ணி உன் கையைக் காலை ஒடைச்சிப் போட்டான்.... இதெல்லாம் தேவைதானா தம்பி..." முதலாளி அங்கலாய்த்தபடி பேசினார்.

"மொதலாளி... எம் மனசுக்குச் சரின்னு பட்டதை நான் பேசிட்டேன்... இதுலே தப்பு ஒண்ணும் இல்லீங்க... ஒரு கொள்கைக்காக இரத்தம் சிந்துனதை நான் பெருமையா நினைக்கறேன்..."

"உங்கிட்டே... பேச முடியுமாப்பா... ரொம்பப் பிடிவாதக்காரனப்பா... நீ... இத்தனை அடி... உதை வாங்கியும் கொஞ்சங்கூட அசரமா இருக்கற பாரு... அதுதாம்ப்பா வீரம்... இருக்கட்டும்... உனக்கு என்ன தேவை... தயங்காமக் கேளுப்பா... நான் செய்யறேன்..."

"உங்க மாதிரிப் பெரிய மனுஷங்க... என்னை மாதிரிச் சாதாரணத் தொழிலாளியைப் பாக்க வந்ததே... எனக்குக் கெடைச்ச பெரிய கௌரவம்... எப்பவும் உங்க அன்பு இருந்தா அதுவே போதும்..."

"அன்பு காட்டறேன்னு சொன்னா மட்டும் போதுமாப்பா... செயல்லே இருக்க வேண்டாமாப்பா... உன்னை மூணுமாசம் நல்லா ஓய்வு எடுத்துக்கணும்ன்னு டாக்டரு சொன்னதாக் கேள்விப்பட்டேன்... அதுவரை... செலவுக்கு என்னப்பா பண்ணுவே... இதை வச்சுக்கப்பா..." முதலாளி ஐந்து நூறு ரூபாய்களைச் சுப்பையாவிடம் நீட்டினார்.

"வேண்டாம் மொதலாளி... செலவைச் சமாளிச்சுக்க என்னாலே முடியும்... தயவு செஞ்சு வேண்டாம்..." அவசரமாக மறுத்தான் சுப்பையா.

"என்னப்பா... இப்படிப் பேசறே... மனுஷனுக்கு மனுஷன் செய்யற உபகாரம்ப்பா இது... மறு பொறவி எடுத்து வந்துருக்கறே... எவ்வளவோ தேவைகள் இருக்கும்... வச்சுக்கப்பா..." முதலாளி அவனை வற்புறுத்தினார்.

"தயவு செஞ்சு வேண்டாம் மொதலாளி... நீங்க தப்பா நெனைக்காதீங்க... இந்த எட்டு நாள் ஸ்டிரைக்கிலே எத்தனையோ தொழிலாளிங்க வீட்டுலே அடுப்பே எரிஞ்சிருக்காது... சாப்பாட்டுக்கே பல பேரு திண்டாடி இருப்பாங்க... இப்பத்தான் கம்பெனியிலே வேலைக்குப் போயி... பல பேரு வாங்கின கடனை அடைச்சிருப்பாங்க... நானும் கொஞ்சம் கஷ்டத்தை அனுபவிக்கறேனே..."

"என்னப்பா... ஆளு நீ... செத்துப் பொழைச்சு வந்திருக்கறே... இதைவிட ஒரு கஷ்டம் என்ன இருக்க முடியும்... உன் வாழ்க்கையிலே... தட்டாம வாங்கிக்க... சுப்பு... சொன்னாக் கேளுப்பா..."

"தப்பா நெனைக்காதீங்க மொதலாளி... அம்மாகிட்டே ஏதாவது கையிருப்பு இருக்கும்.... அதை வச்சு நான் காலத்தை ஓட்டிக்குவேன்... தேவைப்பட்டா இஸ்மாயில் கிட்டே சொல்லியனுப்பறேன்..."

"சரிப்பா... உன் இஷ்டம்... உனக்கு என்ன தேவைன்னாலும் எனக்குத் தகவல் குடுப்பா... உனக்கு வேண்டியதைச் செய்யக் காத்துக்கிட்டிருக்கேன்..."

"இந்த அன்பு என்னிக்கும் இருந்தாப் போதும் மொதலாளி... நான் ஒண்ணு கேப்பேன்... தப்பா நெனைக்க மாட்டீங்களே..."

"நீ என்னிக்குமே ரைட்டானதைத்தான் கேப்பே... தப்பு எப்படி வரும்..."

"நம்ம தமிழ்நாடு அரசு திருப்பூர் பனியன் தொழிலாளிங்க ஆறுநாள் வேலை செஞ்சா... ஒருநாள் கூலிஉயர்வு சேர்த்துக் குடுங்கண்ணு உத்தரவு போட்டிருக்கு... இதை அமுல்படுத்தறதுலே என்ன கஷ்டம் உங்களுக்கு..."

"வாஸ்தவமான பேச்சு... நான் மறுக்கவே இல்லீப்பா... இன்னிக்குத் திருப்பூருலே இருக்கற பல மொதலாளிங்க... நான் உள்பட தொடக்கத்துலே தொழிலாளியா இருந்து முன்னுக்கு

வந்தவங்கதான்... நான் நெனைச்சுப் பாக்கறேன்... மத்த வங்களும் நெனைக்க வேண்டாமாப்பா... முதலாளிங்க சங்கத்துலே நான் உள்பட கிட்டதட்ட ஆயிரம் பேருக்கு மேலே உறுப்பினர்களாக இருக்கறோம் கண்ணு... எனக்கு ஒருநாள் கூலியைச் சேர்த்துக் குடுக்கோணும்ன்னு ஆசைதான்... அதைநான் வெளிப்படையாவே எங்க செயற்குழுக் கூட்டத்துலே சொன்னேன்... அத்தனை பேரும் கடுமையா எதிர்க்கறாங்க சுப்பு... நான் என்ன செய்யறது... எட்டுநாள் போராட்டம் பண்ணுனீங்க... இன்னும் ஒரு பத்துநாளு பல்லைக் கடிச்சக்கிட்டு ஸ்டிரைக் பண்ணியிருந்தீங்கன்னா... முதலாளிமார் சங்கம் கண்டிப்பா அடி பணிஞ்சிருக்கும்... உங்களை ஒருங்கிணைச்சுப் போராடற வழியைக் காட்ட நல்ல தலைமை இல்லீப்பா... எதிர்காலத்துலே நீ தலைவனா வந்தின்னு வையி... கண்டிப்பா பனியன் தொழிலாளிகளுக்கு விடிவு காலம் வரும்..."

".....ம்.... உண்மைதாங்க மொதலாளி... உங்க கருத்தை நெனைச்சுப் பாக்கோணும்... தொழிற்சங்கம் உறுதியா இருந்திருந்தா இந்த எட்டுநாள் ஸ்டிரைக் நல்ல முடிவைக் குடுத்திருக்கும்... எது எப்படியோ... உங்க மாதிரி ஒண்ணு... ரெண்டு மொதலாளிங்களாவது எங்க மேலே அபிமானம் வச்சிருக்கீங்களே... அது போதும்... நிச்சயம் எங்க கோரிக்கை ஒருநாள் வெற்றியாகும்..."

"சரி சுப்பு... ஒடம்பை நல்லாப் பாத்துக்கப்பா... என்ன தேவைன்னாலும் தயங்காமக் கேளு... இன்னிக்குச் சனிக் கெழமை... கணக்குப்புள்ளை வேறே லீவு போட்டுட்டாரு... இஸ்மாயிலைத்தான் பேங்க்கிலே போயி பணம் எடுத்துக்கிட்டு வரச் சொல்லியிருந்தேன்... போயிட்டு வர்றேன் கண்ணு... ஏகப்பட்ட வேலை இருக்கு... அப்படியே உட்டுட்டு ஓடியாந்தேன்" முதலாளி விடை பெற்றார். சுப்பையாவும், வேலாயியும் மகிழ்ச்சியுடன் அவரை வழியனுப்பி வைத்தனர்.

"சுப்புக் கண்ணு... உங்க மொதலாளிதான் அத்தனை தடவை பணம் வாங்கிக்கண்ணு சொன்னாரே... ஏம்ப்பா வேண் டான்னுட்டே..." ஏக்கத்துடன் மகனைப் பார்த்துக் கேட்டாள் வேலாயி.

"என்னம்மா இது... உனக்குக் கூடவா புரியல்லே... பணக்காரங்ககிட்டே பழகறதும். பாம்பு கிட்டேப் பழகறதும் ஒண்ணுதாம்மா... ஒருத்தன் கிட்டே நாம சலுகையோ... பணமோ... வாங்கீட்டோம்ன்னா அப்புறம்... அவங்கதாம்மா நமக்கு எஜமானன்... நம்ம சுயமரியாதையை அவங்ககிட்டே அடமானம் வச்சிட்டோம்ன்னு அர்த்தம்..." என்றான் சுப்பையா.

"நீ சொன்னா... சரிதான் கண்ணு... உச்சிப் பொழுது போயிருச்சு.... சோறு கொண்டாரேன்... தின்னுட்டுத் தூங்கு... சித்த நேரம்.." என்ற வேலாயி சமையலறைக்குள் நுழைந்தாள்.

18

மாலை ஆறு மணியிருக்கும். வீட்டின் நடுக்கூடம். சுப்பையாவைப் பார்த்து நலம் விசாரிக்க அவனுடன் பணி யாற்றும் சக தோழர்கள் இஸ்மாயில் தலைமையில் வந்திருந்தனர்.

"சுப்பு... இந்த வாரம் ஊட்டுக்குத் தேவையான அரிசி... பருப்பு எல்லாம் என் செலவுப்பா... செட்டியார் கடையிலேருந்து சித்த நேரத்துலே வந்துரும்... நீ தைரியமா இருப்பா..." என்றார் நாச்சியப்பன்.

"எதுக்குண்ணா உங்களுக்கு வீண் கஷ்டம்..." என்றான் சுப்பையா.

"இதுலே என்னப்பா கஷ்டம்... எத்தணையோ தடவை நீ எனக்கு உதவி பண்ணியிருக்கறே... ஒரு தடவை நான் செஞ்சா கொறைஞ்சு போயிர மாட்டேன்... இப்படி... வாராவாரம் மொறை வச்சு... ஒவ்வொருத்தரும் உன் தேவைகளைப் பாத்துக்குவோம் தம்பி... எவ்வளவு பெரிய கண்டத்திலிருந்து தப்பிச்சிருக்கறே நீ..." என்றார் நாச்சியப்பன்.

மற்ற தோழர்கள் எல்லாரும் அவரவர் தகுதிக்கேற்ப பழம், பிஸ்கட், ரொட்டி... எனப் பல்வேறு தின்பண்டங்களை வாங்கிக் கொண்டு வந்திருந்தனர்.

அவர்களின் அன்பு சுப்பையாவை நெகிழச் செய்தது.

"இதோ பாருங்க... உங்க எல்லாருக்கும் சொல்றேன்... நல்லாக் கவனமாக் கேட்டுக்குங்க... நீங்க எம்மேலே வச்சிருக்கற பாசத்துக்கு ரொம்பக் கடமைப்பட்டிருக்கறேன்... அதுக்காக அடிக்கடி இப்படி செலவு பண்ணாதீங்க... உங்களுக்கும் குடும்பம் இருக்குது... எப்ப வேணுமுன்னாலும் நீங்க என்னை வந்து பாக்கலாம்... மனசு நெறைய தோழமை இருந்தாப் போதும்... அநாவசியமாப் பத்துப் பைசாகூடச் செலவு பண்ணக் கூடாது..." கண்டிப்புடன் பேசினான் சுப்பையா.

அனைவரும் தலையாட்டி விட்டுச் சென்றனர்.

"என்ன சுப்பு... காலையிலே நம்ப மொதலாளி உன்னைப் பாக்க வந்ததாச் சொன்னாரு... பணம் குடுத்தாராம்... நீ ஒரேயடியா வேண்டாம்ன்னு சொல்லிட்டியாம்... மனுஷன்னா சுப்பையா மாதிரி இருக்கோணும்... அப்படீன்னாரு... அதுசரி... ஏன் பணம் வேண்டாம்ன்னு சொல்லீட்டே..." இஸ்மாயில் அப்பாவித் தனமாகக் கேட்டான்.

"என்னடா இஸ்மாயில்... நீயே இப்படிப் பேசறே... அவரு கிட்டே கை நீட்டிப் பணம் வாங்கிருந்தா... இப்படி என்னைப் பத்திப் பெருமை பொங்கப் பேசுவாராடா... நம்ம சுயமரியாதையை என்னிக்குமே பணக்காரங்ககிட்டே விட்டுக்

குடுக்கக் கூடாது... உன்னை மாதிரி... நாச்சியப்பன் அண்ணன் மாதிரித் தோழர்களைச் சம்பாதிச்சிருக்கறேன்... எனக்கு என்னடா கொறை வரப் போகுதுது..."

"இதுக்கு மேலே நான் என்னடா பேசறது... ஒண்ணுமே பேசத் தோணல்லே... உம் மனசு என்னிக்குமே தங்கம்டா சுப்பு..." என்றான் இஸ்மாயில்.

அப்பொழுது-

"அல்லாஹு அக்பர்..." என்ற தொழுகைக்கான அழைப்போசை பள்ளிவாசலில் ஒலித்தது. அது காற்றில் கலந்து வந்தது.

"டேய் சுப்பு... தொழுகைக்கான நேரம்... தொழுதிட்டு வந்தர்றேண்டா..." என்றான் இஸ்மாயில்.

வேலாயி காபித் தம்ளருடன் எதிரில் வந்தாள்.

"ஏம்ப்பா இஸ்மாயில்... இந்தக் காப்பித் தண்ணியைக் கொஞ்சம் குடிச்சுட்டுப் போப்பா..."

"இல்லேம்மா... தொழுகைக்கு நேரமாச்சு... இந்தாங்க இதை வள்ளி கிட்டே குடுத்தருங்க..." என்ற இஸ்மாயில் ஒரு பாக்கெட்டை வேலாயியிடம் நீட்டினான்.

"என்னப்பா இது..." என்றாள் வேலாயி.

"நேத்து வள்ளி உங்ககிட்டே அல்வா சாப்புடணும் போல இருக்குதுன்னு பேசிக்கிட்டிருந்ததைக் கேட்டேன்... அதுதான் சேட்டுக் கடையிலேர்ந்து வாங்கிக்கிட்டு வந்தேன்... குடுத்திருங்கம்மா... நான் வர்றேன்..." மறு பதிலுக்குக் காத்திராமல் வேகமாக வெளியேறினான் இஸ்மாயில்.

"எவ்வளவு பாசமுள்ள பையன்..." என்றாள் வேலாயி. சிரித்துக் கொண்டான் சுப்பையா.

"சாமி... சாமி..." என்ற சத்தம் வாசல் பக்கம் கேட்டது.

வள்ளி கதவைத் திறக்க ஓடினாள்.

"சுப்பண்ணா... குன்னான் வந்திருக்கான்..." என்று குரல் கொடுத்தாள் வள்ளி.

"அவனை உள்ளே வரச்சொல்லு கண்ணு..." படுக்கையிலிருந்த படியே எதிர்க்குரல் கொடுத்தான் சுப்பையா.

"சாமி... சாமி... என்னாச்சுங்க தர்ம தொரை... உங்களை யாரோ அடிச்சுப் போட்டுட்டாங்கண்ணு கேள்விப்பட்டனுங்க..." என்று பலமாகக் கத்திக் கொண்டே, உள்ளே பதறியபடி ஓடிவந்தான் குன்னான். அவன் கையில் ஒரு சிறிய மூட்டை. அதைச் சுப்பையாவின் தலைமாட்டருகே வைத்தவன், அவனது இரு கைகளையும் பற்றிக் கொண்டு அழுதான்.

வேலாயியும், வள்ளியும் அவனருகே வந்து உட்கார்ந்து கொண்டனர்.

"எனக்கு ஒண்ணும் இல்லீடா குன்னா... எல்லாம் நல்லாப் போச்சுடா... எனக்கு அடிப்பட்டது உனக்கு எப்படீடா தெரியும்..."

"என்ன சாமி இப்படிக் கேட்டுப்புட்டீங்க... பெருமா நல்லூரிலிருந்து எத்தனை பேரு... கம்பெனி வேலைக்கு இங்கே வர்றாங்க... நேத்து அந்தப் பக்கமா நாச்சியப்பக் கவுண்டரு வந்தாருங்க... அவருதான் சங்கதி சொன்னாருங்க... மனசே பதறிப் போச்சுங்க... காலையிலே மதுரை வீரன் கோயில்லே போயி ஒரு மூச்சு அழுதுட்டு... இப்படியே பஸ் ஏறி நம்மளைப் பாக்க வந்தேனுங்க... எந்தப் பாவிங்க உங்களைத் தொட்டது..."

"விடுடா குன்னா... ஏதோ நடந்தது நடந்து போச்சு... இப்போ பூரணமாக் குணமாயிட்டேன்... அதென்னடா பையிலே..."

"உங்களுக்குப் புடிக்கும்ன்னு எள்ளுருண்டை பண்ணி எடுத்துட்டு வந்துருக்கனுங்க... அப்புறம்... நம்ம வள்ளி அம்மணிக்குப் புடிக்கும்ன்னு பனம்பழம் சுட்டுக் கொண்டாந்திருக்கறனுங்க..." என்ற குன்னான் ஆசையுடன் தான் கொண்டு வந்த பையிலிருந்து ஒரு காகிதப்

பொட்டலத்தை எடுத்துப் பிரித்தான். அதில் மணக்க, மணக்க எள்ளுருண்டைகள் இருந்தன. சுப்பையாவின் முன் வைத்தான்.

"அம்மணி... இந்தா சாமி... பனம்பழம்... போய்த் தின்னு..." வள்ளியிடம் ஒரு பொட்டலத்தை நீட்டினான் குன்னான். வள்ளியும் அதை எடுத்துக் கொண்டு ஆசையுடன் சமையலறைப் பக்கம் ஓடினாள். சுப்பையாவும், வேலாயியும் ஆளுக்கு ஒரு எள்ளுருண்டையை எடுத்துத் தின்றனர்.

"சும்மா.... அமிர்தமா இருக்குடா குன்னா..." பாராட்டினான் சுப்பையா. மகிழ்ச்சியடைந்த குன்னான் கண்களை வீட்டைச் சுற்றிலும் சுழல விட்டான்.

"என்னடா குன்னா... யாரைத் தேடுற..." சுப்பையா கேட்டான்.

"சின்னத் தம்பியைக் காணோம்ங்களே..."

"இனிமேதான்... வருவான்... காலேஜுக்குப் போயிருக்கறான்... ஸ்பெஷல் கிளாஸ்... இப்போ வந்துக்கிட்டிருப்பான்..." என்றாள் வேலாயி.

"சரிடா குன்னா... நீ வந்தது மனசுக்கு ரொம்பச் சந்தோஷமா இருக்குதுடா... எனக்குப் புடிச்ச அந்தப் பாட்டு... அது தாண்டா... பட்டுக்கோட்டை கல்யாணசுந்தரம் பாட்டுடா... அதை நல்லாச் சத்தமா ராகம் போட்டுப் பாடுடா குன்னா..." என்றான் சுப்பையா.

"எந்தப் பாட்டுங்க... தூங்காதே தம்பி தூங்காதேங்கற பாட்டுங்களா..." தலையைச் சொறிந்தவாறு கேட்டான் குன்னான்.

"இல்லடா... உனக்கெது சொந்தம்... எனக்கெது சொந்தமங்கற பாட்டுடா..."

"ஓ அந்தப் பாட்டுங்களா... பாடறனுங்க..." தொண்டையைக் கனைத்துக் கொண்டான் குன்னான்.

சுப்பையா, வேலாயி, வள்ளி அனைவரும் ஆவலுடன் அவன் பாடுவதைக் கேட்க ஆயத்தமாயினர்.

"குட்டி ஆடு தப்பி வந்தால்
குள்ள நரிக்குச் சொந்தம்!
குள்ளநரி மாட்டிக்கிட்டா
கொறவனுக்குச் சொந்தம்!

தட்டுக்கெட்ட மனிதர் கண்ணில்
பட்டதெல்லாம் சொந்தம்!
சட்டப்படி பார்க்கப் போனால்
எட்டடிதான் சொந்தம்!

உனக்கெது சொந்தம்
எனக்கெது சொந்தம்
உலகத்துக்கெதுதான் சொந்தமடா!

மனக்கிறுக்கால் நீ உளறுவதாலே
வந்த லாபம் மதிமந்தமடா (உனக்கு)

கூட்டுலே குஞ்சு பறக்க நினைத்தால்
குருவியின் சொந்தம் தீருமடா!
ஆட்டுலே குட்டி ஊட்ட மறந்தால்
அதோட சொந்தம் மாறுமடா!-காலை
நீட்டியே வைத்து நெருப்பிடும்போது
நேசம் பாசம் பொருளாசைக்கெல்லாம்
காட்டிய ஒருபிடி வாய்க்கரிசியிலே
கணக்குத் தீர்ந்திடும் சொந்தமடா! (உனக்கு)

பாபச் சரக்குகளைப் பணத்தாலே மூடிவைத்து
பாசாங்கு வேலைசெய்த பகல்வேஷக்காரர்களும்
ஆபத்தில் சிக்கி அழிந்தார்களானாலும்
அடுத்தடுத்து வந்தவரும் அவர்களுக்குத் தம்பியடா!
அவரு வந்தார் இவரு வந்தார் ஆடினார்-முடிவில்
எவருக்குமே தெரியாமே ஓடினார்-மனத்தில்
இருந்ததெல்லாம் மறந்து கண்ணை மூடினார்!

செவரு வச்சுக் காத்தாலும்
செல்வமெல்லாம் சேர்த்தாலும்
செத்தபின்னே அத்தனைக்கும்

சொந்தக்காரன் யாரு?-நீ
துணிவிருந்தாக் கூறு!-ரொம்ப
எளியவரும் பெரியவரும்
எங்கே போனார் பாரு!-அவரு
எங்கே போனார் பாரு!

பொம்பளை எத்தனை ஆம்பளை எத்தனை
பொறந்தது எத்தனை எறந்தது எத்தனை
வம்பிலே மாட்டிப் போனது எத்தனை
மானக் கேடாய் ஆனது எத்தனை?
மூச்சு நின்னா முடிஞ்சுதடி சொந்தம்
அடியே முத்துக்கண்ணா-இதில்
எத்தனை எத்தனை ஆனந்தம்! (உனக்கு)"

குன்னான் பாடி முடித்தபொழுது அனைவரும் பலமாகக் கைதட்டினார்கள்.

"ரொம்ப நல்லாப் பாடுனேடா குன்னா... வாழ்க்கையிலே எதுவுமே நெலையானது இல்லேங்கறதை எவ்வளவு அற்புதமா இந்தப் பாட்டுலே பட்டுக்கோட்டை கல்யாணசுந்தரம் பாடியிருக்காருடா... நீ எனக்கொரு உறுதி குடுக்கோணுண்டா குன்னா..." அவனிடம் வேண்டுகோளிட்டான் சுப்பையா.

"என்னங்க சாமி... நீங்க போயி எங்கிட்டே உறுதியெல்லாம் கேட்டுக்கிட்டு.. உத்தரவு சொல்லுங்க... செஞ்சு முடிக் கறேன்..." கண்களில் வழிந்த கண்ணீரைத் துடைத்தவாறு சொன்னான் குன்னான்.

"அதாவது குன்னா... நான் செத்துப் போனதுக்கப்புறம் என் ஊர்வலத்திலே நீ இந்தப் பாட்டைக் கண்டிப்பாப் பாட ணும்டா... அப்பத்தான் என் ஆத்மாவுக்கு அமைதி கெடைக்கும்..."

"அய்யோ... ஏன் சாமி... இப்படியெல்லாம் கெட்டதைப் பேசறீங்க... நீங்க நொய்யலாத்துலே இருக்கற மண்ணளவுக் காலம் இருப்பீங்க..."

9

"ரொம்பப் பேராசைடா குன்னா... உனக்கு..."

"ஏண்டா கண்ணு... இப்படியெல்லாம் அபசகுனமாப் பேசறே... இப்பத்தான் மறுபொறப்பு எடுத்து வந்துருக்கறே... அதுக்குள்ளே சாவுகீவுன்னு நீ பேசாதடா சுப்பு..." வேலாயி முந்தானையால் விழிநீரைத் துடைத்தாள்.

"நெருப்புன்னு சொன்னா... வாய் வெந்து போகுமா என்ன... ஏம்மா இதுக்கெல்லாம் போயி அழுவறீங்க..."

"நீங்க இனிமே இப்படிப் பேசாதீங்கண்ணா... அப்புறம் நான் சோறு... தண்ணி எதுவும் திங்க மாட்டேன்..." வள்ளியும் கண்ணைக் கசக்கினாள்.

"அடப்பாவமே... நான் சாதாரணமாப் பேசினதுக்கா இப்படி ஆளாளுக்குத் துக்கம் கொண்டாடுறீங்க... சரி... சரி... நான் இனிமே இப்படியெல்லாம் பேசமாட்டேன்... டேய்... ரவைக்கு இங்கேயே தங்கிட்டுக் காலையிலே காபித்தண்ணி குடிச்சுட்டு ஊருக்குப் போடா..."

"சரிங்க சாமி..." என்றான் குன்னான்.

"சரிப்பா... எல்லாரும் பேசிக்கிட்டு இருங்க... நான் சோறாக்கற வேலையைப் பாக்கறேன்..." என்றவாறு வேலாயி சமையலறைக்குள் நுழைந்தாள்.

காலையில் சுப்பையாவின் வீடு திருவிழா மாதிரி அமர்க்களப்பட்டது. இஸ்மாயில் காலையில் நேரத்திலேயே ஆட்டுக்கால் வாங்கி வந்து, "சூப்பு" தயார் செய்து கொண்டிருந்தான். குன்னான் வீடு முழுக்கக் கழுவி விட்டுக் கொண்டிருந்தான். முத்தையா கல்லூரிப் பாடங்களைப் படிப்பதில் கவனம் செலுத்திக் கொண்டிருந்தான். வேலாயியும், வள்ளியும் காலை நேரச் சிற்றுண்டித் தயாரிப்பில் ஈடுபட்டிருந்தனர்.

சுப்பையா ஆர்வமுடன் செய்தித்தாள் படித்துக் கொண்டிருந்தான்.

"சுப்பு... இந்தாடா ஆட்டுக்கால் சூப்பு... சூடா இருக்கு... மெதுவாக் குடிடா... எலும்புக்கெல்லாம் ரொம்ப உறுதி..." என்றவாறு இஸ்மாயில் ஒரு டம்ளர் நிறைய சூப்பை நிறைத்து நீட்டினான்.

ஒரு வாய் சுவைத்தான் சுப்பையா.

"ஆஹா... ரொம்பப் பிரமாதம்ப்பா இஸ்மாயில்... உன்னை வெச்சு ஒரு ஓட்டல் கடையே நடத்தலாம் போலிருக்குதே..." என்றான் சுப்பையா.

"வேண்டாம்டா சுப்பு... நான் படிப்படியா ஒழைச்சு ஒரு பனியன் கம்பெனி அதிபராகணும்ன்னு ஆசைப்படறேன்... நீ என்னடான்னா ஓட்டல்காரனாக்கிருவே போலிருக்கே..."

"எந்தத் தொழிலானாலும் செய்யறதுலே என்னடா தப்பு... பனியன் கம்பெனியும் நடத்து... ஓட்டலும் நடத்து..."

"இன்ஷா அல்லா... அப்படியே ஆகட்டும்... அப்புறம்... ஒரு முக்கியமான விசயம்டா சுப்பு... அடுத்த ஞாயித்துக்கிழமை சுந்தரம் ரோட்டுலே இருக்கற குமாரசாமி கல்யாண மண்டபத்துலே பனியன் தொழிலாளர் சங்கக் கூட்டம் காலையிலே பத்து மணிக்குக் கூட்டியிருக்காங்க... பல முக்கிய முடிவுகள் எல்லாம் எடுக்கப் போறாங்களாம்..."

"என்ன முக்கிய முடிவுகளாம்..."

"ஸ்டிரைக்கிலே ஏன் நாம தோல்வியடைஞ்சோம்ன்னு எல்லாருகிட்டேயும் கருத்துக் கேக்கப் போறாங்களாம்... அப்புறம்... பனியன் தொழிலாளர் சங்கத்துக்கப் புதிய தலைவரைத் தேர்ந்தெடுக்கணும்ன்னு... என்னென்னமோ பேசிக்கிட்டாங்கப்பா..."

"ஏன்... இப்போ இருக்கற தலைவருக்கு என்னவாம்..."

"அவரு மேலே யாருக்கும் நம்பிக்கையில்லே... இந்த ஸ்டிரைக் தோல்வி அடைஞ்சதுக்கு அவரும் ஒரு காரணம்ன்னு பேசிக்கிட்டாங்கப்பா..."

".....ம்..." நீண்ட பெருமூச்சு விட்டான் சுப்பையா.

19

திருப்பூர் தொடர்வண்டி நிலையத்தை ஒட்டி வலது புரமாகச் செல்லும் சாலைக்குப் "பி.எஸ்.சுந்தரம் சாலை" என்று பெயர். அங்கிருந்த குமாரசாமி திருமண மண்டபத்தில்தான் திருப்பூர் பனியன் தொழிலாளர் சங்கத்தின் கூட்டம் ஏற்பாடு செய்யப்பட்டிருந்தது.

இந்தியத் திருநாட்டின் விடுதலைக்காக விரல் விட்டு எண்ண முடியாத கணக்கற்ற தியாகிகள் தங்கள் இன்னுயிரை ஈந்துள்ளனர். அதில் திருப்பூரின் பங்களிப்பும் முதன்மை யானது. திருப்பூர்க் குமரன் தொடங்கிப் பலர் உடல்-பொருள்-ஆவியை நாட்டு விடுதலைக்காக அர்ப்பணித்துள்ளனர். அவர்களுள் "பி.எஸ்.சுந்தரம்" என்ற தியாகி குறிப்பிடத்தக்கவர். 1932இல் ஏற்பட்ட காந்தி-இர்வின் ஒப்பந்தத்தின்படி மாவீரன் பகத்சிங், இராஜகுரு, சுகதேவ் ஆகியோர் விடுதலை செய்யப் படவில்லை. இதைக் கண்டித்து நாடெங்கும் கிளர்ச்சிகள் தோன்றின. இதன் பாதிப்பு திருப்பூரிலும் எதிரொலித்தது.

1932ஆம் ஆண்டு சனவரி மாதம் பத்தாம் நாள் வெள்ளைக்கார அரசின் தடையுத்தரவை மீறி திருப்பூரிலுள்ள தேசபக்த இளைஞர்கள் பொங்கி எழுந்தனர். இவர்கள் "மங்கள விலாஸ்" என்ற மாளிகையின் முன்புறம் இருந்து ஊர்வலத்தைத் தொடங்கினர். இதற்குத் தலைமையேற்றவர் பி.எஸ்.சுந்தரம் என்ற சாதாரணத் தொழிலாளி. இவருடன் சேர்த்து ஒன்பது பேர்

பங்கு கொண்டனர். அவர்களுள் கொடிபிடித்துச் சென்றவன் குமரன். வெறிபிடித்த வெள்ளை அரசு திருப்பூர் வடக்குக் காவல் நிலையம் அருகே இந்தச் சிறு ஊர்வலத்தைத் தடுத்து நிறுத்தியது. தடையை மீற முயன்றவர்களை வெள்ளைக் காவல் நாய்கள் மிருக வெறியுடன் அடித்து நொறுக்கினர். அதில் பிடித்த கொடியுடன் மண்ணில் விழுந்து மாண்டவன் குமரன்.

அடுத்து ஊர்வலத்துக்குத் தலைமையேற்ற, பி.எஸ்.சுந்தரத்தை காவல் ஓநாய்கள் வெறியுடன் தாக்கினர். சுந்தரத்தின் சதையைப் பிய்த்து எடுத்தனர். அவரது விலா எலும்புகள் 19 இடங்களில் முறிக்கப்பட்டது. காது கேளாமலும், கால் ஊனத்துடனும் இறுதிவரை வாழ்ந்து மறைந்தார் பி.எஸ்.சுந்தரம். அவரது நினைவாக இந்தச் சாலைக்கு வைக்கப்பட்டதுதான் பி.எஸ்.சுந்தரம் சாலை" என்பதாகும்.

ஞாயிற்றுக்கிழமை என்பதால் மண்டபம் முழுவதும் பனியன் தொழிலாளர் கூட்டம் நிரம்பி வழிந்தது. கிட்டத்தட்ட ஐநூறு தொழிலாளர்கள் வரை கலந்து கொண்டனர். அனைவருக்கும் மதிய உணவு ஏற்பாடு செய்யப்பட்டிருந்து. எட்டுநாள் வேலைநிறுத்தம் குறித்துக் கடுமையான விவாதம் நடந்து கொண்டிருந்தது.

"எம் பேரு நாச்சியப்பனுங்க... பனியன் கம்பெனித் தொழிலாளிங்க நாம எல்லாரும் எட்டுநாளு ஸ்டிரைக் பண்ணினோம்... என்ன நன்மை கெடைச்சுதுங்க... ஆறுநாள் வேலை செஞ்சா ஒருநாள் சம்பளத்தைக் கூட்டிக் குடுக் கோணும்ன்னு அரசாங்கம் உத்தரவு போட்டும் மொதலாளிங்க யாருமே ஒத்துக்கல்லே... மேற்கொண்டு போராட நமக்குச் சக்தியுமில்லே... மறுபடியும் வந்து கம்பெனியிலே குந்திக் கிட்டோம்... இப்படி ஒரு மானங்கெட்ட பொழைப்பு நமக்குத் தேவைதானுங்களா... எட்டுநாள் சம்பளம் இல்லாமப் போச்சு... இதுதானே கண்ட பலன்..." நாச்சியப்பன் பேசிவிட்டு உட்கார்ந்தார்.

"எம் பேரு செல்வம்... நான் கொங்கு நகர்லே இருக்கற கம்பெனியிலே வேலை பாக்கறேன்... எட்டு நாள் ஸ்டிரைக் பண்ணினது தப்புக் கெடையாது... ஒரு காரியம்ன்னு எடுத்தா வெற்றியும் கெடைக்கும்... தோல்வியும் கெடைக்கும்... இது சகஜம்... பனியன் கம்பெனி ஆரம்பிச்சு நாப்பத்தி ஆறு ஆண்டு கழிச்சு நடந்த முதல் போராட்டம் இது... இதுலே கலந்துகிட்டதுலே நான் ரொம்பப் பெருமைப்படறேன்... திருப்பூர் பனியன் தொழிலாளர் சங்கத் தலைவரு இந்தப் போராட்டத்தைக் கொண்டு செலுத்தத் தவறிப் போட்டாரு... மேலும், நம்ம தோழர் சுப்பையாவை முதலாளிகள் சங்கத் தலைவரு காட்டுத்தனமா அடிச்சு... அவரு கையையெல்லாம் ஒடைச்சிருக்காங்க... இதுக்கு நாம நம்ம சங்கத்து மூலமா என்ன நடவடிக்கை எடுக்கப் போறோம்..." செல்வம் பேசி முடித்ததும், திருப்பூர் பனியன் தொழிலாளர் சங்கத் தலைவர் குறுக்கிட்டுப் பேசினார்.

"குறுக்கிட்டுப் பேசறதுக்கு என்னை எல்லாரும் மன்னிக்கணும்... ஒரு போராட்டம்ன்னு நடந்தா நல்லதும் வரும்... கெட்டதும் வரும்... இதையெல்லாம் தாங்கிக் கொள்ள நாம் அனைவரும் கத்துக்கோணும்... ஏன்னா நாம எல்லாரும் உழைக்கிற ஜாதி... பாடுபடற கூட்டத்துக்குத்தான் எதிர்ப்புகளும், தோல்விகளும் ஏராளமா வரும்... அதை எவன் சகிச்சுக்கக் கத்துக்கிறானோ அவன்தான் சாதனை படைக்க முடியும்... நான் போராட்டத்தை நல்ல முறையிலே கொண்டு செலுத்தல்லேன்னு தோழர் செல்வம் வருத்தப்பட்டாரு... நான் இதுகுறிச்சு சம்பந்தப்பட்ட முதலாளிங்க... அதிகாரிங்க... எல்லாருகிட்டேயும் பேச்சுவார்த்தை நல்லவிதமாத்தான் நடத்திக்கிட்டு வந்தேன்... பணக் கஷ்டத்தையெல்லாம் நீங்க சமாளிச்சுத்தான் ஆகணும்... வேலைக்குப் போயிச் சம்பாதிக்கும் போது இஷ்டத்துக்கு ஆட்டம் போடறீங்க... ஸ்டிரைக் வந்தா கஷ்டப்படுறீங்க... சேமிப்புப் பழக்கம் இருந்தா இது ஒண்ணும் பெரிய விசயமேயில்லே... எட்டு நாளுக்குள்ளே ஏன் ஸ்டிரைக்கை வாபஸ் வாங்கிக்கிட்டோம்... தொழிலாளிங்க

படற கஷ்டத்தை எங்க யாராலும் தாங்க முடியல்லே... அதனாலேததான் உங்க எல்லாரையும் வேலைக்குப் போகச் சொன்னோம்... அப்புறம்... தோழர் சுப்பையா தாக்கப்பட்ட சம்பவம் ரொம்பத் துயரமானதுதான்... ஆனா... அதுக்கு அவருதான் காரணம்... கலெக்டரு முன்னாலே பேச்சு வார்த்தை நடந்தப்போ... முதலாளிகள் சங்கத் தலைவரைப் படுகேவல மாகப் பேசினாரு... அவரோட வேட்டியை உருவிக் கண்ணியக் குறைவா நடந்துக்கிட்டாரு... அப்புறம் அவரு அடிக்காம என்ன செய்வாரு..."

"நிறுத்துய்யா பேச்சை... என்னய்யா பேச்சு பேசறே... ஒரு தொழிற்சங்கத் தலைவரா இருந்துக்கிட்டு இப்படிப் பேச வெக்கமாயில்லே... அந்த ஆளு சுப்பையாவை மட்டுமில்லே... ஒட்டுமொத்தத் தொழிலாளிங்க எல்லாரையும் கேவலமாகப் பேசினாரு... அதுக்கு நம்ம சுப்பையா பதில் சொன்னான்... அதுக்கு அவரு ஆளை வச்சு அடிக்கிறாரு... இதை நீ நியாயப்படுத்திப் பேசுறியே மனுஷனாய்யா நீ... என் ரத்தம் கொதிக்குதுய்யா... கொதிக்குது..." கத்தினான் இஸ்மாயில்.

இப்பொழுது சுப்பையா எழுந்தான். அமைதியாகக் கூட்டத்தை ஒருமுறை பார்த்தான். அனைவரும் அவன் பார்வைக்குக் கட்டுப்பட்டு அமைதி காத்தனர்.

"தோழர்களே... தயவு செய்து எல்லாரும் அமைதியா இருக்குமாறு வேண்டிக் கேட்டுக்கறேன்... உங்க கருத்துக்கள் எதுவானாலும் அதைப் பக்குவமாக எடுத்துச் சொல்லுங்க... அவசரமோ ஆத்திரமோ வேண்டாம்... தலைவரு என்னைப் பத்திச் சொன்ன கருத்துக்குப பதில் சொல்ல வேண்டியது என் கடமை... கலெக்டர் முன்னிலையிலே பேச்சுவார்த்தை நடந்தது உண்மைதான்... ஆனா... அப்போ என்ன நடந்துச்ச... முதலாளிகள் சங்கத் தலைவரு மிகக் கண்ணியக் குறைவாப் பேசினாரு... பனியன் தொழிலாளிங்க எல்லாரையும் ஒட்டு மொத்தமா அவரு என்ன சொல்லித் திட்டினாரு... எலும்புத் துண்டைக் கவ்வுற நாய்ங்க... பழைய சோத்துக்கு விதியில்லாத

பயலுங்க... இப்படியெல்லாம் தரக்குறைவாப் பேசினாரு... அதுக்கு நான் அவரோட பழைய வாழ்க்கையைப் பத்தி வெளிப்படையாவே பேசினேன்... எனக்கென்ன பயம்... நான் உண்மையைத்தானே பேசினேன்... அதுக்கு அவரு உணர்ச்சிவசப்பட்டு நாற்காலியைத் தூக்கி என்னைத் தாக்க வந்தாரு... தேவடியாப் பயலேன்னு அசிங்கமாத் திட்டினாரு... இரண்டு பேரும் கட்டிப் புரண்டோம்... நான் அவரு வேட்டியை உருவுனேன்... எதையுமே நான் மறுக்கல்லே... என்னைக் கண்டிக்கற நீங்க... ஒரு சொல்லாவது முதலாளிகள் சங்கத் தலைவரைப் பாத்துச் சொல்லியிருப்பீங்களா... சொல்லுங்க..." அமைதியாகத் திருப்பூர் பனியன் தொழிலாளர் சங்கத் தலைவரை நோக்கிக் கேட்டான் சுப்பையா.

"அவரு எப்படிச் சுப்பு... சொல்லுவாரு... முதலாளிகளோட கைக்கூலி ஆச்சே அவரு..." என்றான் செல்வம்.

"செல்வம்... நீ வரம்பு மீறிப் பேசறப்பா... நான்தான் ஸ்டிரைக்கை முன்னின்று நடத்துனேன்... புரிஞ்சுக்க..." பனியன் தொழிலாளர் சங்கத் தலைவரும் கத்தினார்.

"கிழிச்சீங்க... எட்டுநாள் வேலை நிறுத்தம் ஒழுங்கா நடந்துக்கிட்டு இருந்துச்சு... நாங்களும் பல்லைக் கடிச்சுக்கிட்டு எத்துணையோ கஷ்ட நஷ்டங்களைத் தாங்கிக்கிட்டுத்தான் இருந்தோம்... இன்னும் ஒரு பத்து நாள் இதே மாதிரி ஸ்டிரைக் நீடிச்சிருந்தா... கண்டிப்பா அவுங்க அரசு ஆணைக்குக் கட்டுப்பட்டிருப்பாங்க... திடீர்னு ஸ்டிரைக் வாபஸ்ன்னு மூணாவது ஆள் மூலமாச் சொல்லி அனுப்புறீங்க... ஸ்டிரைக் முடிவுக்குக் கொண்டு வரணும்ன்னா இது மாதிரி ஒரு கூட்டத்தைக் கூட்டி அத்தனை பேரோட கருத்தையும் கேட்டிருக்கோணும்... ஏன் நீங்க அதைச் செய்யல்லே..." செல்வம் ஆவேசமாகக் கேட்டான்.

"அதெல்லாம் ஒண்ணும் இல்லையப்பா... பல தொழிலாளிங்க பட்டினி கெடந்து செத்துருவாங்க போல இருந்துச்சு...

அதனாலேதான்..." பனியன் தொழிலாளர் சங்கத் தலைவரின் பேச்சை இடைமறித்தான் செல்வம்.

"இல்லே... எங்க மேலே ஒண்ணும் உங்களுக்கு அனுதாபம் இல்லே... மொதலாளிங்க போட்ட பிச்சைக் காசுக்கு அடிமையான நீங்க ஸ்டிரைக்கை வாபஸ் வாங்க வச்சிட்டீங்க..."

"செல்வம்... மரியாதையாப் பேசக் கத்துக்க... நான் பனியன் தொழிலாளர் சங்கத் தலைவரு.... உன் வீட்டு வேலைக்காரன் கெடையாது..."

"பனியன் தொழிலாளர் சங்கத் தலைவர் பதவி நாங்க குடுத்த அந்தஸ்து உங்களுக்கு... நீங்க முதலாளிகள்கிட்டே காசு வாங்கினது உண்மை... உண்மை..." மீண்டும் கத்தினான் செல்வம்.

"உன்னாலே நிரூபிக்க முடியுமா..." பனியன் தொழிலாளர் சங்கத் தலைவர் முகத்தில் வழிந்த வியர்வையை துண்டினால் துடைத்துக் கொண்டார்.

"நிரூபிக்க முடியும்... இதோ சாட்சி... டேய் வாடா இங்கே..." செல்வம் யாரையோ அழைத்தான். ஒரு தோழன் முன்னால் வந்து நின்றான்.

"சொல்லுடா..." என்றான் செல்வம்.

"ஸ்டிரைக் தொடங்கி ஆறாவது நாள்... நம்ம சங்கத்துக்கு நிதி வாங்கறதுக்காக நான் உண்டியல் ஏந்தி வசூலுக்காக ஒவ்வொரு கடையாகப் பாத்துக்கிட்டு வந்தேன். மோகன் பிரியாணி ஓட்டல்லே நன்கொடை வாங்க வந்தேன்... அப்போ.... முதலாளிகள் சங்கத் தலைவரும்... நம்ம பனியன் தொழிலாளர் சங்கத் தலைவரான சோமன்ங்கற இவரும் சிரிச்சுப் பேசிப் பிரியாணி சாப்பிட்டுக்கிட்டு இருந்தாங்க... அப்போ முதலாளிகள் சங்கத் தலைவரு இவரு பாக்கெட்டிலே பணத்தைத் திணிச்சிக்கிட்டு... சீக்கிரமா ஸ்டிரைக்கை முடிக்கிற வழியைப் பாரு சோமன்.... எங்களுக்கும் நஷ்டம் ஆகுதில்லே...

ஸ்டிரைக் முடிஞ்சா உன்னைக் கோயமுத்தூருக்குக் கூட்டிக்கிட்டுப் போயி அங்கே பார்ட்டின்னு சொல்லிச் சிரிச்சாரு... இவரும் சிரிச்சாரு..." என்றான் அந்தத் தோழன்.

"இதுக்கு என்ன சொல்லுறீங்க..." இப்பொழுது சுப்பையா கேட்டான்.

"அது வந்து சுப்பு... அது என்னன்னா... அவரு என் நீண்டநாள் சிநேகிதரு... அதனாலே...." பனியன் தொழிலாளர் சங்கத் தலைவர் சோமனின் கைகள் நடுங்கின.

"நீங்க தொழிலாளிங்களுக்குத் தலைவரு... மணலி கந்த சாமின்னு ஒரு தலைவரு கம்யூனிஸ்ட் கட்சியிலே இருந்தாரு... பெரிய தியாகச் செம்மல் அவரு... அவரு வீட்டுக்குப் பக்கத்து வீடுன்னு வேறே நீங்க உங்களைப் பத்திப் பெருமையாப் பேசுவீங்க... ஏய்யா இதெல்லாம் ஒரு பொழைப்பா... முதலாளி களுக்குக் கைக்கூலியா இருக்கற நீ... தொழிலாளிகளுக்கு எப்படிய்யா எஜமானா இருக்க முடியும்... சொல்லு சோமன்... நீயெல்லாம் ஒரு மனுஷனா... மாமா வேலை பாக்கற பயலே... போடா வெளியே..." கர்ஜனை புரிந்த சுப்பையா, சோமனின் கழுத்தைப் பிடித்துத் தரதரவென்று இழுத்துச் சென்று வெளியே தள்ளினான்.

ஆவேசமாகிப் போன செல்வமும், இஸ்மாயிலும், நாச்சியப் பனும் இன்னும் சில தோழர்களும், சோமனை நோக்கிப் பாய்ந்து ஓடி வந்தனர். தங்கள் காலில் போட்டிருந்த செருப்புகளைக் கழற்றி அவனை மாறி, மாறி அடித்துத் துவைத்தனர்.

சுப்பையாவும், இன்னும் சிலரும் வேகமாக ஓடிவந்து அவர்களைத் தடுத்து நிறுத்தினர்.

"இதோ பாருங்கப்பா... செல்வம்... இஸ்மாயில்... நாச்சியப்பன்... உங்க மூணு பேருக்கும் சேர்த்துத்தான் சொல்றேன்... அவனை அடிக்க வேண்டாம்.. அவன் முகமூடி

கிழிஞ்சு போச்சு... இனிமே சோமன் ஒரு செத்த பாம்பு... அவனை அடிச்சு உங்களோட கைகளை அசுத்தப்படுத்திக்க வேண்டாம்..." சுப்பையா அவர்கள் மூவரையும் அமைதிப் படுத்தினான்.

"என்ன சுப்பு... பேசுறே... இந்த நாயி நம்ம எல்லாரையும் எவ்வளவு நாளா ஏமாத்திக்கிட்டு இருந்திருக்கறான்... இவனெல்லாம் பனியன் தொழிலாளர் சங்கத் தலைவரா... வயிறு எரியுதுப்பா... வயிறு எரியுது... எந்திரிடா நாயே..." செல்வம், சோமனை எட்டி உதைத்தான்.

கூனிக்குறுகிப் போயி எழுந்து நின்றான் சோமன். அவன் முகம், கை, கால் எல்லாம் சிராய்ப்புக் காயங்கள்... உதடு கிழிந்து இரத்தம் வடிந்தது. வேட்டியும், சட்டையும் கசங்கிக் கிழிந்திருந்தன.

"இனிமே பனியன் தொழிலாளிகளுக்குப் பாடுபடறேன்னு சொல்லிக்கிட்டு ஊரை ஏமாத்திக்கிட்டு இருக்காதே... தொழிலாளிங்க எல்லாருகிட்டேயும் சந்தா வசூல்... போராட்ட நிதி வசூல்ன்னு பணம் வாங்கினியே அது எங்கே..." சுப்பையா அவனைக் கேட்டான்.

அண்டர்வேரில் கைவிட்டான் சோமன்.

"சுப்பு செலவெல்லாம் போக இதுலே ஆயிரம் ரூவா இருக்குதுப்பா... என்னை எதுவும் பண்ணிடாதீங்க... உன் கால்லே விழுந்து கெஞ்சிக் கேட்டுக்கறேன்..." சோமன் திடீரென்று சுப்பையாவின் கால்களில் விழுந்தான்.

அவன் கொடுத்த பணத்தை வாங்கிச் சட்டைப் பைக்குள் பத்திரப்படுத்திக் கொண்ட சுப்பையா-

"இனிமே யாருகிட்டேயும் போயி நான் மார்க்சீயம் படிச்சிருக்கேன்... தொழிலாளர் தோழன்னு வாய்ச்சவடால் அடிக்காதே... கேள்விப்பட்டேன்... அடிச்சே கொன்னு போடுவேன்... அம்பதாயிரம் ரூபாய்க்கு மேலே... நம்ம

தொழிலாளர்கள் கிட்டேயே நீ மறைமுகமா வட்டிக்கு விட்டுக் காசு சம்பாதிச்சிருக்கறே... நீயெல்லாம் ஒரு கம்யூனிஸ்ட் இப்படி மானங்கெட்டுப் பொழைக்கிறதுக்கு... அங்கே மேயுது பாருடா பன்னி... அது திங்கறதைத் தின்னுக்கிட்டு நீ உயிர் வாழலாண்டா நாயே... ஓடிப்போ..." கோவைப் பழக் கண்களால் அவனை நோக்கிச் சுப்பையா திராவகச் சொற்களை வீசினான்.

விட்டால் போதும் என்று வேகமும், நடையுமாகச் சோமன் அவர்கள் கண்களில் இருந்து மறைந்தான். அனைவரும் மண்டபத்தின் உள் பகுதிக்குள் வந்தனர்.

"தோழர்களே... நடந்து போன கேவலமான சம்பவத்துக்காக நான் ரொம்ப வருத்தப்படறேன்... ஒரு தீய சக்தியை நாம அடையாளம் கண்டுபுடிச்சு அதை வெரட்டி அடிச்சுட்டோம்... இதோ அவன் கிட்டே இருந்து கைப்பற்றப்பட்ட பணம் ஆயிரம் ரூபா... என்கிட்டே இருக்குது... இது நாளைக்கே பேங்க்கிலே நம்ப சங்கப் பேருலே கட்டப்படும்... இனிமே நடந்ததைப் பத்திப் பேசி ஒண்ணும் பயனில்லே... ஆக வேண்டியதைப் பாப்போம்... இது நமக்கெல்லாம் ஒரு பாடம்... இப்போ புதிய நிர்வாகிகளை நாம் தேர்வு செய்ய வேணும்... திருப்பூர் பனியன் தொழிலாளர் சங்கத்திற்குத் தலைவர்... செயலாளர்... பொருளாளர்ன்னு மூணு பதவி இருக்குது... இதுக்கு யாரைத் தேர்ந்தெடுக்கலாம்... பெரும் பான்மை ஆதரவு யாருக்கு இருக்குதோ... அவங்க இந்தப் பதவிக்கு வர்றது பொருத்தமா இருக்கும்... தயவு செஞ்சு போட்டியில்லாமப் பாத்துக்கோங்க... இதுதான் என் கருத்து..." சுருக்கமாக தன் பேச்சை விளக்கினான் சுப்பையா.

"நமக்குள்ளே போட்டியும் வேண்டாம்... பொறாமையும்.. வேண்டாம்... முதலாளிகள் சங்கத் தலைவரு ஆளை வச்சு அடிச்சு நொறுக்கின போது கூடப் பயப்படாமே இருந்து போராடுனது யாரு... அவரு மேலே போலீசுலே கூடப் புகார் குடுக்காம... நம்ம யாரையும் அவருக்கு எதிராத் தூண்டி

விடாம... அறிவு ரீதியா ஆதிக்க வர்க்கத்தை எதிர்த்துப் போராடணும்ன்னு சொன்னது யாரு... நம்ம தோழர் சுப்பையா... அவரே நம்ம திருப்பூர் பனியன் தொழிலாளர் சங்கத்துக்குத் தலைவரா வரணும்ன்னு நான் பிரியப்படறேன்... என்ன சொல்றீங்க..." என்றார் நாச்சியப்பன்.

"தோழர் நாச்சியப்பனின் கருத்தை நாங்கள் ஏகமனதாக ஆதரிக்கிறோம்..." அனைத்துத் தோழர்களும் ஒருமித்தக்குரல் கொடுத்தனர்.

"சுப்பையா தலைவரு... செயலாளர்... பொருளாளர் யாரு..." மீண்டும் நாச்சியப்பன் பேசினார்.

"நானே சொல்லுறேன் தோழர்களே... செயலாளர் இஸ்மாயில்... பொருளாளர் செல்வம்... மாற்றுக் கருத்து இருந்தாச் சொல்லுங்க..." கூட்டத்தைப் பார்த்துக் கேட்டான் சுப்பையா.

"தோழர் சுப்பையாவின் கருத்தை நாங்கள் முழுமையாக ஆதரிக்கிறோம்..." என்று பலமாகக் குரல் எழுப்பியது கூட்டம்.

"தோழர்களே... உங்கள் அனைவருக்கும் நன்றி... நான், இஸ்மாயில், செல்வம் ஆகிய மூவருக்கும் தலைவர்... செயலாளர்... பொருளாளர் பதவிகளை எவ்விதப் போட்டியும் இல்லாம ஒருமனதாக நீங்க தேர்வு செஞ்சதுக்கு என் மகிழ்ச்சியையும், பாராட்டுக்களையும் தெரிவிச்சுக்கறேன்... என் உசிருள்ளவரை இந்தப் பனியன் தொழிலாளர்களுக்காக நான் போராடுவேன்... என்னுடன் இணைந்து செயலாளரும், பொருளாளரும் எல்லா வகையிலும் நமக்கு அனைத்து உரிமைகளும் கிடைக்கப் பாடுபடுவாங்க என்று தெரிவிச்சுக்கறேன்... இன்குலாப்... இன்குலாப்.... இன்குலாப் ஜிந்தாபாத்..." என்று முழங்கினான் சுப்பையா.

கூட்டம் முழுவதும் ஒருங்கிணைந்து, விண்ணதிர... "இன்குலாப்... இன்குலாப்... இன்குலாப் ஜிந்தாபாத்..." என இடிமுழக்கம் செய்தது.

20

மாலை நேரம். சுப்பையா வீட்டுக் கூடத்தில்-

இஸ்மாயிலும், சுப்பையாவும் செய்தித்தாள் வாசித்துக் கொண்டிருந்தனர்.

"ஏம்மா.. யாராவது இருக்கீங்களா..." வாசலில் குரல் கேட்டது. வள்ளி ஓடிப் போய்ப் பார்த்தாள்.

தவணை முறையில் துணிகள் விற்கும் முதலியார் நின்று கொண்டிருந்தார்.

"அம்மா இருக்காங்களா..." முதலியார் கேட்டார். அதற்குள் வேலாயி அங்கே வந்து விட்டாள்.

"அடுத்த வாரம் வாங்க முதலியார்... பணம் குடுக்கறேன்..." என்றாள் வேலாயி.

"என்னம்மா இப்படிச் சொல்றீங்க... போன வாரமும் இப்படித்தான் சொன்னீங்க... அடுத்த வாரம் மட்டும் எங்கிருந்து பணம் வரும்..."

"அந்தக் கேள்வியெல்லாம் உங்களுக்கு எதுக்கு முதலியாரே... பணம் கண்டிப்பாக் குடுக்கறேன்... போய்ட்டு வாங்க..."

"போறேம்மா... போறேன்.. நான் ஒண்ணும் விருந்து திங்க வரல்லே..." சலித்துக் கொண்டார் முதலியார்.

"என்னம்மா விசயம்..." என்றவாறு அங்கே வந்தான் இஸ்மாயில்.

"முத்தையா வந்து ரெண்டு மாசத்துக்கு முன்னாடி... எங்கடையிலே ரெண்டு பேண்ட்டு... ரெண்டு சட்டைத்துணி எடுத்தான்... வாரம் பத்து ரூபா வீதம் பத்து வாரம் தவணை கட்டணும்ப்பா... ரெண்டு வாரம் கட்டினாங்க... அப்புறம் அப்படியே பாக்கி இருக்குது... கேட்டா... அடுத்த வாரம்ன்னு

தவணை சொல்றாங்க... இப்படி யாவாரம் பண்ணினா எம் பொழைப்பு என்னாகிறது தம்பி... நீயே சொல்லு..."

"ஸ்டிரைக் நடந்தது உங்களுக்குத் தெரியாதா மொதலியார்.. இந்தாங்க ஒரு தவணைக்கான பணம்... வச்சுக்குங்க... இனி ஒவ்வொரு வாரமும் அம்மாவைக் கேக்காதீங்க... நானே தவணையைக் குடுத்தர்றேன்..." என்ற இஸ்மாயில் பத்துரூபாய்த் தாளை முதலியாரிடம் நீட்டினான். மறு பேச்சில்லாமல் பெற்றுக் கொண்ட முதலியார், நோட்டுப் புத்தகத்தில் பணத்தை வரவு செய்து கொண்டார்.

"எதுக்குத் தம்பி... நீ குடுத்தே... உனக்கும் எவ்வளவோ செலவு இருக்கும்..." என்றாள் வேலாயி.

"எவ்வளவோ செலவுலே... இதுவும் ஒரு செலவு... இருக் கட்டும்மா... முத்தையா காலேஜிலே படிக்கிறான்... துணிமணி நல்லாப் போட்டுக்கிட்டுப் போக வேண்டாமா... நாலுபேரு மாதிரி அவனும் நாகரிகமாக இருக்க வேண்டாமா..." இவ்வாறு இஸ்மாயில் கூறியதும் கூடத்தில் படித்துக் கொண்டிருந்த முத்தையா நன்றியுடன் அவனைப் பார்த்தான்.

அது 1974ஆம் ஆண்டு. சுப்பையாவுக்கு இருபத்தெட்டு வயது. இஸ்மாயிலுக்கும்தான். முத்தையா இப்பொழுது பி.காம்., பட்டதாரி மட்டுமன்று. சுப்பையா வேலைபார்க்கும் பனியன் கம்பெனியின் மேலாளரும் அவன்தான். "அருணா பனியன் கம்பெனியின்" மேலாளர் முத்தையா என்றால் திருப்பூரிலுள்ள அனைத்துப் பனியன் முதலாளிகளும் நன்றாக அறிவார்கள். அருணா பனியன் கம்பெனி அதிபர் முருகப்பக் கவுண்டரின் செல்லப்பிள்ளை போல் அவன் இருந்தான். கம்பெனியின் மகத்தான வளர்ச்சியில் முத்தையாவின் பங்களிப்பு முதன்மையானது.

கோயமுத்தூர் மையச் சிறைச்சாலை முன்பு, முதலாளி முருகப்பனின் கார் நின்று கொண்டிருந்தது. காருக்குள் முருகப் பனும், முத்தையாவும் அமர்ந்து பேசிக் கொண்டிருந்தனர்.

சிறைச்சாலையிலிருந்து சுப்பையா தாடியுடனும், முறுக்கிய மீசையுடனும், அடர்த்தியான கலைந்த முடியுடனும் வெளியே வந்தான். அவனுடன் இஸ்மாயிலும், செல்வமும் சோகத்துடன் வெளியே வந்தனர்.

முருகப்பனும், முத்தையாவும் ஆர்வமுடனும், மகிழ்ச்சியுடனும் சென்று அவர்களை வரவேற்றனர்.

"வா சுப்பு... உன்னைப் பாத்ததுலே ரொம்பச் சந்தோஷம்ப்பா... எப்படித்தான் ரெண்டு மாசம் ஜெயிலுக்குள்ளே இருந்தியோ..." முருகப்பன் பேச வேண்டும் என்பதற்காகப் பேசினார்.

"சுப்பண்ணா... அம்மாவும், வள்ளியுந்தான் உங்க ஞாபகமாவே இருக்காங்க... இன்னிக்குப் பனியன் தொழிலாளிங்க விடுதலை ஆகறாங்கன்னு தெரிஞ்சதும் ரெண்டு பேரும் வர்றேன்னாங்க... நாங்கதான் வேண்டாம்ன்னு சொல்லிப்புட்டோம்..." என்றான் முத்தையா.

சுப்பையா எதுவும் பேசவில்லை. அவர்கள் பேசுவதை அமைதியாகக் கேட்டுக் கொண்டு வந்தான். இஸ்மாயிலும், செல்வமும் அமைதியாகவே வந்தனர்.

"சுப்பு... இருபத்து அஞ்சு சதவிகிதம் சம்பள உயர்வு கேட்டுப் போராட்டம் பண்ணினீங்க... ஒரு பிரயோஜனமும் இல்லியேப்பா... ஆயிரக்கணக்கான தொழிலாளிங்க ஜெயிலுக்குப் போனதுதான் கண்ட பலன்... வேறென்ன... உங்களுக்குள்ளேயே ஒற்றுமையில்லையேப்பா... பத்துப் பேரு போராட்டம் பண்ணுறீங்க... பத்துப் பேரு பின்வாங்கறீங்க... அப்புறம் எப்படிப் போராட்டம் உருப்படும்..." கருத்துரைத்தார் முருகப்பன்.

"சரி.. சரி... எல்லாம் ஊட்டுக்குப் போயிப் பேசிக்கலாம்... சுப்பண்ணா எல்லாரும் காருலே ஏறுங்க.. திருப்பூருக்குப் போகலாம்..." அவசரப்படுத்தினான் முத்தையா.

சுப்பையா ஒருமுறை கூர்மையாக முருகப்பனையும், முத்தையாவையும் பார்த்தான். பிறகு, மென்மையாகச் சிரித்துக் கொண்டான்.

"ஏம்ப்பா... நான் என்னிக்குக் காரிலே வந்திருக்கேன்... நானும்... என் தோழர்களும் நாப்பத்து எட்டுநாளு ஜெயில்லே ஒண்ணா இருந்தோம்.. இப்போ விடுதலை ஆயிட்டோம்... நான் மட்டும் காரிலே வந்தா அது என்னப்பா நியாயம்... இன்பம் துன்பம் எல்லாத்தையும் சக மனிதர்களிடம் சமமாகப் பகிர்ந்துக்கிறவன்தாம்ப்பா உண்மையான தோழன்... இதெல்லாம் உனக்குப் புரியாது... நாங்க எல்லாரும் பஸ்ஸி லேயே வர்றோம்... நீங்க கெளம்புங்க..." என்றான் சுப்பையா.

"சரி சுப்பு... நீ புடிவாதக்காரன்.. உன் விருப்பப்படியே செய்... ஒரு முக்கியமான சேதி உங்கிட்டேப் பேசணும்... எப்போ உங்கிட்டே பேசலாம்... அதாவது வீட்டுக்கு வந்து பேசணும்..." என்று புதிர் போட்டார் முருகப்பக் கவுண்டர்.

"....ம்... நாளைக்கே வாங்க... எனக்கு நாளு... நட்சத்திரம் இதுலே எல்லாம் நம்பிக்கையில்லே...."

"சரி சுப்பு... நாளைக்கி நாளு நல்லாத்தான் இருக்கு... காலையிலே பத்து மணிக்கு உன்னை வீட்டுலே வந்து பாக்கறேன்... முத்து வண்டியை எடுப்பா..." முருகப்பன் இவ்வாறு கூறியதும் மறுப்பேதும் சொல்லாமல் மௌனமாகக் காரை இயக்கினான் முத்தையா.

சுப்பையா, இஸ்மாயில், செல்வம் மூவரும் அருகிலிருந்த தேநீர்க் கடையை நோக்கி நடந்தனர்.

மறுநாள் காலை. முத்தையா வீட்டில் ஒரே பரபரப்பு. வேலாயி, வள்ளி, முத்தையா அனைவரும் முருகப்பனை-அதாவது-பனியன் முதலாளி-செல்வச்சீமான்-முருகப்பக் கவுண்டரை எதிர்பார்த்துக் காத்துக் கொண்டிருந்தனர்.

சுப்பையா எதையும் கண்டு கொள்ளவில்லை. இயல்பாகச் செய்தித்தாளை வாசித்துக் கொண்டிருந்தான்.

சில நிமிடங்களில் அந்த வீட்டின் முன்பு முருகப்பனின் கார் வந்து நின்றது. முருகப்பனும், அவரது மனைவியும் வீட்டுக்குள் நுழைந்தனர். முத்தையா உட்பட அனைவரும் அவர்களைக் கண்ணியத்துடன் வரவேற்றனர்.

முருகப்பனின் மனைவி ஒரு பெரிய வெள்ளிதட்டு நிறைய இனிப்பு, காரம், பழவகைகள், சந்தனம், குங்குமம் நிறைந்த பொருட்களுடன் சுப்பையாவிடம் நீட்டினாள். மரபு கருதி அவனும் பெற்றுக் கொண்டான்.

வேலாயியும், வள்ளியும் வியப்புடன் அவர்களை நோக்கினர்.

"என்னம்மா வேலாயி... தெகைச்சுப் போயிப் பாக்கறீங்க... எனக்குச் சுத்தி வளைச்சுப் பேசத் தெரியாது... எனக்கு இருக்கறது ஒரே மகள்... பேரு கமலி... பியூசி வரை படிச்சிருக்கறா... இது உங்க எல்லாருக்கும் தெரியும்... உங்க ரெண்டாவது மகன் முத்தையாவை எங்க எல்லாருக்கும் ரொம்பப் புடிச்சுப் போச்சும்மா... அவனோட ஒழுக்கம், திறமை, நிர்வாகம் பண்ற விதம் எல்லாத்தையும் நான் நல்லாக் கவனிச்சுத்தான் இதைச் சொல்றேன்... முத்தையாவை விட ஒரு நல்ல மாப்பிள்ளை எம் மகளுக்குக் கெடைக்க மாட்டான்.... நியாயப்படி மாப்பிள்ளை வீடுதான் பொண்ணு வீட்டுக்கு வந்து நல்ல பேச்சுப் பேசணும்... இங்கே வழக்கத்தை மீறி நாங்களே வந்துட்டோம்... கொங்கு வேளாளக் கவுண்டருலே... நீங்க காடர் கூட்டம்... நாங்க ஓதாளன் கூட்டம்... ரொம்பப் பொருத்தமாப் போச்சும்மா... இனி நீங்கத்தான் நல்ல முடிவைச் சொல்லணும்... என்ன சுப்பையா... உன் அபிப்பராயம் என்ன..." முருகப்பக் கவுண்டர் சரவெடி போலத் தன்னுள்ளத்தில் இருந்ததை வெளிப்படுத்தி விட்டார்.

வேலாயிக்கு என்ன சொல்லுவதென்றே தெரியவில்லை. ஆனந்தக் கண்ணீர் வடித்தாள். வள்ளியும் பூரித்துப் போனாள்.

முத்தையாவோ இன்பத் தவிப்பில் தலைகுனிந்து கொண்டிருந்தான்.

சுப்பையா எல்லையில்லா மகிழ்ச்சியுடனும், மனநிறைவுடனும் முருகப்பக் கவுண்டரின் கைகளைப் பற்றிக் கண்களில் ஒத்திக் கொண்டான்.

"மொதலாளி... உங்களுக்குப் பெரிய மனசு... என் தம்பிக்கு இவ்வளவு பெரிய எடத்துலே பொண்ணு கெடைக்கிறதை நெனைச்சு நான் ரொம்பச் சந்தோஷப்படறேன்... ஆனால்..." நிறுத்தினான் சுப்பையா.

"என்ன சுப்பு... ஆனா... ஆவன்னான்னு... ஏதோ சொல்ல வர்றே... ஒளிவு மறைவு இல்லாமச் சொல்லு..." முருகப்பன் அவசரப்பட்டார்.

"தம்பி... முத்தையா கல்யாணம் அமோகமாக நடக்கட்டும்... ஆனா... அதுக்கு முன்னாலே வள்ளியோட கல்யாணம் நல்ல முறையிலே நடக்கணும்... வள்ளிக்கும் இருபத்தி ரெண்டு வயசாச்சு... வயசுக்கு வந்த பொட்டைப் புள்ளையை வச்சுக்கிட்டு... அண்ணன் முந்திக்கறது நல்லா இல்லீங்களே..." என்றான் சுப்பையா.

"வாஸ்தவமான பேச்சு... பொறுப்பான பேச்சு... ஆயிரத்துலே ஒரு சொல்லுப்பா நீ சொன்னது... நாங்களும் ஒண்ணும் அவசரப்படல்லே... வள்ளிக்கண்ணுக்கு நல்ல பையனாப் பாத்து ஒரு மூணு மாசத்துக்குள்ளே முடியுங்க... அதுக்கப்புறம்... முத்தையா... கமலி... கல்யாணத்தை வச்சுக்கலாம்..." முருகப்பனும் பொறுப்புணர்ந்து பேசினார்.

"நல்லதுங்க மொதலாளி... எனக்குக் கொஞ்சம் அவகாசம் குடுங்க... அம்மா... முத்தையா... வள்ளி எல்லாரையும் கலந்துக்கிட்டு ஒரு நல்ல பையனைத் தேர்ந்தெடுக்கறோம்... வள்ளியும் எஸ்எஸ்எல்சி வரை படிச்சிருக்கறா... அவ மனசிலே என்ன இருக்குதுன்னும் நாம தெரிஞ்சுக்கணும் இல்லீங்களா..." என்றவாறு சுப்பையா மென்மையாக வள்ளியை நோட்ட

மிட்டான். அவளது பார்வை இஸ்மாயில் அடிக்கடி படித்துக் கொண்டிருக்கும் "திருக்குர் ஆன்" புத்தகத்தின்மீது நிலை பெற்று நின்றது. அதில் நாணமும், மகிழ்ச்சியும் காணப்பட்டன.

"ஆமாம்ப்பா... ஆமா... இந்தக் காலத்துப் புள்ளைங்களைக் கேக்காம எதுவும் செய்யக்கூடாது... வள்ளியோட அறிவுக்கும், அழகுக்கும் அருமையான பையனாக் கெடைப்பான்... நானும்.. எங்க சொந்தத்துலே மாப்பிள்ளை பாக்கட்டுமா சுப்பையா..." ஆர்வமுடன் கேட்டார் முருகப்பன்.

"கொஞ்சம் பொறுங்க மொதலாளி... நாளைக்கு இதைப் பத்திப் பேசலாமுங்க... இப்போ எல்லாரும் சாப்பிடப் போலாமுங்க..."

"உங்கிட்டே ஒரு வேண்டுகோள் சுப்பையா..." என்றார் முருகப்பன்.

"தயவு செஞ்சு என்னை இனிமே மொதலாளின்னு கூப்புடாதே... மாமான்னு கூப்புடுப்பா..."

"....ம்... சரிங்க மொ.... இல்லே... இல்லே... மாமா.... சரிங்களா..."

"....ம்... இது சரியான பேச்சு..."

"அப்புறம் இன்னொரு முக்கியமான விசயமுங்க..." குறுக்கிட்டாள் வேலாயி.

"என்னம்மா வேலாயி... சொல்லு..." முருகப்பன் அவளைப் பேசத் தூண்டினார்.

"அதாவது... வள்ளிக்குக் கல்யாணம் பண்ணினதுக்கு அப்புறம்... முத்தையாவுக்குக் கல்யாணம்ன்னு எல்லாரும் சொல்றீங்க... ஆனா... மூத்தவன் இருக்கும்போது... எளையவனுக்குப் பண்ணினா சொந்த பந்தத்துலே ஏதாவது பேசுவாங்க... என்னமோ... எனக்குத் தோணுனதைச் சொல்றங்க..." தயங்கியபடி சொன்னாள் வேலாயி.

"அம்மா... இந்தச் சம்பிரதாயமெல்லாம் எதுக்கும்மா... ஊரு உலகத்தைப் பத்தி நாம கவலைப்பட்டா வாழ முடியாது... தம்பிக்கு நல்ல எடம் அமைஞ்சிருக்கு... வள்ளி கல்யாணத்துக்குப் பொறவு... தம்பி முத்தையாவோட கல்யாணம்... என்னைப் பத்தி அப்புறம் பேசிக்கலாம்... இதுதான் முடிவான முடிவு..." திட்டவட்டமாகப் பேசினான் சுப்பையா.

"அப்புறம் என்ன வேலாயி... சுப்பையாவை விட்டுருவோமா என்ன... அவனுக்கு ஒரு நல்ல பொண்ணாப் பாத்துச் சகல மரியாதையோட கல்யாணத்தை முடிக்கிறது என் பொறுப்பு... எல்லாம் நல்லதே நடக்கும்... நிம்மதியா இரும்மா..." ஆறுதல் மொழிகளை அள்ளித் தெளித்தார் முருகப்பன்.

வேலாயி முகத்தில் நிம்மதி.

"எலை போட்டு ரொம்ப நேரமாச்சு... சோறும் பரிமாறியாச்சு... எல்லாரும் *சாப்புட வாங்க*..." வள்ளி அனைவரையும் உணவுண்ண அழைத்தாள்.

பிற்பகல் மூன்று மணி.

அனைவரும் உணவு உண்டாகி விட்டது. முருகப்பக் கவுண்டரின் குடும்பம் மகிழ்ச்சியுடன் விடைபெற்றுச் சென்று விட்டது.

வேலாயி கூடத்தில் ஒரு கயிற்றுக் கட்டிலில் படுத்து உறங்கிக் கொண்டிருந்தாள். சுப்பையாவும் பாயில் படுத்தவாறு அமைதியாகச் சிந்தித்துக் கொண்டிருந்தான்.

வள்ளி மெதுவாக அவன் முன்பு வந்து நின்றாள்.

"அண்ணா... அண்ணா..." அழைத்தாள் வள்ளி.

"என்னடா வள்ளிக் கண்ணு... நீயும் சித்த நேரம் தூங்கலாமல்லே... போ கண்ணு... போயித் தூங்கு..."

“தூங்கறேண்ணா... அதுக்கு முன்னாலே ஒரு உதவி செய்யுங் கண்ணா...” என்று நெளிந்தாள் வள்ளி. அவள் கையில் ஒரு டிபன் கேரியர் இருந்தது.

“என்ன செய்யணும் கண்ணு...” பாசத்துடன் கேட்டான் சுப்பையா.

“ஒண்ணும் இல்லீங்கண்ணா... மணி மூணுக்கு மேலே ஆவுது... நாம எல்லாரும் இன்னிக்குக் கல்யாணச் சாப்பாடு மாதிரிச் சாப்புட்டோம்... அவுங்களுக்கும் இதுலே கொஞ்சம் சாப்பாடும்... வடை... பாயாசம் எல்லாம் எடுத்து வச்சிருக்கறேன்... நீங்க கம்பெனிக்குப் போயிக் குடுத்துட்டு வர்றீங்களா...” வள்ளி வெட்கத்துடன் சொன்னாள்.

“யாரு... இஸ்மாயிலு கிட்டே இதைக் குடுத்துட்டு வரச் சொல்றயா...” தலையை ஆட்டினாள் வள்ளி. பாயிலிருந்து எழுந்து உட்கார்ந்தான் சுப்பையா. வள்ளியின் முகத்தைக் கூர்ந்து நோக்கினான்.

“இங்கே பாரு புள்ளே... நான் வெளிப்படையா ஒண்ணு கேக்கறேன்... சொல்லுவியா...”

வள்ளி சிறிது அச்சத்துடன் சுப்பையாவைப் பார்த்தாள்.

“இஸ்மாயில் மேலே உனக்கு ஏதாவது நல்ல எண்ணம்... அதாவது... விருப்பம் இருந்தால்... தயங்காமச் சொல்லு புள்ளே... யோசிக்காதே... பயப்படாதே...”

சுப்பையா இப்படித் தேங்காய் உடைத்ததைப் போல் கேட்டதும் வள்ளிக்குச் சிறிது அதிர்ச்சி... வெட்கம்... மகிழ்ச்சி.. எல்லாம் கலந்து முகத்தில் வெளிப்பட்டது.

“சொல்லு கண்ணு... உம் மனசிலே என்ன இருக்குதுன்னு... தெரிஞ்சுக்கிட்டாத்தானே நான் எதுவும் பேச முடியும்... இஸ்மாயிலை உனக்குப் புடிச்சிருக்கா...”

தலையை ஆட்டினாள் வள்ளி.

"அவனைக் கல்யாணம் பண்ணிக்க சம்மதமா..."

அதற்கும் வெட்கத்துடன் தலையசைத்தாள் வள்ளி. அவள் முகத்தில் இப்பொழுது வியர்வைத் துளிகள்.

"எனக்குச் சந்தோஷம்... சம்மதம்... ஏன்னு சொன்னா... ஜாதி... மதம் இதெல்லாம் தேவையற்றதுன்னு நம்பற ஆளு நான்... அவன் கிட்டேயும் பேசிப் பாக்கறேன்... அவனுக்கும் உம்மேலே விருப்பம் இருந்தா... எனக்கு எந்த மறுப்பும் இல்லேடா கண்ணு..." என்றான் சுப்பையா.

"ஆனா... பெரியவனே... எனக்கு இதுலே விருப்பம் இல்லீடா..." என்றவாறு கோபத்துடன் வந்து நின்றாள் வேலாயி.

சுப்பையாயும், வள்ளியும் அது கேட்டுத் திடுக்கிட்டனர். வேலாயி ஆத்திரத்துடன் வள்ளியை முறைத்தாள்.

21

நிலாவில் கால் பதித்து விட்டோம்... செவ்வாய்க் கிரகத்திலும் இனி மனிதனை நடக்க வைக்க முயற்சிப்போம் என்றெல்லாம் அறிவியலாளர்கள் அடிவயிற்றிலிருந்து ஆரவாரக் கூச்சலிட்டாலும்... இன்றும் இந்த உலகில் எங்கோ ஒரு மூலையில் மொழி வெறியோ, இனவெறியோ, மதவெறியோ, வகுப்பு வாதமோ தலைவிரித்தாடிக் கொண்டுதான் இருக்கிறது. அவைகளை என்ன செய்ய முடிந்தது அறிவியல்காரர்களால்! அறிவியல் வளர, வளர அன்பும், அறமும் பெருக வேண்டும்... மனிதத்தைச் சூழ்ந்துள்ள சாதிப் பித்து, சமயப் பித்து ஒழிக்கப்பட வேண்டும்... நடந்ததா... இல்லையே... மனிதத்தைப் பிளவுபடுத்தும் இந்த இழிவுகள் மனத்திலிருந்து நீங்கப்படாதவரை எவ்வளவுதான் அறிவியல் வளர்ந்து என்ன ஆகப் போகிறது... ஒற்றுமையில் வேற்றுமை காண்பதே சாதீய தர்மம்!!

வேலாயியிடம் பரந்த உள்ளமும், பண்பட்ட செயல்களும் மிகுந்திருந்தாலும் எங்கோ ஓரிடத்தில் சாதிப்பித்து ஒட்டிக் கொண்டு தானிருந்தது. இதற்குக் காரணம் அவள் வாழ்ந்த, வளர்ந்த சூழ்நிலைகள் ஒரு காரணமாக இருக்கலாம். இஸ்மாயில் நல்ல பண்புகள், கொண்ட இளைஞன் என்பது அவள் அறியாததல்ல... ஆனாலும், அவளையும் மீறிச் சாதிப் பேய் உச்சந்தலையில் குடிகொண்டிருந்தது. அதுவே வார்த்தைகளாக வடிவம் எடுத்து வந்தது.

"ஏண்டி... கூறு கெட்டவளே... நீ பிரியங்காட்டறதுக்கு ஒரு கவுண்டப் பையன் கெடைக்கல்லியாடி... துலுக்கப் பயல் தானா கெடைச்சான்..." என்ற வேலாயி, வள்ளியின் கன்னத்தில் ஓங்கி அறைந்தாள்.

சுப்பையா வேலாயியின் கைகளைப் பற்றிக் கொண்டான்.

"ஏம்மா... உனக்கென்ன புத்தி கெட்டுப் போச்சா... அவ என்ன தப்புப் பண்ணீட்டா... இப்படி நடந்துக்கறே..." கத்தினான் சுப்பையா.

"இன்னும் என்னடா அவ பண்ணல்லே... குடும்பத்துக்கு மூத்தவன் நீ... உங்கிட்டேயே நான் இஸ்மாயிலை விரும்ப றேன்னு சொல்லுறாளே... எவ்வளவு கொழுப்பு இருக்கணும் இவளுக்கு..." அவிழ்ந்த தலைமுடியை முடிந்து கொண்டை போட்டவாறே மூச்சிரைக்கப் பேசினாள் வேலாயி.

"அம்மா... அறிவு கெட்டதனமாப் பேசாதே... இஸ்மாயிலை விரும்பறேன்னு... வள்ளி சொல்றான்னா நான் ரொம்பப் பெருமைப்படறேம்மா... அவன் மாதிரி ஒரு யோக்கியன்... உழைப்பை நம்பி வாழ்ற ஒரு பையனை எங்கே தேடினாலும் பாக்க முடியாது... வள்ளி அவனை விரும்பறதுலே என்னம்மா தப்பு... இத்தனை வருசமா இஸ்மாயில் நம்ம வீட்டுக்கு வந்துட்டும், போய்ட்டும் இருக்கானே... ஏன்... வள்ளி தனியா இருக்கறப்போ கூட அவன் நம்ம வீட்டுக்கு வந்திருக்கான்... ஒரு ஒழுங்கீனத்தையாவது அவன்கிட்டேச் சொல்ல முடியுமா...

அது மட்டுமில்லே... அவன் வேலை பாக்கறே கம்பெனியிலே எத்தனையோ பொட்டைப் புள்ளைங்க வேலை பாக்குது... ஒருத்தி கிட்டேயாவது அவன் தவறான பேச்சோ... பார்வையோ... வச்சுக்கிட்டது கிடையாது... பீடி, சிகரெட், சாராயம் மத்த கெட்ட பழக்கம்ன்னு ஏதாவது ஒண்ணையாவது அவன்கிட்டே நீ காட்ட முடியுமா... எல்லாருமே அவனை நல்லவன்னுதான் சொல்லுறாங்க... ஏன்... உனக்கே தெரியாதா அவன் எவ்வளவு நல்லவன்னு..."

"அதுக்கில்லே கண்ணு... இஸ்மாயிலு சாயுபு ஆச்சே..." தயங்கியவாறு பேசினாள் வேலாயி.

"இருக்கட்டுமேம்மா... முஸ்லீமா இருந்தா என்ன... மனுஷனுக்கு மனுஷன் எதுக்கும்மா இத்தனை வேறுபாடு... எல்லாரோட ஒடம்புலேயும் செவப்பு ரத்தம்தானேம்மா ஓடுது... இதுலே வித்தியாசம் காட்ட முடியுமா..."

"அதாவது கண்ணு... நம்ம ஜாதி ஜனம் ஏதாவது சொன்னா என்னப்பா பண்றது..."

"அதே ஜாதி ஜனம் நம்ம அப்பாவை அதாவது உம் புருசனை ஏமாத்துச்சு... அவருக்கக் கெடைக்கக்கூடிய நியாயமான சொத்தைக்கூடக் கெடைக்க விடாமே சதி பண்ணுச்சு... அதை நெனைச்சு எங்க அய்யன் துடிச்ச துடிப்பும்... அவமானமும் என்னைவிட... உனக்கு நல்லாத் தெரியுமேம்மா... இந்தச் சொந்த பந்தம் நம்மளை வாழ்த்துனா என்ன... தூத்தீட்டுப் போனா என்ன... இவங்களை நம்பியா நாம இருக்கறோம்... ம்... ம்... சொல்லும்மா... சொல்லு..." ஆத்திரப்பட்ட சுப்பையா தாயின் கைகளைப் பற்றிக் கொண்டு கத்தினான்.

அப்பொழுது-

"ஒரு நிமிஷம் நான் பேசலாமா..." என்ற குரல் வாசல்பக்கம் கேட்டது. சுப்பையா போய்ப் பார்த்தான்.

இஸ்மாயில் அமைதியாக நின்று கொண்டிருந்தான்.

"வாடா... இஸ்மாயில்... உன்னைப் பத்தித்தான் பேசிக் கிட்டிருந்தோம். நீ வந்து ரொம்ப நேரமாச்சா..." சுப்பையா இயல்பாகக் கேட்டான்.

"ஆமா... உங்களுக்குள்ளே காரசாரமாப் பேச்சு தொடங்குனப் பவே நான் வந்துட்டேன்... அதாவது தற்செயலாத்தான் வந்தேன்... ஒட்டுக் கேட்டதா யாரும் என்னைத் தப்பா நெனைக்காதீங்க... ரொம்ப நுணுக்கமான விஷயமா இருந்ததாலே தயங்கிப் போயி வாசல் பக்கமாவே நின்னுட்டேன்... புதுசா ஒரு சைக்கிள் வாங்கியாந்தேன் சுப்பு... அதை உங்கிட்டேயும்... நம்ம அம்மாகிட்டேயும் காட்டலாம்ன்னு..." அதற்குமேல் இஸ்மாயிலால் பேச முடியவில்லை. சுப்பையாவைக் கட்டிப் பிடித்துக் கொண்டு சிறு குழந்தை போலத் தேம்பி அழுதான்.

அவன் அழுவதைக் கண்டு வள்ளியின் கண்களிலும் நீர் பெருகியது. வேலாயி முகம் சிறுத்துப் போய் நின்றாள். அவள் கண்களும் கலங்கின.

"ஏண்டா இஸ்மாயில்... இப்போ என்னடா நடந்து போச்சு... என் அழுவறே... எங்கம்மா பழங்காலச் சம்பிரதாயங்கள்ளே ஊறிப் போனவங்க... ஏதாவது உளறுவாங்க... நான் இருக்கறேன்... சொல்லுடா தைரியமாச் சொல்லு... நீ வள்ளியை மனசார விரும்புறியா... வெட்டு ஒண்ணு துண்டு ரெண்டாச் சொல்லுடா... சொல்லு..." இஸ்மாயிலின் சட்டையைப் பிடித்து உலுக்கினான் சுப்பையா.

கண்ணீரைத் துடைத்துக் கொண்டான் இஸ்மாயில். அவன் கண்கள் சிவந்து போயிருந்தன.

"நான் விரும்புனா மட்டும் போதுமா... உங்க வீட்டுலே பொண்ணு கட்ட எனக்கொரு தகுதி வேண்டாமா... மொடவன் கொம்புத் தேனுக்கு ஆசைப்படலாமா..." இஸ்மாயில் வேதனையுடன் பேசினான்.

"டேய்... தெளிவாப் பேசு... தத்துவம் பேசாதே... வள்ளியை நீ விரும்புறியா இல்லியா... சொல்லு..." சுப்பையா இப்போது கட்டளையிட்டான்.

"ம்... மனசார விரும்புறேன்... உயிருக்கு உயிரா நேசிக்கறேன்..."

"அவளோட எந்த மனவருத்தமும் இல்லாம சகிப்புத் தன்மையோட குடும்பம் நடத்த உன்னாலே முடியுமா... சொல்லுடா..."

"முடியும் சுப்பு..." என்றான் இஸ்மாயில்.

"வள்ளிக் கண்ணு இங்கே வாம்மா..." சுப்பையாவின் குரலைக் கேட்டு வள்ளியிடம் நாணமும், அச்சமும் போட்டியிட்டன. தயக்கத்துடன் அவன் முன்னால் வந்து நின்றாள்.

"நீ இஸ்மாயிலை மனசார விரும்புறியா... தெளிவாச் சொல்லு..." சுப்பையா அவள் முகத்தைப் பார்த்தபடி கேட்டான்.

வள்ளி தலைகுனிந்து கொண்டாள். எதுவும் பேசவில்லை.

"இப்படிப் பேசா மடந்தையா இருந்தா எப்படிக் கண்ணு... நாம எல்லாரும் தெளிவா ஒரு முடிவுக்கு வரணும்... அதுக்கான நேரம் வந்துருச்சு... தைரியமா உன் மனசுலே இருக்கறதைப் போட்டு ஒடைச்சிரு... சொல்லு... இஸ்மாயிலைக் கல்யாணம் பண்ணிக்கச் சம்மதமா... சொல்லு புள்ளே..." சுப்பையா உரக்கக் கேட்டான்.

"ம்... எனக்குச் சம்மதம்..." வள்ளி சொல்லி விட்டு, வேகமாகச் சமையலறைக்குள் ஓடி ஒளிந்து கொண்டாள்.

".....ம்... இப்போ புரிஞ்சுதாம்மா... வள்ளி ஒண்ணும் சின்னக் கொளந்தை இல்லேம்மா... பதினெட்டு வயசு பூர்த்தியான பொண்ணு... சட்டப்படி அவ யாரை வேணுமானாலும் கல்யாணம் பண்ணிக்கலாம்... யாரும் தடுக்க முடியாது... நீ தடுத்து என்னம்மா ஆகப் போகுது... அம்மா... நான் ஒண்ணு

தெளிவாச் சொல்றேன் கேட்டுக்க... இந்த உலகத்துலேயே பெரிய படிப்பு என்ன தெரியுமா... எம்.ஏ. படிக்கறேதா எம்.எஸ்ஸி., படிக்கறதோ இல்லே... ஒழுக்கத்தைக் கடைப் பிடிக்கறதுதான் பெரிய படிப்பு... அது இஸ்மாயில் கிட்டே இருக்கு... எந்த நாட்டுக்குப் போனாலும் பொழச்சிக்குவான். நீ என்னம்மா சொல்லுறே..."

"நான் என்ன கண்ணு சொல்லப் போறேன்... பெத்த பாசத்துலே என்னமோ சொல்லீட்டேன்... நீ எதைச் செஞ்சாலும் நல்லதாத்தான் இருக்கும்... உன் விருப்பப்படியே பண்ணு..." வேலாயியும் பச்சைக் கொடி காட்டி விட்டாள்.

மறுநாள் காலை ஒன்பது மணியிருக்கும்.

முருகப்பக் கவுண்டரின் பனியன் கம்பெனி பரபரப்பாக இயங்கிக் கொண்டிருந்தது.

முத்தையா தட்டச்சுப் பணியில் ஈடுபட்டுக் கொண்டிருந்தான்.

இஸ்மாயில் சலவைப் பட்டறையிலிருந்து வெளுத்துக் கொண்டு வரப்பட்ட துணி உருளைகளைச் சரிபார்த்துக் கொண்டிருந்தான்.

கம்பெனி முன்னால் கார் வந்து நின்றது. முதலாளி முருகப்பக் கவுண்டர் கோபமாக இறங்கினார்.

நேராக அலுவலக அறைக்குள் நுழைந்தவர், முத்தையாவைக் கவனித்து விட்டார்.

"என்ன மாப்பிள்ளை... உங்க ஆத்தாவுக்கும், அண்ணனுக்கும் ஏதாவது புத்தி கெட்டுப் போச்சா..." என்று அவனை நோக்கிக் கத்தினார்.

"என்னங்க மாமா சொல்றீங்க..." முத்தையா பணிவாகக் கேட்டான்.

"பின்னே என்னங்க மாப்பிள்ளை... கிளியை வளத்துப் பூனை கையிலே குடுத்த கதையா... அந்தத் துலுக்கப் பயல்

இஸ்மாயிலுக்கு உங்க தங்கச்சியைக் குடுக்கறதா முடிவு பண்ணீட்டாங்களாம்.... இது உங்களுக்குத் தெரியுமா..."

"தெரியும் மாமா... இதுலே ஒண்ணும் தப்பு இல்லீங்களே... இஸ்மாயிலு துலுக்கனா இருந்தா என்னங்க மாமா... ஒழுக்கமும் பாடுபடற குணமும் இருக்குது... இதுக்கு மேலே ஒரு ஆம்பளைக்கு என்னங்க வேணும்..."

"என்னங்க மாப்பிள்ளை நீங்களும் இப்படிப் பேசுறீங்க... நம்ம ஜாதி எப்படி... ஜனம் எப்படி... கொங்குவெள்ளாளக் கவுண்டன்னா சும்மாவா... ஆயி அப்பன் இல்லாத அனாதைப் பயலுக்குப் போயிப் பொண்ணைக் குடுக்கறீங்களே... இதெல்லாம் நல்லதாப் படல்லே..."

அப்பொழுது-

"உங்களுக்கு நல்லதாப் படல்லேன்னா கல்யாணத்துக்கு வராம இருந்துருங்க... இனிமே ஒரு வார்த்தை கூட என் தோழன் இஸ்மாயிலைப் பத்தி நீங்க பேசக் கூடாது..." கர்ஜித்தபடி முருகப்பக் கவுண்டர் முன்பு வந்து நின்றான் சுப்பையா. அவனருகே இஸ்மாயிலும் பணிவுடன் வந்து தலைகுனிந்தவாறு நின்றான்.

முருகப்பக் கவுண்டர் இதை எதிர்பார்க்கவில்லையென்றாலும், தன்னை ஓரளவு நிலைநிறுத்திக் கொண்டு அவர்கள் இருவரையும் உற்று நோக்கினார்.

"சுப்பு... நான் இப்போ என்ன சொல்லீட்டேன்... இப்படிக் கத்துறே... நான் பேசறதுலே என்னிக்கும் ஒரு அர்த்தம் இருக்குதுப்பா... அதாவது..." முருகப்பக் கவுண்டர் பேச முயன்றார்.

"மாமா... ஒண்ணு சொல்றேன்... தெளிவாக் கேட்டுக்குங்க... ஒரு மனுஷனை மதிக்கறதுக்கு அளவுகோலா நீங்க பணத்தை மட்டுமே பாக்கறீங்க... நான் மனுஷனை அளக்கற அளவுகோலா அவன் மனசை மட்டுந்தான் பாக்கறேன்... இதே

இஸ்மாயில் ஒரு கோடீசுவரனா இருந்தா... முத்தையாவைத் தூக்கி எறிஞ்சிட்டு இஸ்மாயிலையே கூட மாப்பிள்ளையா ஏத்துக்குவீங்க... இதுதான் நெஜம்..." சுப்பையா கூர்மையாகப் பேசினான்.

"சுப்பு... மரியாதையாப் பேசுப்பா... என் வயசு என்ன... உன் வயசு என்ன... நான் சொல்ல வந்தது இப்போ உனக்குப் புரியாது... காலம் அதை உனக்கு உணர்த்தும்.."

"அதையேதான் நானும் உங்களுக்குச் சொல்றேன்... காலம் எல்லாருக்கும் எல்லாத்தையும் உணர்த்தும்... இஸ்மாயிலும், வள்ளியும் ஒருத்தரை ஒருத்தர் மனசார விரும்புறாங்க... அதுக்கும் மேலே இஸ்மாயிலுகிட்டே கண்ணியமும், ஒழுக்கமும் இருக்குது... அது போதும்... இனிமே இதைப் பத்தி யாரும் பேசக்கூடாது... அடுத்த மாசம் இவங்க கல்யாணம் நடந்தே தீரும்."

"இந்தக் கல்யாணத்துக்கு நான் வரமாட்டேன்.... நான் மட்டுமில்லே... நம்ம ஜனங்களும் வரமாட்டாங்க..." முருகப்பக் கவுண்டர் ஆவேசமாகக் கத்தினார்.

"அதைத்தான் நான் எதிர்பாக்கறேன்... நீங்க வரமா இருக்கறதே இந்தக் கல்யாணத்துக்குச் செய்யுற பேருதவி... இஸ்மாயிலு இனிமே இந்தக் கம்பெனியிலே வேலை பாக்க மாட்டான்... அவன் கணக்கை நேர் பண்ணி அனுப்புங்க..." சுப்பையாவும் தீர்மானமாகக் கூறினான்.

"அண்ணா... அண்ணா..." முத்தையா கண் கலங்கியபடி சுப்பையா முன்னால் வந்து நின்றான். அவனால் எதுவும் பேச முடியவில்லை.

"முத்தையா... கவலைப்படாதேடா.... உன் கல்யாணம் எந்தப் பிரச்சினையும் இல்லாமே நல்லா நடக்கும்... உன் மாமனார் என்னைக் கூப்பிடாமே விட்டாலும் நான் முதல் ஆளா வந்து மணவறையிலே உனக்குத் தொணையா இருப்பேன்... இது

வேறே... அது வேறே... நான் வர்றேன்..." சுப்பையா அந்த அறையை விட்டு வெளியேறினான்.

முருகப்பக் கவுண்டரும், முத்தையாவும் திகைத்துப் போய் நின்றனர். சில நிமிட மௌனத்திற்குப் பிறகு-

"ஏம்பபா இஸ்மாயிலு.... இனிமே நமக்குள்ளாறே சரிப்பட்டு வராது... உனக்குச் சேர வேண்டியதை முத்தையாகிட்டே கணக்குப் போட்டு வாங்கீட்டுப் போ..." என்றார் முருகப்பக் கவுண்டர் உறுதியான குரலில்.

22

இரவு நேரம். சுப்பையாவின் வீடு அமைதியாக இருந்தது. வேலாயியும், வள்ளியும் அமைதியாகக் கூடத்தில் அமர்ந் திருந்தனர். சுப்பையா நிதானமாக ஒரு நூலைப் படித்துக் கொண்டிருந்தான். அது "காரல் மார்க்ஸ்" பற்றிய வாழ்வியல் நூல். கூடத்தில் ஒரு வட்டிலில் சூடான இட்லிகளும், கொத்து மல்லித் துவையலும் பக்குவமாக வைக்கப்பட்டிருந்தன.

"ஏம்பபா பெரியவனே... இட்லி ஆறிப் போவுது... வந்து தின்னுட்டுப் போயி... படிக்கலாமல்லோ..." வேலாயி குரல் கொடுத்தாள்.

"ம்... ம்... தம்பி வரட்டும்மா... எல்லாரும் ஒண்ணா உக்காந்து திங்கலாம்..." புத்தகம் படித்தவாறே சுப்பையா பதில் தந்தான். வாசலில் சைக்கிள் வந்து நின்றது. முத்தையா உள்ளே வந்தான்.

"முத்தையா... இஸ்மாயில் எங்கே..." சுப்பையா அவனிடம் கேட்டான்.

"கம்பெனியிலேயே இன்னிக்குப் படுத்துக்கறேன்னு சொல்லீட்டாரு... அப்புறம்... அவருக்குச் சேரவேண்டிய பணம்

இதுலே இருக்குது... உங்ககிட்டேயே இதைக் குடுக்கச் சொன்னாருங்கண்ணா..." முத்தையா ஒரு உறையை சுப்பையாவிடம் நீட்டினான்.

சுப்பையா அதைப் பிரித்துப் பார்த்தான். நூறு ரூபாய் தாள்கள் பல அதில் இருந்தன. மனநிறைவுடன் முத்தையாவைப் பார்த்தான்.

"ம்... உன் மாமனார் பண விஷயத்துலே ஒழுங்கா நடந்துக்கிட்டார்... நான் அவருகிட்டே பேசினதிலே உனக்கு ஏதாவது வருத்தம் இருக்காடா தம்பி..." சுப்பையா அவன் தோளை ஆதரவாகப் பற்றிக் கொண்டு கேட்டான்.

"இல்லீங்கண்ணா... நீங்க பேசினது நியாயந்தான்... நம்ப வள்ளிக்கு இஸ்மாயிலு மாதிரி ஒரு மாப்பிள்ளை லோகத்துலே எங்கே சுத்தினாலும் கெடைக்க மாட்டான்... இந்தக் கல்யாணம் மொதல்லே நல்லா நடக்கட்டும்... அப்புறம் என் கல்யாணத்தைப் பத்திப் பேசலாம்... நீங்க எதைச் செஞ்சாலும் நல்லதுக்குத்தான் செய்வீங்க... அதுலே எனக்கு முழுநம்பிக்கை இருக்குதுங்கண்ணா..." முத்தையா இப்படிப் பேசியதும், சுப்பையா அவனை அன்புடன் கட்டிப்பிடித்துக் கொண்டான்.

"இப்படி ஒரு தம்பி கெடைச்சது நான் செஞ்ச புண்ணியம்... இப்போ சொல்லுங்கம்மா... இந்தக் கல்யாணத்துலே உங்களுக்கு முழுச் சம்மதம் உண்டா இல்லையா..." சுப்பையா தன் தாயைப் பார்த்துக் கேட்டான்.

"என்னமோ கண்ணு... தகப்பன் இல்லாத குடும்பம்... நீ பாத்து நம்ம புள்ளைக்கி நல்லது செஞ்சா நான் வேண்டாமுன்னா சொல்லப் போறேன்... மொதல்லே நம்ம சாதி சனத்தை நெனைச்சு நான் பயந்தாலும்... இஸ்மாயிலுத் தம்பி நம்ம குடும்பத்து மேலே வெச்சிருக்கற பாசம்... அந்தத் தம்பியோட நடத்தை எல்லாம் வேறே யாரு கிட்டேயும் பாக்க முடியாது கண்ணு...." வேலாயி மனநிறைவுடன் சொன்னாள்.

"அது போதும்மா எனக்கு... வள்ளிக்கண்ணு... அடுத்த மாசம் பத்தாம் தேதி உனக்கும் இஸ்மாயிலுக்கும் கல்யாணம்..." உற்சாகமாகக் குரல் கொடுத்தான் சுப்பையா.

வள்ளி வெட்கத்துடன் முகம் சிவந்தாள்.

அது பெரிய ஆடம்பரமான திருமண மண்டபம் அல்ல. ஏழை எளிய பாட்டாளி மக்கள் திருமணம் செய்வதற்கு ஏற்ற மண்டபம். ஓடைக்காடு பகுதியில் அமைந்திருந்தது. மண்டபத்தில் மணமக்களும், இன்னும் சிலரும் அமரக்கூடிய வகையில் மேடை இருந்தது. மண்டபத்திற்கு வெளியே சிறிய பந்தல். குலை தள்ளிய வாழை மரங்கள்... வண்ணச் சரவிளக்குகள்... நல்வரவு கூறும் விளக்குப் பலகை. அவ்வளவுதான் ஆடம்பரம்.

மண்டபத்தின் சமையல் கூடம். சுறுசுறுப்பாக இயங்கிக் கொண்டிருந்தது. அனைவருக்கும் ஒரு வேளைச் சிற்றுண்டி மட்டுமே. மதிய உணவுக்கு அவரவர் வீடுகளுக்குத்தான் செல்ல வேண்டும். ஏனெனில், இது ஒன்றும் முதலாளி சுப்பையா வீட்டுத் திருமணம் அல்லவே! தோழர் சுப்பையா வீட்டுத் திருமணம் அல்லவா...

மணவறையில் வெண்ணிறத்தில் திரைச்சேலை ஒன்று தொங்கிக் கொண்டிருந்தது. அதில் மணமக்கள் பெயர் குறிக்கப் பட்டிருந்தது. சுத்தியல், அரிவாள் சின்னமும் காணப்பட்டது. காரல் மார்க்ஸ் படம் பெரிதாக வரையப்பட்டிருந்தது. மண்டபத்திற்குள் நூறு பேர் அமரக்கூடிய வகையில் நாற்காலிகள் போடப்பட்டிருந்தன.

காலை ஏழு மணி. மணமக்கள் மேடைக்கு அழைத்து வரப்பட்டனர். இஸ்மாயில் சாதாரண வேட்டியும், சட்டையும் புதிதாக அணிந்திருந்தான். மணமகள் வள்ளி புதிய பச்சை நிறக் கைத்தறிச் சேலை உடுத்தியிருந்தாள். இருவர் முகத்திலும் முழு நிலவின் பிரகாசம்!

சுப்பையா, முத்தையா, இன்னபிற தோழர்கள் சுறுசுறுப்பாக வேலைகளைப் பார்த்துக் கொண்டிருந்தனர்.

முன்வரிசையில் வேலாயி, முருகப்பக் கவுண்டர் மற்ற சொந்த பந்தங்கள் அமர்ந்திருந்தனர்.

பெருமாநல்லூரிலிருந்து குன்னான் இரண்டு நாட்களுக்கு முன்பாகவே வந்திருந்து எடுபிடி வேலைகளையெல்லாம் மகிழ்ச்சியுடன் செய்து கொண்டிருந்தான்.

இப்பொழுது-ஆட்டோரிக்ஷா ஒன்று மண்டப வாயிலில் வந்து நின்றது. சென்னையிலிருந்து ஒரு வயதான தோழர் திருமணத்தைத் தலைமையேற்று நடத்த வந்திருந்தார்.

சுப்பையா அவரை வணக்கமும், வரவேற்பும் கூறி அழைத்து வந்தான்.

"தோழர்களே... உங்கள் அனைவரையும் மனதார வரவேற் கிறேன். இங்கே மதச் சடங்குகளோ, சாதிய சம்பிரதாயங்களோ எதுவும் செய்யப்படாமல் இரண்டு உள்ளங்களின் அன்பை மட்டும் முதன்மையாக வைத்துத் திருமண விழா அதாவது வாழ்க்கை ஒப்பந்த விழா நடைபெற உள்ளது. இந்த நல்ல நிகழ்ச்சியை முதுபெரும் தொழிற் சங்கவாதியும், சிவப்புச் சிந்தனையின் பாதுகாவலருமான பெரியவர் தோழர் நல்லக்கண்ணு அவர்களைத் தலைமையேற்று நடத்தித் தருமாறு கேட்டுக் கொள்ளுகிறேன். அனைவருக்கும் ஒரு பணிவான வேண்டுகோள்... இந்தத் திருமணத்திற்கு வந்திருக்கிற உங்கள் அனைவரிடமும் நான் எதிர்பார்ப்பது வாழ்த்துக்களை மட்டுந்தான்... மொய் மற்றும் வேறு எந்தவிதமான பரிசுகளையும் யாரும் தர வேண்டாம் எனக் கேட்டுக் கொள்ளுகிறேன்... ஏனெனில் இது வாழ்க்கை ஒப்பந்தம்... வணிக ஒப்பந்தம் அல்ல... இன்னொரு வேண்டுகோள்.. வந்துள்ள தோழர்கள் அனைவரும் தவறாமல் உணவருந்திச் செல்ல வேண்டும்... யாரும் உணவு உண்ணாமல் போகக் கூடாது என அன்புடன் கேட்டுக் கொள்ளுகிறேன்...

மீண்டும் ஒருமுறை உங்கள் அனைவரையும் வருக... வருக... என நிறைந்த நெஞ்சமுடன் வரவேற்று அமைகிறேன்... நன்றி..." சுப்பையா பேசி முடித்தவுடன் கரவொலி அரங்கை அதிர வைத்தது.

பிறகு-

பெரியவர் நல்லக்கண்ணு எழுந்தார். அவரிடம் அரைப்பவுன் மதிப்புக் கொண்ட சுத்தியல், அரிவாள் நட்சத்திரம் பொறிக்கப்பட்ட மோதிரம் கொடுக்கப்பட்டது. அவர் அதை மணமகன் இஸ்மாயிலிடம் வழங்கினார். இஸ்மாயில் அந்த மோதிரத்தை மணமகள் வள்ளியின் இடதுகை மோதிர விரலில் அணிவித்தான். பிறகு, வள்ளியிடம் அதே போன்ற ஒரு மோதிரத்தைச் நல்லக்கண்ணு கொடுத்தார். வள்ளி புன்சிரிப்புடனும், மெல்லிய நாணத்துடனும் இஸ்மாயிலின் இடது கை மோதிர விரலில் அணிவித்தாள். இப்போது பெரியவர் நல்லக்கண்ணு இருவரிடமும் மார்பளவு நீளமுள்ள ரோஜாப்பூ மாலைகளைக் கொடுத்தார். இருவரும் ஒருவர் மாற்றி ஒருவருக்கு அணிவித்துக் கொண்டனர்.

"இஸ்மாயில், வள்ளி ஆகியோரின் வாழ்க்கை ஒப்பந்த விழா இனிதாக நிறைவேறியது... இன்று முதல் இருவரும் கணவன்-மனைவியாகக் கருதப்படுவார்கள்... மணமக்கள் வாழ்க..." எனப் பெரியவர் நல்லக்கண்ணு உரக்கக் குரல் கொடுத்தார்.

கூட்டத்தினர் அனைவரும் ஒருமித்த குரலில்-

"மணமக்கள் வாழ்க..." எனத் திருப்பிக் குரல் கொடுத்தனர்.

இப்பொழுது, விழாத் தலைவர் நல்லக்கண்ணு நிறைவுரை வழங்கினார்.

"தோழர்களே... உங்களை இந்த நல்ல நாளில் சந்திப்பதை நான் பெருமையாகக் கருதுகிறேன்... மத மற்றும் சாதியச் சடங்குகள் இல்லாத எளிய... இனிய திருமணம் இது... வந்திருக்கக்கூடிய பெரியோர்களும், இளைஞர்களும் இது போன்ற திருமண

நிகழ்வுகளைப் பெரிதும் ஆதரிக்க முன்வர வேண்டும்... மணமக்கள் இருவரும் இடது கை மோதிர விரலில் கணையாழி பூட்டிக் கொண்டார்கள்... இது ஏன்? இதயம் என்பது ஒவ்வொருர மனிதனுக்கும் இடது பக்கம் இருக்கிறது... இதய சுத்தியோடு நாங்கள் இல்லற வாழ்வை மேற் கொள்ளுகிறோம் என்பது இதன் பொருள்... நாதஸ்வர இசைகூட இல்லையே... இது என்ன திருமணம் எனப் பலரும் நினைக்கலாம்... நாதஸ்வர இசை ஏன்? உங்கள் ஒவ்வொருவரின் நா இசைந்து "மணமக்கள் வாழ்க..." எனக் குரல் கொடுக்கையில் அந்த இசை தோற்று விடுமே... எனவே, இது போன்ற சிக்கனமும், சீர்திருத்தமும் வாய்ந்த திருமணங்கள் பல்கிப் பெருக வேண்டும்... மணமக்கள் நல்லறம் கண்டு, நானிலம் போற்ற வாழ்வாங்கு வாழ வாழ்த்துகிறேன்... நன்றி..." சுருக்கமாக முடித்துக் கொண்டார் பெரியவர் நல்லக்கண்ணு. பலத்த கரவொலியுடன் கூட்டம் விருந்துண்ண விரைந்தது.

பனியன் தொழிலாளர் சங்கம். உழைக்கும் தோழர்கள் பலரும் கூடியிருந்தனர். அவர்களிடம் உற்சாகம் இல்லை. ஏன்? பல்வேறு கோரிக்கைகளை வலியுறுத்தி அறுபது நாட்கள் போராடியும் எவ்விதமான முன்னேற்றமும் இல்லை. அதனால் ஏற்பட்ட தோல்வி அவர்களைப் பெரிதும் பாதித்திருந்தது. சோர்வுடனும், கடமைக்காகவும் வந்திருந்தனர்.

இஸ்மாயிலும் கூட்டத்திற்கு வந்திருந்தான்.

செல்வத்தினுடைய சைக்கிளின் பின்னால் அமர்ந்தவாறு சுப்பையா சங்கத்தின் முன்பு வந்து நின்றான்.

கூட்டம் தொடங்கியது.

நாச்சியப்பன் பேசினார்:

"தோழர்களே... என்ன பேசறதுன்னே எனக்குப் புரியல்லே... அறுபது நாள் போராட்டம் நடத்துனோம்... ஒரு முன்னேற்றம் கூட இல்லே... இருபத்தஞ்சு சதவீதம் சம்பள உயர்வு தார்றதாச்

சொன்ன மொதலாளிமாருங்க நமக்கு நல்லா பெரிய வாழைப்பழத்தையே குடுத்துட்டாங்க... ஏன் இது நடந்துச்சு... நமக்குள்ளே ஒற்றுமையில்லை... நம்ம தலைவரு சுப்பையாவும் செல்வம் போன்ற தோழர்களும் கோயமுத்தூரு ஜெயிலுக்குப் போனாங்க... ரெண்டு மாசம் சிறைவாசம் அனுபவிச்சாங்க ஆனா... ஒரு நன்மையும் இல்லே... காரணம் என்ன... இங்கே இருக்கற சில கருங்காலிப் பயலுங்க மொதலாளிங்களுக்குக் கைக்கூலியாப் போயிட்டாங்க... இந்தப் போராட்டம் வெற்றி ஆகாதுன்னு புரளியைக் கௌப்பி விட்டானுங்க... அதனோட விளைவு... தொழிலாளிங்க மத்தியிலே ஒரு பயமும்... பதற்றமும் ஏற்பட்டுப் போயி.... எல்லாரும் வேலைக்குப் போயிட்டாங்க. அப்புறம் எப்படியப்பா நம்ப கோரிக்கை ஜெயிக்கும்... சுப்பையாவும் இன்னபிற தோழர்களும் ஜெயில்லே கம்பி எண்ணிக்கிட்டிருக்கறப்போ நாம எல்லாரும் வேலைக்குப் போயிக் காசை எண்ணிக்கிட்டிருந்தோம்... அப்புறம் எப்படி போராட்டம் ஜெயிக்கும்? வெல்லம் திங்கற வன் ஒருத்தன்... வெரல் சூப்பறவன் இன்னொருத்தனா...” நாச்சியப்பன் ஆவேசப்பட்டார்.

இப்பொழுது கூட்டத்திலிருந்து ஒருவன் எழுந்தான்.

“இவ்வளவு தர்ம நாயம் பேசுறீங்களே... நீங்களுந்தானே மொதல் ஆளா வேலைக்குப் போனீங்க... தலைவரு கிட்டே இருந்து எந்த அறிக்கையும் வராத போது நாம எல்லாரும் வேலைக்குப் போனது தப்பு... நாச்சியப்பன் வேலைக்கும் போய்ட்டு வந்து பெரிய உத்தமனாட்டம் பேசறது மகா அயோக்கியத்தனம்... கேப்பமாறித்தனம்... த்தூ...” அவன் காறித் துப்பினான்.

“என்னடா காறித் துப்பறே... உம் பேச்சைக் கேட்டுத்தானே நான் வேலைக்குப் போனேன்... இப்ப என்னடா வந்து என்னைத் திட்டுறே... கூறுகெட்ட நாயே... குள்ளநரித்தனம் பண்ணா தீடா... அழிஞ்சு போயிருவே...” நாச்சியப்பனும் எதிர்ப்பேச்சுப் பேசினார்.

“யாருடா குள்ளநரி...” ஆவேசப்பட்ட ஒருவன் ஓடிவந்து நாச்சியப்பனின் சட்டையைப் பிடித்து உலுக்கினான்.

“என்னய்யா இது... சந்தைக் கடையை விட மோசமா இருக்குது... நான் இருக்கும்போது ஆளுக்கு ஆள் மாறுபட்டுப் பேசறதும், சண்டை போட்டுக்கறதும் ஒரு ஆரோக்கியமான தொழிற்சங்கவாதிக்கு அழகில்லே... அறுபது நாளு நானும் மற்ற தோழர்களும் ஜெயில்லே இருந்துட்டு வந்திருக்கோம்... எங்களுக்கு ஒண்ணும் யாரும் பூமாலையோ புகழ்மாலையோ சூட்ட வேண்டாம்... ஒருத்தனுக்கொருத்தன் அடிதடி போட்டுக்காம இருந்தாப் போதும்... இன்னொரு முறை இப்படி நடந்ததுன்னு வையுங்க... நான் தலைவரு பதவியிலிலேருந்து வெலகிப் போயிருவேன்... ஞாபகம் வெச்சுக்குங்க...” சுப்பையா கூட்டத்தை விட்டுக் கோபமாக வெளியேறினான்.

23

சுப்பையாவும், இஸ்மாயிலும் சைக்கிளில் வந்து இறங்கினார்கள். வீட்டின் முன்பு கார் நின்று கொண்டிருந்தது.

அது முருகப்பக் கவுண்டரின் கார்.

வீட்டுக்குள் இருவரும் நுழைந்தனர். கூடத்தில் முருகப்பக் கவுண்டர் மனைவியுடன் வந்திருந்தார். இன்னும் சிலர் மகிழ்வுடன் அவரைச் சூழ்ந்து நின்று கொண்டிருந்தனர்.

“வாங்க மாமா... எல்லாருக்கும் வணக்கம்...” சுப்பையா தன் மரியாதையை அனைவருக்கும் வெளிப்படுத்தினான்.

வேலாயியும், வள்ளியும் அனைவருக்கும் சிற்றுண்டி வழங்கிக் கொண்டிருந்தனர்.

சுப்பையாவும், இஸ்மாயிலும் நாற்காலிகளில் அமர்ந்தனர். அவர்களுக்கும் சிற்றுண்டி வழங்கப்பட்டது.

"தம்பி... சுப்பு.... வெளையாட்டுப் போல வள்ளி கல்யாணம் முடிஞ்சு மூணு மாசம் ஓடிப்போச்சு... எம் பொண்ணு கல்யாணத்தை அடுத்த மாசம் வச்சுக்கலாம்ன்னு நானும் உங்கம்மாவும் முடிவு பண்ணியிருக்கிறோம்... வேலாயி எல்லா வெரமும் சொல்லுச்சாப்பா..." முருகப்பக் கவுண்டர் குதுகலமாகப் பேசினார்.

"ம்... சொன்னாங்க மாமா... அப்படியே செஞ்சுக்கலாம்..." என்றான் சுப்பையா.

"ரொம்பச் சந்தோஷம்ப்பா... நம்ம காலேஜ் ரோட்டிலே இருக்கற கல்யாண மண்டபத்தைத்தான் பாத்திருக்கோம்ப்பா... பத்திரிக்கை மாடல் கோயமுத்தூருலே போயி வாங்கி யாந்தேன்... பாருப்பா... இஸ்மாயில்... நீயும் பாத்து சொல்லுப்பா..." முருகப்பக் கவுண்டர் நான்கைந்து கல்யாண மாதிரி வடிவங்களை அவர்களிடம் கொடுத்தார்.

சுப்பையாவும், இஸ்மாயிலும் ஆர்வமுடன் பார்த்தனர்.

"முத்தையா... இங்கே வாடா... எங்களுக்கு இந்த டிசைன் புடிச்சது... உனக்குப் புடிச்சுதான்னு பாரு..." சுப்பையா முத்தையாவை அழைத்தான்.

"இதுலே என்னண்ணா இருக்கு... நீங்க சொன்னாச் சரியாத்தான் இருக்கும்..." முத்தையா ஒரு மாடலைச் சுட்டிக் காட்டிப் பேசினான்.

"ம்... இராமனுக்கேத்த இலட்சுமணன்... அண்ணன் தம்பின்னா இப்படியல்ல இருக்கணும்..." முருகப்பக் கவுண்டருக்குப் பூரிப்புப் பொங்கியது.

"எவ்வளவு பத்திரிக்கை அடிக்கப் போறீங்க..." சுப்பையா கேட்டான்.

"ஆயிரத்துக்கு மேலே அடிக்கணும்... உனக்கு எவ்வளவு வேணும் சுப்பு..."

"ஒரு முந்நூறு பத்திரிக்கை போதும் மாமா..."

"சரிப்பா... நான் வந்த வேலை நல்லபடியா முடிஞ்சுது... எல்லாம் அந்தச் சென்னிமலை ஆண்டவரோட கருணையப்பா... நான் வர்றேன்... இஸ்மாயில் எதையும் மனசுலே வச்சுக்காதிப்பா... இந்தக் கண்ணாலத்தை நீதாம்ப்பா முன்னாலே நின்னு நடத்தணும்." முருகப்பக் கவுண்டர் இஸ்மாயிலின் தோளை மகிழ்வுடன் தட்டி ஆதரவு கேட்டார்.

"எல்லாம் நல்லதே நடக்குமுங்கய்யா... நாங்க இருக்கறோம்... சந்தோஷமாப் போயிட்டு வாங்கய்யா..." இஸ்மாயில் கைகூப்பி வணங்கி அவரை வழியனுப்பினான்.

முத்தையா-கமலி திருமணம் முடிந்து ஒரு வாரமாகி விட்டது. புதுமணக் கோலம் மாறாமல் அனைவரிடமும் முத்தையாவும், கமலியும் வாழ்த்துப் பெற்றுக் கொண்டிருந்தனர். ஆம். முத்தையா அந்தக் குடும்பத்திலிருந்து பிரிந்து மாமனார் வீட்டுடன் மாப்பிள்ளையாகப் போகிறான். இது சுப்பையா உட்பட அனைவருக்கும் தெரிந்த ஒன்றுதான்.

வேலாயியின் காலில் முத்தையாவும், கமலியும் விழுந்து வணங்கினர்.

"மகராசனா இருப்பா... அடிக்கடி வந்துட்டுப் போ கண்ணு... என்னை மறந்தாலும் தப்பில்லைடா... மூத்தவனை மறந்தராதப்பா... தாய்க்குத் தாயாவும், தகப்பனுக்குத் தகப்பனாவும் இருந்து உங்களையெல்லாம் ஆளாக்கினவண்டா அவன்..." வேலாயி பொங்கி வந்த கண்ணீரைச் சேலைத் தலைப்பில் துடைத்துக் கொண்டாள்.

"ஏம்மா... இதெல்லாம் நீ சொல்லித்தான் எனக்குத் தெரியணுமா... அண்ணன் மனசு கோணாம நடந்துக்கு

வேம்மா... கவலைப்படாதே..." என்ற முத்தையா அருகில் நின்று கொண்டிருந்த சுப்பையாவின் கால்களில் விழப் போனான். அதைத் தடுத்து அவனைத் தன் நெஞ்சுடன் சேர்த்து அணைத்துக் கொண்டான் சுப்பையா. இருவர் விழிகளிலும் கண்ணீர்.

"தம்பி... முத்தையா... உன் மாமனாருக்கு ஆண் வாரிசு இல்லை... அந்தக் கொறையை நீதாம்ப்பா தீர்த்து வைக்கணும்... உன் மாமனாரு பலமுறை என்கிட்டே மன்றாடிக் கேட்டுக்கிட்டதாலேதான் உன்னை அங்கே அனுப்பி வைக்கறேன்... அவரோட சொத்துக்களை யெல்லாம் நல்ல மொறையா நிர்வாகம் பண்ணு... பட்ட கஷ்டத்தையெல்லாம் அடிக்கடி நெனைச்சுப் பாருடா தம்பி... தொழிலாளிங்களை உன்கூடப் பொறந்த பொறப்பா எண்ணி நடத்துப்பா... அது போதும் எனக்கு..." மனம் நெகிழப் பேசினான் சுப்பையா.

தன் தந்தையின் படத்தின் முன்பு விளக்கேற்றி வணங்கினான் முத்தையா. கமலியும் விழுந்து வணங்கினாள்.

இஸ்மாயிலும், வள்ளியும் அவர்கள் இருவரையும் அன்புடன் தழுவிக் கொண்டனர். இனிப் பேசுவதற்கு என்ன இருக்கிறது?

வெளியே கார் அவர்களை அழைத்துச் செல்லக் காத்திருந்தது. முத்தையாவும், கமலியும் காரில் அமர்ந்தனர். கார் விரைந்தது.

அது 1981ஆம் ஆண்டில் ஒரு கோடைக்காலம். காலை ஒன்பது மணி இருக்கும். சுப்பையா செய்தித்தாள் வாசித்துக் கொண்டிருந்தான். வேலாயி கூடத்தில் அமர்ந்து காய்கறி நறுக்கிக் கொண்டிருந்தாள். வெளியே பைக் வந்து நிற்கும் சத்தம்.

வீட்டுக்குள் ஓர் ஏழு வயதுள்ள அழகான சிறுவன் "அம்மாயி" என அழைத்தவாறு வேலாயியை நோக்கி ஓடி வந்தான். அவன் "மார்க்ஸ்". இஸ்மாயில்-வள்ளியின் இல்லறக் கூட்டுறவில் விளைந்த அசையும் சொத்து!

வேலாயி பேரனை வாரி அணைத்துக் கொண்டாள்.

இஸ்மாயிலும், வள்ளியும் புன்முறுவலுடன் வந்தனர்.

"வள்ளிக் கண்ணு... என்னம்மா ஆச்சு..." எனக் கேட்டான் சுப்பையா.

"ஜோசப் பள்ளிக் கூடத்துலே அட்மிஷன் கெடைச்சிருச்சு... இனிமே மார்க்ஸ் மூணாங்கிளாஸ் அங்கேதான் படிக்கப் போறான்..." வள்ளி மகிழ்ச்சியுடன் பேசினாள்.

"இந்தா சுப்பு... இனிப்பு எடுத்துக்க..." இஸ்மாயில் இனிப்புப் பாக்கெட்டைச் சுப்பையாவிடம் நீட்டினான்.

"அப்பா... நானே மாமாவுக்கு இனிப்புக் குடுக்கறேன்..." மார்க்ஸ் ஆர்வமுடன் இனிப்புத் துண்டு ஒன்றை எடுத்துச் சுப்பையாவின் வாயில் ஊட்டி விட்டான். சுப்பையா மகிழ்ச்சியுடன் அவனைத் தூக்கிக் கொஞ்சினான்.

"அப்புறம்... ஒரு சந்தோஷமான சமாச்சாரம் சுப்பு... கருவம்பாளையம் கம்பெனியிலே இன்னும் புதுசா ஒரு பத்து மெஷின் வாங்கிப் போடலாம்ன்னு இருக்கறேன்..." என்றான் இஸ்மாயில்.

"இது உன்னோட உழைப்புக்குக் கிடைச்ச வெற்றி... இன்னும் நீ நல்லா முன்னுக்கு வாப்பா..." மனம் குளிர வாழ்த்தினான் சுப்பையா.

"இந்த வசதி... முன்னேற்றம் எல்லாத்துக்குமே நீதாம்ப்பா அடிப்படைக் காரணம்... நீ மட்டும் அந்தக் காலிமனையை எனக்குக் குடுக்காம இருந்திருந்தா இன்னும் நான் கூலிக் காரனாத்தான் இருந்திருப்பேன். எவ்வளவு பெரிய மனசுப்பா உனக்கு... அதெல்லாம் சரிடா சுப்பு... முத்தையாவை... என்னை இப்படி எல்லாரையும் வாழ்க்கையிலே ஓசந்த நெலைமைக்கிக் கொண்டு வந்துட்டே... உனக்குன்னு ஒரு வாழ்க்கையை எப்போ ஏற்படுத்திக்கப் போறே..."

"விடு இஸ்மாயில்... என் வாழ்க்கையைப் பத்தி என்ன கவலை... நீங்க எல்லாரும் நல்லா இருந்தாப் போதும்... என்னாலே முடிஞ்ச வரைக்கும் தொழிலாளிங்க எல்லாருக்கும் நல்லது செஞ்சு பாக்கணும்... குடும்பம்ன்னு ஒண்ணு வந்திருச்சுன்னா சுயநலம் வந்துரும்... பொதுநலம் வராது..."

"அண்ணா... எத்தனை நாளைக்கி அம்மா உனக்குச் சோறாக்கிப் போடும்... நீயும் சீக்கிரம் கல்யாணம் பண்ணிக்கோண்ணா... எங்க எல்லாரையும் ஒசர வச்சே... நீ இன்னும் தனிமரமாவே இருக்கியே... ஏன் இப்படி..." வள்ளி கண் கலங்கினாள்.

"அடேயப்பா... பெரிய பாட்டி மாதிரிப் பேச ஆரம்பிச்சுட்டே... ம்... என்னிக்கோ ஒருநாள் வர்றீங்க... எதுக்கு என்னைப் பத்திப் பேசணும்... எனக்கு முடியாத போது உன் வீட்டு வாசலுக்கு நான் வருவேன்... அப்போ எனக்குச் சோறு போடுவியா வள்ளிக் கண்ணு..."

"ஏன் இப்படிப் பேசுறீங்கண்ணா..." வள்ளி வேதனையுடன் சுப்பையாவைக் கட்டிக் கொண்டு அழுதாள்.

"நானும் பல தடவை சொல்லிச் சொல்லிச் சலிச்சுப் போச்சு.... சுப்பு கல்யாணப் பேச்சே ஆகாதுங்கறான்... இன்னும் எத்தனை நாளைக்கி நான் இவனுக்கு வடிச்சுக் கொட்ட முடியும்... எனக்கும் வயசு ஆகுதல்லோ... எனக்கு ஏதாவது ஒண்ணுன்னா அப்புறம் இவனை ஆருப்பா பாத்துக்குவாங்க... ம்...." என்ற வேலாயி திடீரென்று மயங்கிச் சாய்ந்தாள்.

"அம்மா..." அதிர்ச்சியுடன் கத்தினான் சுப்பையா. இஸ்மாயில் அவனை ஆறுதலாகத் தாங்கிக் கொண்டான்.

24

மருத்துவமனை. வேலாயியைச் சுற்றிலும் சுப்பையா, முத்தையா, வள்ளி, இஸ்மாயில், மார்க்ஸ், கமலி, முருகப்பக் கவுண்டர் ஆகியோர் கவலையுடன் நின்று கொண்டிருந்தனர்.

"எல்லாரும் தயவு செஞ்சு வெளியே இருங்க... பெரிய டாக்டரு வர்ற நேரம்... அப்புறம் என்னைத்தான் திட்டுவாரு..." மருத்துவமனைப் பணியாள் அவர்களிடம் முறையிட்டான்.

அனைவரும் வெளியே வந்து அமர்ந்தனர்.

சுப்பையாவின் விழிகளில் கண்ணீர் வழிந்து கொண்டிருந்தது.

பரிதாபமாக வேலாயி இருக்கும் அறையையே பார்த்துக் கொண்டிருந்தான்.

சிறிது நேரத்திற்குப் பிறகு-

"சுப்பையாங்கறது யாரு..." பணியாள் ஒருவன் அவர்களை நோக்கிக் கேட்டான்.

சுப்பையா அமைதியாக எழுந்து நின்றான்.

"பெரிய டாக்டரு உங்களைக் கூப்புடறாரு... போய்ப் பாருங்க..." என்றான் அவன்.

சுப்பையா தலைமை மருத்துவரின் அறைக்குள் நுழைந்தான்.

டாக்டர் அவனை அமரச் சொன்னார். அமர்ந்தான்.

"சுப்பையா... உங்கம்மாவுக்கு எல்லாச் சோதனையும் செஞ்சு பாத்துட்டோம்... சொல்றதுக்கு வேதனையாத்தான் இருக்குப்பா... உங்கம்மாவுக்குக் கர்ப்பப் பையிலே கேன்சர் வந்திருக்குப்பா... ஆபரேஷன் பண்ணினாலும் அவங்க வாழ்றது ரொம்பச் சிரமம்தான்... வயது வேறே அறுபத்தஞ்சு ஆச்சு... முடிஞ்சவரை மருந்து... மாத்திரையிலே அவங்க வேதனையைக்

கொறைக்கலாம்... இன்னும் ஒரு மூணு மாசமோ... ஆறு மாசமோ... அவ்வளவுதான் அவங்க தாக்குப் புடிப்பாங்க..."

"டாக்டர்... அப்படிச் சொல்லாதீங்க... அப்படிச் சொல்லாதீங்க... எனக்குக் கேக்கற சக்தியில்லே..." கத்திக் கதறினான் சுப்பையா. அறைக்கு வெளியிலிருந்த அனைவரும் ஓடிவந்து அவனைச் சூழ்ந்து கொண்டனர்.

சுப்பையா வீட்டுக் கூடத்தில் ஒரு கட்டில். வேலாயி அமைதியாகப் படுத்திருந்தாள். சுப்பையா அவளின் கால்களைப் பிடித்து விட்டுக் கொண்டிருந்தான். பக்கத்தில் ஒரு சிறிய மேசை. அதில் அவளுக்குரிய மருந்துகளும், மாத்திரைகளும் நிரம்பியிருந்தன. ஒரு சின்ன மருந்துக் கடையே அங்கு இருந்தது. மின்விசிறி ஒன்று வேலாயியின் தலை மாட்டருகே சுழன்று கொண்டிருந்தது.

சுவர்க்கடிகாரம் காலை மணி பத்து என்பதை நிருபித்தது. மெதுவாகக் கண் விழித்தாள் வேலாயி. சுப்பையாவின் கைகளை மெதுவாப் பற்றிக் கொண்டாள்.

"கண்ணு சுப்பு... மணி ரொம்ப நேரம் ஆயிட்ட மாதிரி இருக்குது... நீ வேலைக்குப் போகல்லியா சாமி..."

"இல்லேம்மா... ஒரு பத்து நாள் கம்பெனியிலே லீவு சொல்லியிருக்கறேன்... அதுக்குள்ளே உனக்கு ஒடம்பு தேறிப் போயிரும்..."

வேலாயி முறுவலித்தாள். அந்தச் சிரிப்பில் வறட்சியும், வேதனையும் வெளிப்பட்டன.

"ஒடம்பு எப்படியப்பா தேறும்... இது காட்டுக்குப் போற கட்டை... நீ என்னைப் பத்திக் கவலைப்படாதே கண்ணு... நீ பொழைப்பைப் பாரு..."

"அதெல்லாம் ஒனக்கு ஒண்ணும் ஆகாதும்மா..." சொல்லும் பொழுதே சுப்பையாவின் குரலில் சோகம் நெளிந்தது.

"எனக்கு எல்லாம் தெரியும் சுப்பு... ஆஸ்பத்திரியிலிருந்து வந்து ஒரு வாரம் ஆயிப் போச்சு... மீறிப் போனா இன்னும் மூணு மாசமோ... ஆறு மாசமோ... எனக்கு என்னை நோவு வந்திருக்கு துன்னு டாக்டருகிட்டேயே கேட்டுத் தெரிஞ்சுக்கிட்டேன்... இதுலே ஒண்ணும் ஒளிவு மறைவு இல்லே... எனக்கு என்ன வருத்தம்ன்னா சாமி... உன் கூடப் பொறந்த தம்பி... தங்கச்சி ரெண்டு பேரையும் நல்லா வாழ வச்சுட்டே சாமி... ஆனா... உனக்குன்னு ஒரு வாழ்க்கையை அமைச்சுக்கல்லியே ராசா... நான் போனதுக்கப்புறம் உங்கிட்டே... பாசமாப் பேசக் கூட ஒருத்தரும் இல்லியே கண்ணு... அதை நெனச்சுப் பாத்தா..." மேற்கொண்டு வேலாயியால் பேச முடியவில்லை. குலுங்கிக் குலுங்கி அழுதாள்.

"அம்மா... அழுவாதீம்மா... எனக்கு எந்தக் கொறையும் இல்லீம்மா... கல்யாணம் பண்ணிக்கிட்டுப் பொண்டாட்டி... புள்ளைங்களோட இருந்தாத்தான் சந்தோஷமா என்ன... எத்தனை சிநேகிதருங்களை நான் சம்பாதிச்சிருக்கேன்... ஒரு மனுஷனுக்கு அழகு நாலு நல்ல மனுஷங்களைச் சம்பாதிக் கறதுதான்... நீ கவலைப்படாதேம்மா... எனக்கு எந்தக் கொறையும் இல்லே..."

"நீ சொல்ற கண்ணு... பெத்த மனசு துடிக்குதுப்பா... இப்போக்கூட ஒண்ணும் கெட்டுப் போகல்லே சாமி... நீ மட்டும் சரின்னு சொல்லு... நல்ல பொண்ணாப் பாத்துக் கண்ணாலத்தை முடிச்சுரலாம்..."

"அம்மா... தயவு செஞ்சு வேண்டாம்மா... உம் பேச்சை மறுத்துப் பேசல்லே... எனக்கும் இப்போ முப்பதஞ்சு வயசாச்சு... தொழிலாளிகளுக்கு நான் செய்ய வேண்டிய கடமைகளும், உரிமைகளும் நெறைய இருக்கும்மா... இதுக்கு மத்தியிலே கல்யாணத்தைப் பத்தி எனக்குச் சிந்திச்சுப் பாக்கவே நேரமில்லே... மத்தவங்களுக்காக வாழ்ற வாழ்க்கைதாம்மா உண்மையான அர்த்தமுள்ள வாழ்க்கை... என்னை மன்னிச்சிரு..."

"இப்படியொரு மகனைப் பெத்ததுக்கு நான் ரொம்பப் பெருமைப் படறேன் கண்ணு... என்னமோ எம் மனசுலே ஒரு சிறு ஆசை... கேட்டுட்டேன் சாமி..."

அப்பொழுது-

"அம்மா..." என்று அழைத்தவாறு உள்ளே நுழைந்தாள் வள்ளி.

"வள்ளிக் கண்ணு... வாம்மா... மாப்பிள்ளை வரல்லியா..." அவளை வரவேற்றான் சுப்பையா.

வேலாயியும் மெதுவாகக் கட்டிலிலிருந்து எழுந்து உட்கார்ந்தாள்.

வள்ளி தாயின் அருகே கட்டிலில் அமர்ந்து கொண்டு வேலாயியின் முகத்தைக் கைகளால் அன்புடன் தடவினாள்.

"அம்மா... எப்படிம்மா இருக்கறே..."

"எனக்கென்னடா கண்ணு... ஒரு கொறையும் இல்லே..." என்றாள் வேலாயி.

"உன்னைப் பாத்து ஒரு வாரம் ஆச்சும்மா... உங்க மாப்பிள்ளைக்குக் கம்பெனியிலே சரியான வேலை... அதுதான் நான் மட்டும் வந்தேன்... மருந்து... மாத்திரையெல்லாம் நேரத்துக்கு நேரம் ஒழுங்காச் சாப்புடுறியாம்மா..."

"ம்... நான் சாப்புட மறந்தாலும் சுப்பு உடுவானா... என்னை நல்லாப் பாத்துக்கறான் கண்ணு... பேரன் நல்லா இருக்கானா..."

"நல்லா இருக்காம்மா... ஸ்கூலுக்குப் போயிருக்கறான்... அம்மா நான் ஒண்ணு சொல்லுவேன் கேப்பியாம்மா..."

"சொல்லு கண்ணு..." கேள்விக்குறியுடன் வள்ளியைப் பார்த்தாள் வேலாயி.

"அம்மா... நானும் உங்க மாப்பிள்ளையும் சேந்துதான் இந்த முடிவை எடுத்தோம்... தப்பா நெனைக்காதீம்மா... நீ எங்க

வீட்டுலேயே வந்து இரும்மா... நான் நல்லாப் பாத்துக்கறேன்... அண்ணன் பாவம்மா... தனியாளா இருந்து என்ன செய்யும்... பொறப்புடும்மா. ஊட்டுக்குப் போகலாம்..."

"வள்ளி..." கத்தினான் சுப்பையா. அவன் விழிகளில் நெருப்புச் சுடர் விட்டது.

"சுப்பண்ணா... ஏன் அப்படிப் பாக்கறீங்க... நான் ஏதாவது தப்பாப் பேசிட்டேனா..." வள்ளி அச்சத்துடன் கட்டிலிலிருந்து எழுந்து நின்று கொண்டாள்.

"அம்மாவைப் பாத்துக்க எனக்குத் தெரியும்... இன்னொரு தடவை இப்படிப் பேசீராதே... என் ஒடம்புலே ஒரு சொட்டு உதிரம் இருக்கற வரைக்கும் அவங்களுக்கு வேண்டிய பணிவிடைகளை என்னாலே நல்லாச் செய்ய முடியும்... அம்மாவைப் பத்தி யாரும் கவலைப்பட வேண்டாம்" சுப்பையா இடிமுழக்கம் போல அவளிடம் வெடித்தான்.

"ஏனுங்கண்ணா இப்படித் தூக்கி எறிஞ்சு என்னைப் பேசறீங்க... நானும் அவங்க வயித்துலேதான் பொறந்தேன்... நெனைச்சுக்குங்க..." வள்ளியின் குரலில் சோகம் வடிந்தது.

"வள்ளிக் கண்ணு... உன்னை ஒண்ணும் அவமானப்படுத்திப் பேசல்லே... அம்மாவை வீட்டுக்குக் கூட்டீட்டுப் போறேன்னு சொன்னியே... அதை நெனைச்சுத்தான் நான் கோபப்பட்டேன்..."

"விடு சுப்பையா... இப்போ என்ன சொல்லிப்புட்டா வள்ளிக் கண்ணு... எம் மேலே இருக்கறே பாசத்துலே அப்படிச் சொல்லுறா... இதை ஏன் பெரிசு பண்ணறே... இதோ பாரு வள்ளிக் கண்ணு... நான் செத்தாலும் இந்த வூட்டுலேதான் என் உசுரு போகணும்... அதுதான் என் ஆசை... அப்புறம்... மருமகன் வூட்டுலே வந்து நான் இருக்கறது அவ்வளவு சரியா இருக்காது புள்ளே... அண்ணன் கோவப்பட்டதுக்கு அதுவும் ஒரு காரணம் கண்ணு..." மூச்சிரைக்கப் பேசிய வேலாயி சத்தமாக இருமத் தொடங்கினாள்.

சுப்பையாவும், வள்ளியும் போட்டி போட்டுக் கொண்டு அவள் படுக்கையருகே வந்து அவளுடைய கை கால்களைப் பிடித்து விட்டார்கள்.

"இப்படிப் பிரியத்தோட பாசமா இருக்கறீங்களே... அது போதும்... கண்ணுகளா... நான் நிம்மதியாச் செத்துப் போவேன்..."

"ஏம்மா... இப்படிச் சாவைப் பத்தியே பேசிக்கிட்டிருக்கறே... பேசாம இரு... வள்ளிக் கண்ணு... ஆரஞ்சுப் பழத்தைப் புழிஞ்சு கொண்டா... அம்மாவுக்குக் குடுப்போம்..." என்றான் சுப்பையா.

வள்ளி நான்கைந்து ஆரஞ்சுப் பழங்களை எடுத்துக் கொண்டு சமையலறைக்குள் போனாள்.

பனியன் தொழிலாளர் சங்கக் கட்டடம். நூற்றுக்கணக்கான தொழிலாளர்கள் கலந்து கொண்டிருந்தனர். அனைவருக்கும் தேநீர் வழங்கப்பட்டுக் கொண்டிருந்தது.

சுப்பையா வந்து நாற்காலியில் உட்கார்ந்ததும் முறையாகக் கூட்டம் தொடங்கியது.

"தோழர்களே... இந்த அவசரக் கூட்டம் கூட்டப்பட்டதன் நோக்கம் உங்க எல்லாருக்கும் தெரியும்னு நெனைக்கறேன்... அதாவது தேசிய விடுமுறைகளின் போது நமக்குச் சம்பளம் தரவேண்டும்... இப்போ ஒருநாள் சம்பளத்தைக் கழிச்சுக் கிட்டுக் குடுக்கறாங்க... அந்த நெலைமை மாறணும்... அப்புறம் கம்பெனியிலே ஓவர் டைம் வேலை பாக்கற தொழி லாளிங்களுக்குக் கம்பெனி நிர்வாகம் பேட்டா குடுத்தே ஆகணும்... ராத்திரிப் பத்து மணி வரைக்கும் வேலை பாக்கற தொழிலாளிக்கு நிர்வாகம் ஒரு வேளை சோறு போடறதுக்கு யோசிக்குது... நாம ஒண்ணும் அவங்ககிட்டே பிச்சை கேக்கலே... நியாயமான உரிமையைத் தான் கேக்கறோம்... பலமுறை மொதலாளிகளோட சங்கத்துலே பேசியாச்சு...

ஆனா... அவங்க யாரும் பிடி குடுக்காமப் பேசுறாங்க... தட்டிக் கழிச்சுப் பாக்குறாங்க... இதுக்கு ஒரே வழி போராட்டந்தான்... உங்க கருத்து என்ன... வெளிப்படையாப் பேசுங்க..." சுருக்கமாகப் பேசினான் சுப்பையா.

ஒரு நிமிடம் கூட்டத்தில் அமைதி நிலவியது.

பிறகு, நாச்சியப்பன் எழுந்தார்.

"நான் என்ன சொல்றேன்னா சுப்பு... நம்ப கோரிக்கைகள் நெசம்மாவே நியாயமானதுதான்... அதுக்கு ஒரே வழி போராட்டந்தான்... ஏழு வருஷத்துக்கு முன்னாடி இப்படித் தான் பல கோரிக்கைகளை முன் வச்சுப் போராடினோம்... நீங்ககூடச் சுப்பு... கோயமுத்தூர் மத்தியச் சிறையிலே அறுபது நாள் போராட்டக் கைதியா இருந்தீங்க... முடிவு என்னன்னு பாத்தா பூஜ்யந்தான்... இந்தத் தடவையும் அப்படி ஆகக் கூடாதுங்கறதுதான் என் கருத்து..."

"அண்ணன் நாச்சியப்பன் எப்பவுமே எதார்த்தமாகச் சிந்திக்கக் கூடியவரு... ஒண்ணை நல்லாப் புரிஞ்சுக்கணும்... இந்தக் கருத்து... தோழர் நாச்சியப்பனோட கருத்துன்னு மட்டும் நான் நெனைக்கல்லே... உங்க எல்லாருடைய எண்ண ஓட்டத்தின் பிரதிபலிப்பாகவும் இருக்கலாம்... போராட்டம்னு வந்தா வெற்றி-தோல்வி ரெண்டையுமே நாம சமமாத்தான் பாவிக்கணும்... 1974ஆம் வருஷம் அறுபது நாள் போராட்டம் நடத்துனோம்... வெற்றி கெடைச்சிருக்கும்... ஏன் கெடைக்கல்லே... நமக்குள்ளே ஒற்றுமை இல்லே... பசியைப் பொறுத்துக்கக் கூடிய மனவலிமையை நாம இழந்துட்டோம்... அதை மொதலாளிங்க சாதகமாகப் பயன்படுத்திக்கிட்டாங்க... இதை ஒரு பாடமா வச்சுக்குங்க... இந்தப் போராட்டத்துலே எந்த ஒரு சபலத்துக்கும் நாம ஆளாக மாட்டோம்ன்னு ஒரு உறுதி எடுத்துக்கணும்... வாழ்வோ சாவோ ரெண்டுலே ஒண்ணு... தயாராகுங்க... வெற்றி நமக்குத்தான்..."

“சுப்பண்ணா நீங்க சொல்றது சரிதான்... போராடமே எதுவுமே கெடைக்காது... எப்போ போராட்டத்தைத் தொடங்கலாம்... நாளைச் சொல்லுங்க...” இது செல்வத்தின் ஆர்வம் மிக்க குரல்.

“வர்ற அஞ்சாந் தேதியிலிருந்து நாம போராட்டத்தைத் தொடங்கப் போறோம்... இன்னும் ஒரு வாரந்தான் இருக்குது... அதுக்குள்ளே ஒவ்வொரு தோழரும் வீட்டுப் பொருளா தாரத்தைச் சரி பண்ணி வச்சுக்குங்க... இன்குலாப்... இன்குலாப்... இன்குலாப்... ஜிந்தாபாத்...” என முழங்கினான் சுப்பையா.

தோழர்கள் அனைவரும் பதிலுக்கு முழங்கினார்கள்.

“நாச்சியப்பன் அண்ணே... கொஞ்சம் சைக்கிள் குடுங் கண்ணே... காலையிலே கொண்டாந்து தர்றேன்... அம்மாவுக்கு மருந்து வாங்க பாவா மெடிக்கல் ஷாப்புக்குப் போகணும்...” என்றான் சுப்பையா..

“தாராளமா எடுத்துட்டுப் போ சுப்பு....” மகிழ்வுடன் தன் சைக்கிளைத் தந்தார் நாச்சியப்பன்.

காலை எட்டு மணியிருக்கும். கூடத்திலுள்ள கட்டிலில் வேலாயி படுத்திருந்தாள். அவளுடைய உடல்நலம் சீர்கெட்டவாறு இருந்தது. மூன்று மாதங்களில் அவளுடைய கை, கால்களெல்லாம் சூப்பிய ஐஸ் மிட்டாயைப் போல், சதைப்பிடிப்புக் குன்றிப் போய்க் காணப்பட்டன. அவளுடைய காலைக் கடன்களெல்லாம் கட்டிலிலேயே நடைபெற்றுக் கொண்டிருந்தன. சுப்பையா தான் பெற்ற குழந்தையைப் போலத் தாயைக் கவனித்துக் கொண்டான்.

வள்ளி சமையலறையில் வேலை பார்த்துக் கொண்டிருந்தாள்.

சுப்பையா செய்தித்தாள் வாசித்துக் கொண்டிருந்தான்.

“சுப்பு... சுப்பு.....” வேலாயி மெதுவாக முணகினாள். குரல் கேட்டதும் சுப்பையாவும், வள்ளியும் ஓடிப் போய்த் தாயின் முன்னால் நின்றனர்.

"என்னம்மா... என்னம்மா பண்ணுது ஒடம்பு..." சுப்பையா கவலையுடன் கேட்டான்.

"ஒண்ணுமில்லே சுப்பு... வள்ளிக்கண்ணு இப்படி வாம்மா..." மெல்லப் பேசினாள் வேலாயி.

"என்னம்மா..." என்ற வள்ளி தாயின் முகத்தருகே குனிந்தாள். எதோ சொன்னாள்.

"அண்ணா... நீ அந்தப் பக்கம் போண்ணா... அம்மா... வெக்கப்படுறாங்க..." என்றாள் வள்ளி...

"சரிம்மா..." சுப்பையா ஓரமாக வந்து நின்று கொண்டான்.

"ஓவ்வ்...." வள்ளி வாந்தி எடுக்கும் சப்தம் கேட்டது. சுப்பையா தாயின் கட்டிலருகே மீண்டும் போனான்.

"சுப்பண்ணா... என்னை மன்னிச்சிருங்கண்ணா... என்னாலே முடியல்லேண்ணா..." என்ற வள்ளி மூக்கைப் பிடித்துக் கொண்டு, கண்ணீருடன் நின்று கொண்டிருந்தாள்.

"வள்ளிக் கண்ணு... நீ சமையலை மட்டும் கவனி... அம்மாவை நான் பாத்துக்கறேன்..." என்ற சுப்பையா வள்ளியைச் சமையலறைக்கு அனுப்பி விட்டுத் தாயின் முகத்தைப் பார்த்தான்.

வேலாயி தன் மகனைக் கூப்பிய கைகளுடன், விழிகளில் கண்ணீர் வழியப் பார்த்தாள்.

"கண்ணு சுப்பு... என்னை மன்னிச்சுருப்பா... வள்ளிக் கண்ணுவாலே இந்த ஒடம்புலேர்ந்து வர்ற துர்நாத்தத்தைத் தாங்க முடியல்லேப்பா... அவ சின்னப் பொண்ணு... என்ன செய்யறது... இந்த உசிரு சிக்கிரம் போக மாட்டேங்குது... மல ஜலமெல்லாம் அப்படியே போயிருது... என்னாலே நடந்து கக்கூசுக்குப் போகக் கூட ஒடம்புலே தெம்பு இல்லாமப் போச்சுப்பா... ரொம்ப நாளாப் படுக்கையிலேயே படுத்திருந்த தாலே முதுகுப் பக்கமெல்லாம் புண்ணாயிருச்சுப்பா... அந்த

வேதனை வேறெ தாங்க முடியல்லே கண்ணு... ஒண்ணுக்குப் போயிப் போயி ஓடம்பெல்லாம் ஈரமாப் போச்சு... ஈ எறும்பெல்லாம் ஓடம்பை அரிக்க ஆரம்பிச்சுருச்சு கண்ணு... உன்னைக் கெஞ்சிக் கேட்டுக்கறேன் கண்ணு... என்னைத் தூக்கிக் கொஞ்ச நேரம் அந்த நாற்காலியிலே உக்கார வைக்கிறியா சாமி..." குற்ற உணர்வுடனும், நோயின் கொடுமை தாங்க முடியாமலும் வேலாயி மெதுவாக மூச்சு வாங்கியபடி பேசினாள்.

"அய்யோ... அய்யையோ... உனக்கு எப்படிம்மா இந்த நோவு வந்தது... கவலைப்படாதீம்மா... நான் இருக்கற வரைக்கும் உன்னை யாரும் நெருங்க விடமாட்டேன்..." தலையில் அடித்து அழுதவாறு சுப்பையா தன் தாயை ஒரு குழந்தையைப் போலத் தூக்கி அருகிலிருந்த நாற்காலியில் உட்கார வைத்தான். ஒடிந்த மூங்கில் மரம் போல வேலாயி அந்த நாற்காலியில் முடங்கிக் கொண்டாள்.

சுப்பையா தன் தாயின் மலத்தைக் கைகளால் அள்ளிப் பக்கத்திலிருந்த பீங்கான் தொட்டியில் கொட்டினான். சிறுநீரில் மூழ்கி நனைந்திருந்த துணிகளையெல்லாம் எடுத்து இன்னொரு வாளியில் வைத்தான்.

"வள்ளிக் கண்ணு... வள்ளிக் கண்ணு..." அழைத்தான் சுப்பையா.

"ஏனுங்கண்ணா... கூப்பிட்டீங்களா..." வள்ளி வந்தாள். சுப்பையா செய்யும் செயல்களைப் பார்த்துக் கண் கலங்கினாள்.

"அண்ணா... நீங்க போயி... எப்படியண்ணா உங்களாலே இது முடியுது... என்னாலே முடியல்லியே..." வள்ளி கதறியழுதாள்.

"நீ என்னைப் பாத்து அழுவறதுக்காகவோ... பாராட்டுறதுக் காகவோ நான் உன்னைக் கூப்புடுலே... சீக்கிரமா அடுப்புலே சுடுதண்ணி வையி... அம்மாவைக் குளிக்க வைக்கணும்... பாத்ரூமிலே சோப்பு, டெட்டால்... பஞ்சு... அம்மாவோட

பொடவை... ஜாக்கெட்டு... பாவாடை எல்லாத்தையும் எடுத்து வையி... சீக்கிரம்..."

"நீங்க எப்படீங்கண்ணா அம்மாவைக் குளிக்க வைப்பீங்க..."

"நம்மள்ளாம் கொளந்தைகளா இருந்தப்போ அம்மா எத்தனை தடவை நம்மளோட மல ஜலத்தையெல்லாம் அள்ளி யிருப்பாங்க... இப்போ அம்மா கொளந்தைப் புள்ளை ஆயிட்டாங்க... நமக்குப் பணிவிடை செய்ய ஒரு சந்தர்ப்பம்... அவ்வளவுதான்... போ... போயி ஆக வேண்டியதைப் பாரு..." சுப்பையா சலனமில்லாமல் வள்ளியிடம் பேசினான்.

ஒரு நிமிடம் தடுமாறிப் போன வள்ளி, நிலைமையுணர்ந்து சமையலறைப் பக்கம் ஓடினாள்.

"கண்ணு... சுப்புக் கண்ணு... நான் பல பொறப்புலே செஞ்ச புண்ணியம் நீ எனக்கு மகனா வந்து பொறந்தது... இப்படி உன்னைக் கொல்லாமக் கொல்லுறேனே... பாவி... எனக்கு ஒரு சாவு வரமாட்டேங்குதே... சென்னிமலை ஆண்டவா.. என்னைச் சீக்கிரமாக் கொண்டு போயிக் குழியிலே வையுடா... சுப்பு... டேய்... சப்பையா... நீ என் வயித்துலே பொறக்கலே... நாந் தாண்டா கண்ணு... உன் வவுத்துலே வந்து பொறந்துட்டேன்.... எங்க அப்பன் நீ கோடிக் காலம் சொகமா இருடா ராசா..." வேலாயி மார்பில் அடித்துக் கொண்டு அழுதாள்.

25

குளியலறை. இதமான சூட்டில் வெந்நீர் ஒரு வாளியில் நிரப்பப்பட்டிருந்தது. ஒரு கிண்ணத்தில் அரப்பும், சிகைக்காய்த் தூளும், சோறு வடித்த கஞ்சியும் சம அளவில் கலந்து வைக்கப்பட்டிருந்தன. சோப்பு, டெட்டால், பஞ்சு எல்லாம் ஒரு சிறு பெட்டியில் இருந்தன.

குளியலறை அருகே துவைக்கும் கல் இருந்தது. சுப்பையா எவ்விதச் சலனமுமின்றித் தன் தாயின் துணிமணிகளை யெல்லாம் அழுக்குப் போகப் பக்குவமாக அந்தக் கல்லில் அடித்துத் துவைத்தான்.

வள்ளி கண் கலங்க அந்தக் காட்சியைப் பார்த்துக் கொண்டிருந்தாள். துணிகளையெல்லாம் நன்றாகப் பிழிந்து, நீரில் ஆய்ந்து கொடியில் காயப் போட்டான்.

பிறகு-

வேலாயியை ஒரு சிறு குழந்தையைப் போல இரு கைகளிலும் தூக்கி அணைத்தவாறு, குளியலறையில் கொண்டு வந்து ஒரு முக்காலியில் அமர வைத்தான்.

"அம்மா... நல்லா கண்ணை மூடிக்க... சீவக்காய்த் தூள் கண்ணுலே உளுகப் போவுது... பொறுக்கற சூட்டிலேதான் தண்ணி ஊத்தறேன்... சூடு அதிகமாக இருந்தாச் சொல்லும்மா..." என்றவாறு சுப்பையா ஒரு சொம்பில் நீரை மொண்டு, மொண்டு அவள் தலையில் மெதுவாக ஊற்றினான்.

அம்மன் மீது அளவற்ற பக்தி கொண்ட பூசாரி எவ்வாறு பயபக்தியுடன் நீரை ஊற்றிச் சிலைக்கு அபிசேகம் செய்வானோ அதுபோல் இருந்தது அவனது செயல்பாடுகள்!

இப்பொழுது வேலாயி குளித்து விட்டாள். அவளுடைய முதுகுப் பக்கமிருந்த புண்களுக்குப் பஞ்சில் டெட்டாலை ஊற்றி வலி தெரியாத வகையில் ஒற்றி எடுத்தான். இருந்தாலும் வேலாயி மெதுவாகக் கத்தினாள்.

"வள்ளிக் கண்ணு... வள்ளிக் கண்ணு..." அழைத்தான் சுப்பையா.

"என்னங்கண்ணா..." குளியலறைப் பக்கம் வந்து நின்றாள் வள்ளி.

"அம்மாவைக் குளிக்க வச்சுட்டேன் கண்ணு... உடுப்பெல்லாம் நீ மாத்தி உட்டுரு... நான் அம்மாவைப் படுக்கையிலே மெதுவாப் படுக்க வச்சர்றேன்... சீக்கிரம் என்னைக் கூப்புடு..."

"சரிங்கண்ணா... உடுப்பு மாத்தினதுக்குப் பொறவு உங்களைக் கூப்புடுறேன்..." என்ற வள்ளி குளியலறைக் கதவைத் தாளிட்டுக் கொண்டாள்.

சில நிமிடங்களுக்குப் பிறகு, வேலாயியைத் தூக்கிக் கொண்டு போய்ப் படுக்கையில் மெதுவாகப் படுக்க வைத்தான் சுப்பையா.

வீட்டு முன்பு ஒரு கார் வந்து நின்றது. முத்தையாவும், கமலியும் இறங்கினர். உள்ளே வந்தனர். முத்தையா கையில் ஒரு பெரிய டிபன் கேரியர்.

"வா முத்தையா... வா கமலி..." இருவரையும் வரவேற்றான் சுப்பையா.

வள்ளியும் அவர்களிருவரையும் ஆர்வமுடன் வரவேற்று, அவர்கள் அமர நாற்காலிகள் எடுத்துப் போட்டாள்.

"சுப்பண்ணா... அம்மாவுக்கு எப்படியிருக்குது..." கவலையுடன் கேட்டான் முத்தையா.

"என்னடா தம்பி சொல்லுவேன்... அம்மாவோட நடமாட்டம் வரவரக் கொறைஞ்சு போச்சுப்பா... ஆனா... ஞாபகச் சக்தி மட்டும் கொறையாம இருக்குது..." என்றான் சுப்பையா.

"அண்ணா... சாம்பிராணிப் பொகை ரெடி..." என்று குரல் கொடுத்தாள் வள்ளி.

அவளிடமிருந்து சாம்பிராணிக் கரண்டியை வாங்கிய சுப்பையா அதைத் தன் தாயின் கூந்தலருகே காட்டினான். வேலாயி மெதுவாகக் கண் மூடியிருந்தாள்.

"அம்மா... அம்மா..." முத்தையா மெதுவாக வேலாயி காதருகே குனிந்து அழைத்தான்.

மெல்லக் கண் விழித்தாள் வேலாயி. ஸ்விட்சைப் போட்டவுடன் எப்படிப் பல்பில் பளீரென ஒளிவெள்ளம் வெளிப்படுகிறதோ, அப்படி அவள் விழிகளில் பாசத்தின் வெளிப்பாடு தென்பட்டது.

"முத்தையா... கண்ணு முத்தையா... உன்னைப் பாத்துப் பத்து நாளைக்கி மேலாச்சுடா... ஏண்டா கண்ணு வரல்லே..." வேலாயியின் சொற்களில் பாசத்தின் குழைவு.

"கம்பெனியிலே வேலை அதிகமாப் போச்சும்மா... சதா உன் ஞாபகந்தாம்மா... போன தடவை நான் வந்தப்போ நீ மீன் கொழம்பு சாப்புடணும்ன்னு சொல்லியிருந்தியல்லோ... அதாம்மா.... மீன் வறுவலும்... கொழம்பும் கமலி பக்குவமாச் செஞ்சிருக்கா... எடுத்துக்கிட்டு வந்திருக்கேன்... கொஞ்சம் சாப்புடும்மா..." முத்தையாவின் சொல்லில் பாசத்தின் நெளிவுகள் பளிச்சிட்டன.

"அத்தை... உங்களுக்காக நான் ரொம்பப் பிரியமா மீன் பண்ணி எடுத்துட்டு வந்துருக்கறேன்... மெதுவா எந்திரிச்சி உக்காருங்க அத்தை..." கமலியும் பரிவுடன் வேலாயியைப் பார்த்துக் கேட்டுக் கொண்டாள்.

சுப்பையா மெதுவாக வேலாயியை படுக்கையிலிருந்து எழுந்து உட்கார உதவினான்.

"நீங்கள்ளாம் மீன் கொண்டாந்து அசத்துனா... நான் மட்டும் உட்டுருவனா... என் கையாலேயே அத்தைக்கு மட்டன் பிரியாணி செஞ்சு கொண்டாந்துருக்கறேன்..." என்றவாறு உள்ளே ஒரு டிபன் கேரியருடன் நுழைந்தான் இஸ்மாயில்.

வேலாயி முகத்தில் பூரிப்பு. சுப்பையா, முத்தையா, கமலி, வள்ளி அனைவரும் வட்டமாகக் கட்டிலில் வேலாயியைச் சுற்றி அமர்ந்து கொண்டனர்.

வள்ளி நடுக்கூடத்தில் ஒரு பெரிய பாயை விரித்துப் போட்டாள்.

அதில் அவரவர் வீட்டிலிருந்து வந்திருந்த உணவு வகைகள் வரிசையாக எடுத்து வைக்கப்பட்டன.

வேலாயியைக் கைத்தாங்கலாக சுப்பையாவும், வள்ளியும் அழைத்து வந்து அமர வைத்தனர்.

முத்தையா ஒரு தட்டில் மீன் துண்டுகளை வைத்து-

"சாப்புடும்மா..." என்றான் ஆசையுடன்.

வள்ளி பிரியாணிச் சோற்றை ஒரு கை நிறைய அள்ளி-

"அம்மா... நீ மொதல்லே உங்க மாப்பிள்ளையோட சமையலைத்தான் ருசி பாக்கோணும்..." என்று முத்தையாவுடன் போட்டியிட்டவாறு வேலாயி வாயருகே சோற்றைக் கொண்டு போனாள்.

வேலாயி அனைவரையும் ஆர்வமுடன் முகத்தில் பாசத்தைத் தேக்கியபடி ஒருமுறை பார்த்தாள். பிறகு-

சிறு குழந்தை போலத் தேம்பித் தேம்பி அழுதாள்.

அனைவரும் பதறிப் போனார்கள்.

"அத்தை... என்னங்க ஆச்சு உங்களுக்கு... ஏன் அழுவறீங்க..." வேலாயியின் தோளைப் பற்றியவாறு கமலி கலக்கத்துடன் கேட்டாள்.

மெதுவாகச் சேலைத் தலைப்பில் கண்களைத் துடைத்துக் கொண்ட வேலாயி-

"என் கண்ணுகளா... இப்படிப் பிரியத்தை எம் மேலே போட்டி போட்டுக்கிட்டுக் காட்டுறீங்களே சாமி... இன்னிக்கோ... நாளைக்கோ நான் மண்ணுக்குள்ளே போகப் போறேன்... அப்புறம்... இந்தப் பாசத்தையும்... பிரியத்தையும்.... எந்தப் பொறப்புலே நான் பாக்கப் போறேன்.... இந்த

அன்புக்காகவாவது இன்னும் ஆயிரம் வருசம் வாழணும்ன்னு நெனைக்கறேண்டா தங்கங்களா... ஆனா நோவு என்னை உடாது... போதும்ப்பா... இந்த ஒருநாள் சந்தோஷத்துலேயே நான் பல ஜென்மம் வாழ்ந்ததா எம் மனசு பூரிச்சுப் போச்சு... இந்த நிமிஷத்துலேயே என் உசுரு போனாப் போதும்ன்னு அந்தச் சென்னிமலை ஆண்டவனை வேண்டிக்கறேன் கண்ணுகளா...” மூச்சிரைக்கப் பேசிய வேலாயி அவர்கள் அன்புடன் ஊட்டிய உணவைச் சிறிது சிறிதாகச் சுவைத்துச் சாப்பிட்டாள்.

அந்தக் காட்சியைக் கண்களில் நீர் வழியப் பார்த்துக் கொண்டிருந்த சுப்பையா, தன் அருகிலிருந்த இஸ்மாயிலின் தோள்மீது ஆதரவமாகச் சாய்ந்து கொண்டான்.

அப்பொழுது-

நாச்சியப்பன் வீட்டுக்குள் நுழைந்தார்.

“சுப்பையா... இன்னிக்கிச் சாயுங்காலம் சங்கத்திலிருந்து ஊர்வலம் போகப் போறோம்... எல்லாரும் உனக்காகக் காத்துக்கிட்டிருக்கோம்... அநேகமாக நமக்கு வெற்றி கொடைக்கும்ன்னுதான் எல்லாரும் பேசிக்கறாங்க சுப்பு...” என்றார் நாச்சியப்பன்.

“நம்ம கோரிக்கையிலே நியாயம் இருக்கும்பொழுது வெற்றி கெடைக்காமப் போகுமா... இன்னிக்கோட நாப்பத்து ஒன்பது நாள் ஆச்சு... போராட்டம் தொடங்கி... வாங்கண்ணே போகலாம்...” என்றான் சுப்பையா.

“ஏம்ப்பா... சுப்பு... அம்மாவை ஒரு தடவை வெசாரிச்சுட்டு வர்றேம்பா...” என்றவர், வேலாயி அருகில் சென்று அவளுடைய கைகளை ஆதரவுடன் பற்றிக் கொண்டார். அவர் விழிகளில் நீர் வழிந்தது.

“எப்படியிருந்தீங்கம்மா... இப்படித் துரும்பாப் போயிட்டீங் களே...”

"என்னப்பா பண்றது... நேரங் காலம்ன்னு வந்தா கௌம்ப வேண்டியது தானே..." விரக்தியுடன் பேசினாள் வேலாயி.

"கவலைப்படாதீங்கம்மா... எல்லாம் நல்லதே நடக்கும்... இன்னிக்கு ஊர்வலம் இருக்குதுங்கம்மா... சுப்பு தலைமையிலே நடத்தர்றோம்... முடிவுக்கு வந்துரும்... அப்போ வர்றேம்மா..." எழுந்தார் நாச்சியப்பன்.

"போயிட்டு வர்றேம்மா..." சுப்பையாவும் தாயிடம் விடைபெற்றான்.

வாசல்படியருகே சுப்பையாவும், நாச்சியப்பனும் சென்றார்கள்.

"சுப்பு.... கண்ணு... சுப்பு..." சிறிது சத்தமாகச் சிரமப்பட்டு அழைத்தாள் வேலாயி.

திரும்பி வந்தான் சுப்பையா. வேலாயி அருகில் சென்றான். அவன் முகத்தை ஆர்வமுடன் தன் கைகளால் ஆசையுடன் தடவிப் பார்த்தாள். அவள் விழிகளில் விவரிக்க முடியாத எத்துணையோ எண்ண ஓட்டங்கள்.

"என்னமோ கண்ணு.... உன் மொகத்தைப் பாக்கணும் போலத் தோணுச்சு... அதுதான் சாமி கூப்புட்டேன்... மகராசனா போய்ட்டு வா கண்ணு..." வேலாயி விடை கொடுத்தாள்.

முத்தையா, கமலி, இஸ்மாயில், வள்ளி அனைவரும் தங்களுக்குள் விசித்திரமாக ஒருவரை ஒருவர் பார்த்துக் கொண்டனர். வேலாயியின் செயல் அவர்களுக்குள் நெருடலை ஏற்படுத்தியது போலும்!

அவநாசி சாலை-பனியன் தொழிற்சங்கக் கட்டடம். செங்கொடி ஏந்திய தொண்டர்கள் அணிவகுத்துக் கூட்டமாக நின்று கொண்டிருந்தனர். அவர்கள் மத்தியில் சுப்பையா பேசினான்.

"தோழர்களே.... நாம் தொடங்கிய இந்தப் போராட்டம் இன்றுடன் நாற்பத்து ஒன்பது நாட்களை நெருங்கி விட்டது...

இதுவரை நாம் அனைவரும் ஒற்றுமையுடன் பசியையும், பஞ்சத்தையும் தாங்கிக் கொண்டு சமாளித்து விட்டோம்... இனியும் தாங்குவோம்... ஆனால் முதலாளிமார்களால் தாங்க முடியாது... ஏராளமான இழப்புகளை அவர்கள் சந்தித்து விட்டார்கள்... வடநாட்டு முதலாளிகள் இலட்சக்கணக்கில் ஆர்டர் கொடுத்துள்ளனர்... அதையெல்லாம் முடித்துத் தர நம்முடைய கரங்கள் தேவைப்படுகிறது... ஆனால்... நம்முடைய வாழ்வாதாரப் பிரச்சினைகளை யெல்லாம் அவர்கள் கண்டு கொள்ள மாட்டார்களாம்... பஞ்சு மெத்தையிலே புரண்ட முதலாளிகளுக்கு பஞ்சத்தைப் பற்றி என்ன தெரியும்? நம்முடைய வியர்வைத் துளிகளின் மதிப்பை அவர்கள் அறிந்து கொள்ள வேண்டும்... அதற்காகவே இந்தப் போராட்டம்... இருபத்தைந்து விழுக்காடு சம்பள உயர்வும்... தேசிய விடுமுறைகளுக்குச் சம்பளமும் அவர்கள் தந்தே ஆக வேண்டும்... இதுவே நம் உறுதியான கோரிக்கைகளாகும்... புறப்படுங்கள் தோழர்களே... நம்முடைய முழக்கங்கள் முதலாளிகளின் செவிப் பறைகளை மட்டும் கிழித்தால் போதாது... அவர்களின் இதயத் துடிப்புகளிலும் இரண்டறக் கலந்தாக வேண்டும்.... இன்குலாப்... இன்குலாப்... இன்குலாப்... ஜிந்தாபாத்..." கைகளை உயர்த்தி முழக்கமிட்டான் சுப்பையா.

"இன்குலாப்... இன்குலாப்... இன்குலாப்... ஜிந்தாபாத்..." என்ற காய்ந்த வயிறுகளின் முழக்கம் கடலோசையையும் மிஞ்சியது!

இப்பொழுது ஊர்வலம் மெதுவாகப் புறப்பட்டது. சுப்பையா முன்னின்று நடத்தி வந்தான்.

தென்னிந்தியப் பனியன் உற்பத்தியாளர் சங்கக் கூட்டம் பரபரப்பாக இயங்கிக் கொண்டிருந்தது. நூற்றுக் கணக்கில் பனியன் அதிபர்கள் கலந்து கொண்டிருந்தனர்.

அதிபர் சங்கத் தலைவர் பேசிக் கொண்டிருந்தார்.

"..... இவர்களுடைய கூச்சலுக்கு நாம் யாரும் கட்டுப்படக் கூடாது... பொறுத்திருந்து பார்ப்போம்... சோத்துக்கு

விதியில்லைன்னா எல்லாம் நம்மைத் தேடி வந்துதான் ஆகணும்... எந்தச் சலுகையும் குடுக்கக் கூடாது...” இவ்வாறு அவர் பேசிக் கொண்டிருந்த பொழுது-

ஒரு பனியன் அதிபர் குறுக்கிட்டார்.

“தலைவரே... நீங்க சொல்றதெல்லாம் கேக்கறதுக்கு நல்லாத்தான் இருக்குது... ஆனா... நடைமுறைக்குச் சாத்தியமாகாது... இன்னியோட ஸ்டிரைக் ஆரம்பிச்சு நாப்பத்து ஒன்பது நாள் ஆகப் போவுது... வெளி மாநிலங்களிலிருந்து ஆர்டர் வந்து குவிஞ்சுருக்குது... எத்தனை நாளைக்கித்தான் அவர்களுக்குப் பதில் சொல்லறது... இந்த நிலைமை நீடிச்சுதுன்னா நம்ம சோத்துலேயும் மண்ணு விழுந்துரும்... அதனால அவங்க கேக்கறதைச் செஞ்சு குடுக்கறதுதான் மரியாதை...” என்றார் அவர்.

இந்தப் பேச்சு தலைவரைச் சூடேற்றியது...

“என்ன பேசுறீங்க... புரிஞ்சுக்கிட்டுத்தான் பேசுறீங்களா... கஞ்சிக்கு விதியில்லாத நாய்ங்க கேக்கறதையெல்லாம் குடுத்துக்கிட்டே இருந்தா நாளைக்கு நம்ம கோவணத்தைக் கூடக் கேப்பானுங்க... அவங்களைக் கண்டு பயந்துட்டீங்க போலிருக்குது...”

“இல்லை தலைவரே... அவங்க கோரிக்கையிலேயும் நியாயம் இருக்குதுல்லே.”

“என்னய்யா... பெரிய நியாயத்தைக் கண்டுட்டீங்க... நான் இருபது வருசமாத் தலைவரா இருக்கேன்... நான் பாக்காத போராட்டமா... நான் சந்திக்காத தொழிலாளிங்களா...” எகத்தாளமாகப் பேசினார் தலைவர்.

இப்பொழுது இஸ்மாயில் எழுந்தான்.

“தலைவருடைய பேச்சை நான் வன்மையாகக் கண்டிக்கறேன்... இங்கே உறுப்பினரா இருக்கற முதலாளிங்க பல பேரு

அடிப்படையிலே தொழிலாளிங்களா... ஏன் கலாசி வேலை செய்யறவங்களா இருந்து இன்னிக்கு முதலாளிங்களா வந்திருக்காங்க... தொழிலாளிங்க ஒண்ணும் நம்பகிட்டே பிச்சை கேக்கல்லே... உரிமையைத்தான் கேக்கறாங்க... வயித்துப் பசிக்காரன் நல்லா இருந்தாத்தான் நம்ம மாதிரி வசதியானவங்களோட கல்லாப் பெட்டி நெறையும்..."

"ஓ... இஸ்மாயில் பேச்சு இப்படித்தான் இருக்கும்... சுப்பையாவோட தங்கச்சி புருசன்... இப்படித்தான் பேசுவாரு... அவரு லெனினோட நேரடி வாரிசுப்பா..." ஏளனமாகப் பேசினார் தலைவர்.

"இதோ பாருங்க... இந்த ஏளனம்... கேலி கிண்டல் எதுவும் வேண்டாம்... இஸ்மாயில் நியாயத்தைப் பேசினாரு... நான் நாளையிலிருந்து என் கம்பெனியைத் தொறக்கப் போறேன்... அவங்க கோரிக்கைகளை ஏத்துக்கப் போறேன்..." என்று ஆவேசமாகப் பேசினான் முத்தையா.

"சுப்பையாவோட தம்பியும்... மாப்பிள்ளையும் ஒண்ணு சேர்ந்து நம்ப சங்கத்துலே குழப்பத்தை உண்டு பண்ணப் பாக்கறாங்க... அவங்க பேச்சை யாரும் நம்பாதீங்க..." தலைவரும் எதிர்க்குரல் எழுப்பினார்.

"நானும்... முத்தையாவும்... அவங்க கோரிக்கைகளை ஏத்துக்கிட்டுக் கம்பெனியை நாளையிலிருந்து ஓட்டப் போறோம்... இதுக்காக எங்க மேலே என்ன நடவடிக்கை எடுத்தாலும் எங்களுக்குக் கவலை இல்லே" இஸ்மாயில் இவ்வாறு கூறிவிட்டுக் கூட்டத்தை விட்டு வெளியேறினான். அவனைத் தொடர்ந்து முத்தையாவும், இன்னும் பல முன்னணிப் பனியன் அதிபர்களும் வெளியேறினர். இதைப் பனியன் அதிபர் சங்கத் தலைவர் எதிர்பார்க்கவில்லை.

"என்னய்யா இது... பல பேரு எந்திரிச்சுப் போயிட்டானுங்க... என்ன செய்யலாம் சொல்லுங்க..." எரிச்சலுடன் கேட்டார் தலைவர்.

"இந்த ஒரு தடவை விட்டுக் குடுத்துரலாம் தலைவரே... எங்கே இவனுங்க நம்மளை உட்டுட்டுப் போயிரப் போறானுங்க... இன்னொரு சந்தர்ப்பம் வரும்போது இறுக்கிப் புடிச்சுக்கலாம் தலைவரே... இது நாம நாலு காசு பாக்கற நேரம்... அவனுங்களை மொறைச்சுக்க வேண்டாம்..." இது ஒரு முதலாளியின் கூற்று.

ஒரு நிமிடம் சங்கத் தலைவர் அனைத்து உறுப்பினர்களையும் நோட்டம் விட்டார். கண்ணை மூடி அமைதியாக இருந்தார். பிறகு-

"சரிய்யா.... அந்த சுப்பையாப் பயலை வரச் சொல்லுங்க... எலும்புத் துண்டுகளை வீசிப் போடுவோம்... நாளையிலேர்ந்து கம்பெனிகளை ஓட்டலாம்..." என்றவர் ஒரு சிகரெட்டைப் பற்ற வைத்தார்.

சுப்பையா தலைமை தாங்கி நடத்திக் கொண்டு வந்த ஊர்வலத்தின் முழக்கமும், இரைச்சலும் பனியன் அதிபர் சங்கக் கட்டடம் வரை எதிரொலித்தது. அனைவரின் காதுகளிலும் ஓசை விழுந்தது. சங்கத் தலைவர் அங்கிருந்த பணியாளைப் பார்த்தார். பொருள் புரிந்த அவன் சுப்பையாவை அழைத்து வரப் புறப்பட்டான்.

மாலை ஆறு மணியளவில் பனியன் அதிபர் சங்கக் கட்டடத்தில் அனைவரும் கூடியிருந்தனர். முதலாளிகள், தொழிலாளர் சங்கப் பிரதிநிதிகள் அனைவர் முகத்திலும் அமைதி. கட்டடத்திற்கு வெளியே ஆயிரக்கணக்கான தொழிலாளர்கள் ஆர்வத்துடன் காத்துக் கொண்டிருந்தனர். பனியன் அதிபர் சங்கத் தலைவர் ஒரு தாளைச் சுப்பையாவிடம் நீட்டினார்.

"சுப்பையா... இதுலே நமக்குள்ளே ஏற்பட்ட ஒப்பந்தம் பத்தி எழுதியிருக்குது... அதாவது... தேசிய விடுமுறை நாட்களின் போது சம்பளம் குடுக்க நாங்க ஒத்துக்கிட்டது... அப்புறம்...

நீங்க இப்போ வாங்கற சம்பளத்தோட இருபத்தஞ்சு சதவீதம் கூடுதலாக் குடுக்கறதுக்கு ஒத்துக்கிட்டது... இந்த ரெண்டு விஷயமும் டைப் பண்ணியிருக்குதுப்பா... படிச்சுப் பாத்துக் கையெழுத்துப் போடுப்பா... நாளையிலேர்ந்து எல்லாக் கம்பெனிகளும் திருப்பூருலே ஓடும்..." என்றார் பனியன் அதிபர் சங்கத் தலைவர்.

சுப்பையா ஒப்பந்தப் படிவத்தைக் கவனமுடன் படித்துப் பார்த்தான். கையெழுத்திட்டான். பனியன் அதிபர் சங்கத் தலைவரும் படிவத்தில் கையெழுத்திட்டார். இருவரும் ஒப்பந்தப் படிவங்களைப் பரிமாற்றம் செய்து கொண்டனர்.

கட்டடத்தை விட்டு வெளியே வந்த சுப்பையா, கூடி நின்ற தோழர்களைப் பார்த்து உற்சாகமாகக் குரல் கொடுத்தான்.

"தோழர்களே... நம் கோரிக்கைகள் வெற்றி பெற்று விட்டன... நாளை முதல் நாம் அனைவரும் வேலைக்குத் திரும்பலாம்... இந்த வெற்றிக்குக் காரணம் நம்மிடையே இருந்த ஒற்றுமை உணர்வும் கட்டுப்பாடும் என்பதை மறந்து விடாதீர்கள்... இன்குலாப்... இன்குலாப்... இன்குலாப்... ஜிந்தாபாத்..." வீர முழக்கமிட்டான் சுப்பையா.

"இன்குலாப்... இன்குலாப்... இன்குலாப்... ஜிந்தாபாத்..." பதிலுக்குத் தொழிலாளர்களும் புத்துணர்வுடன் கோஷித் தார்கள்.

நாச்சியப்பன் கூட்டத்திலிருந்து ஓடிவந்து மகிழ்ச்சியுடன் சுப்பையாவைக் கட்டி அணைத்துக் கொண்டான். அப்பொழுது-

செல்வம் அங்கே சைக்கிளில் வேகமாக வந்தவன், அப்படியே சைக்கிளைக் கீழே போட்டு விட்டுச் சுப்பையாவை நோக்கி ஓடி வந்தான். மூச்சிரைக்கச் சுப்பையாவின் முன்னால் வந்து நின்றான். அவனால் பேச முடியவில்லை. கண்கள் கலங்கியிருந்தன.

"என்ன செல்வம்... ஏன் இப்படி வர்றே... என்னாச்சுப்பா..." சுப்பையா பதற்றத்துடன் அவன் கைகளைப் பற்றியபடி கேட்டான்.

"சுப்பு.... உங்க வீட்டுலேர்ந்துதான் வர்றேன்.... அம்மாவுக்கு ரொம்ப முடியல்லை... எல்லாரும் உன்னை எதிர்பார்த்துக் காத்துக்கிட்டிருக்காங்க... பொறப்புடு சீக்கிரம் ஊட்டுக்குப் போகலாம்..." செல்வம் சொல்லி முடித்த மறுநிமிடம் சுப்பையா கீழே கிடந்த சைக்கிளை எடுத்துக் கொண்டான்.

சுப்பையா வீட்டை அடைந்த பொழுது, அங்கே ஒரு சிறு கூட்டம் கூடியிருந்தது. முத்தையா, கமலி, முருகப்பன், அவர் மனைவி, இஸ்மாயில், வள்ளி, மார்க்ஸ் மற்றும் அக்கம் பக்கத்திலுள்ளவர்கள் வீட்டுக்குள் நிறைந்திருந்தனர்.

வேலாயியைக் கட்டிலிலிருந்து இறக்கி, ஒரு புதுப்பாயில் படுக்க வைத்திருந்தனர். வேலாயியின் சுவாசம் ஒரு பக்கமாக இழுத்துக் கொண்டிருந்தது. வாய் கோணலாகப் போய்க் கொண்டிருந்தது. ஒவ்வொருவராக அவள் வாயில் சிறிது, சிறிதாகத் துளசி நீரை ஊற்றிக் கொண்டிருந்தனர். அது உள்ளே செல்லாமல் வழிந்து கொண்டிருந்தது. ஆனால், அவளுடைய கண்கள் மட்டும் சுழன்று... சுழன்று... ஒரு விதமான ஏக்கத்துடனும், தவிப்புடனும் யாரையோ தேடிக் கொண்டிருந்தன. அது ஒரு வேளை சுப்பையாவாக இருக்கலாமோ? சுற்றியிருந்த கூட்டத்தை விலக்கியபடி சுப்பையா கண்களில் நீர் வழியத் தன் தாயருகே வந்து நின்றான். அவள் விழிகள் அவனை ஆர்வமுடன் பார்த்தன.

சுப்பையாவைக் கடைசியாகப் பார்த்து விட்டதாலோ... என்னவோ... வேலாயி முகத்தில் இப்பொழுது ஓர் அமைதி. அவளுடைய கைகள் அசைய முயன்றன. முடியவில்லை.

சுப்பையாவின் நெஞ்சில் தேங்கியிருந்த துக்கமெல்லாம் ஒன்றுதிரண்டு அழுகையாக வெடித்தது.

"அம்மா... அம்மா... என்னை உட்டுட்டுப் போகப் போறியா... இதுக்காகத் தான் உசிரைத் தேக்கி வச்சிருந்தியாம்மா... எங்கிட்டே ஒரு வார்த்தைகூடப் பேசாமப் போறியேம்மா... நான் என்னம்மா பாவம் பண்ணுனேன்... இந்த மூணு மாசமா உன்னை என் கொளந்தையைப் பாத்துக்கற மாதிரித்தாம்மா கவனிச்சுக்கிட்டேன்... உன்னோட மலஜலத்தையெல்லாம் எந்த அருவெறுப்பும் இல்லாமச் சந்தோஷமாத்தாம்மா என் ரெண்டு கையாலேயும் அள்ளினேன் தாயே... அதுக்கு நான் பெரிய புண்ணியம் பண்ணியிருக்கோணும் ஆத்தா... உன் ஒடம்பைச் சுத்தம் பண்ணித்... தண்ணி வார்த்து உடும் போதெல்லாம் என்னைக் கையெடுத்துக் கும்புட்டு மவராசனா இருன்னு தெனம் தெனம் மங்கள வார்த்தை சொல்லுவியே அம்மா... நீ ஆயிரம் வருசம் இப்படிப் படுத்த படுக்கையா இருந்தாலும் நான் உனக்கு ஊழியம் பண்ணக் காத்திருந்தேனேம்மா... ஒரு வார்த்தைகூடப் பேசாமப் போறியேம்மா... இப்படித் திடீர்ன்னு போறம்ன்னு தெரிஞ்சுதான் கடைசியா என்னைக் கூப்புட்டுப் பேசினியா... ஆத்தா... தெனமும் சுப்புக் கண்ணு... சுப்புக் கண்ணுன்னு... என்னை வரிசை வச்சுக் கூப்புடுவியே... இனி ஆரும்மா... என்னைக் கூப்புடுவாங்க... அய்யோ... அய்யையோ..." தலையில் அடித்துக் கொண்டு அழுதான் சுப்பையா.

"சுப்பு... கொஞ்சம் பொறுத்துக்கோ... தொளசித் தண்ணியைக் கொஞ்சம் அம்மா வாயிலே உடு சாமி..." முருகப்பன் அவனை அமைதிப்படுத்திச் சிறிது துளசித் தீர்த்தத்தை வேலாயியின் வாயில் ஊற்றச் செய்தார்.

இப்பொழுது வேலாயியின் சுவாசம் இழுபறி நிலையிலிருந்து விடுபட்டது. கோணலாய் இழுத்துக் கொண்டிருந்த வாய் சமநிலைப்பட்டது. கண்கள் நிலைத்து நின்றன.

"அம்மா... அம்மா..." முத்தையாவும், வள்ளியும் கதறினார்கள்.

"ட்டேய்... ஆத்தா உசிரு அடங்கிப் போச்சுடா... பந்தக்கார னுக்கும்... பறை அடிக்கறவனுக்கும் சொல்லியனுப்புங்க...

அப்படியே வண்ணானுக்கும் சொல்லீட்டுப் போங்க..."
கூட்டத்திலிருந்த யாரோ ஒருவர் யாருக்கோ ஆணை பிறப்பித்துக் கொண்டிருந்தார். சுப்பையாவைக் கைத்தாங்கலாக இஸ்மாயில் வெளியே அழைத்து வந்து, அவனை ஒரு நாற்காலியில் அமர வைத்தான்.

26

சுப்பையா சிறிது நேரம் கண் இமைக்காமல் தன் தாய், தந்தையரின் நிழற்படங்களைப் பார்த்துக் கொண்டிருந்தான். சாய்வு நாற்காலியில் அவன் அமர்ந்திருக்க, அவன் காலடியில் குன்னான் அமைதியாக அமர்ந்திருந்தான். ஒரு நீண்ட மௌனத்திற்குப் பிறகு-

"டேய் குன்னா... தம்பி தங்கச்சி எல்லாரையும் பன்னெண்டு மணிக்கு வரச் சொல்லியிருந்தேன்... மணி ஒண்ணாகப் போவுது... இன்னும் ஒருத்தரையும் காணமே..." சுப்பையா சலிப்புடன் பேசினான்.

"ஏண்ணா உங்களுக்குத் தெரியாதா... இன்னிக்கு ஞாயித்துக் கெழமை... தம்பி, தங்கச்சி ரெண்டு பேரும் விதம் விதமாகச் சமைச்சு எடுத்துக்கிட்டு வருவாங்க.... கொஞ்சம் பொறுங்கண்ணா... வந்துருவாங்க..." என்றான் குன்னான்.

அவன் சொல்லி வாய் மூடுவதற்குள் இரண்டு கார்கள் வீட்டின் முன்பு வந்து நின்றன. ஒரு காரிலிருந்து முத்தையாவும், கமலியும் பெரிய சாப்பாட்டுப் பாத்திரங்களுடன் இறங்கினர். இன்னொரு காரிலிருந்து இஸ்மாயில், வள்ளி, மார்க்ஸ் ஆகியோர் இறங்கினர். அவர்களும் பெரிய சாப்பாட்டுப் பாத்திரங்களுடன் இறங்கினர்.

குன்னான் உற்சாகமாய் ஓடிப்போய் அவர்களுக்கு உதவினான்.

சுப்பையா மலர்ந்த முகத்துடன் அவர்களை எதிர்கொண்டு வரவேற்றான். சிறுவன் மார்க்ஸ் அன்புடன் சுப்பையாவைக் கட்டிப் பிடித்துக் கொண்டான்.

"எல்லாரும் வாங்கப்பா... இப்படிக் கூடத்துலே உக்காருங்க... ஏன் இவ்வளவு நேரம்?" சுப்பையா அவர்களை விசாரித்தான்.

"உங்களுக்குப் புடிச்சதைச் செஞ்சு எடுத்துக்கிட்டு வர வேண்டாமா... சொல்லுங்கண்ணா... அதுதான் லேட்டு... ரொம்பப் பசிக்குதா சுப்பண்ணா..." பாசத்துடன் வள்ளி அண்ணனை விசாரித்தாள்.

அதற்குள் குன்னான் அனைவரும் அமர்வதற்கு வசதியாகப் பாய், ஜமுக்காளம் ஆகியவற்றை விரித்து வைத்தான்.

முத்தையாவும், இஸ்மாயிலும் அன்புடன் சுப்பையாவின் கைகளைப் பற்றிக் கொண்டனர்.

"என்னடா சுப்பு... ஷேவிங் பண்ணாம இருக்கறே... தாடி எப்படி வளர்ந்து போச்சு..." இஸ்மாயில் கேட்டான்.

"எங்கடா இஸ்மாயில் நேரமே இல்லே... இனி தாடி வளர்ந்தா என்ன... தலைமுடி வளர்ந்தா என்ன... நான் ஒரு தொழிலாளி... உன்னை மாதிரி முதலாளிங்க அலங்காரம் பண்ணிக்கலாம்... எனக்கென்னடா..." சுப்பையா இயல்பாகப் பேசினான்.

"அப்படிச் சொல்லாதீங்கண்ணா... நீங்க எப்பவும் பளிச்சின்னு இருக்கணும்... அதுதான் என் ஆசை... வாரா வாரம் எனக்குத் தெரிஞ்ச பார்பரை இங்கே அனுப்பி வைக்கட்டுமா?..." முத்தையா ஆர்வமுடன் குறுக்கிட்டான்.

"அடப் போடா... அதெல்லாம் எதுக்கு.... வீண் ஆடம்பரம்... வேண்டாம்... வேண்டாம்... சரி... சரி... எனக்கு ரொம்பப் பசிக்குது... கை கழுவிக்கிட்டு வாங்க.... எல்லாரும் ஒண்ணா உக்காந்து சாப்பிடலாம்... அப்புறம்... முக்கியமான விசயம் உங்க எல்லார்கிட்டேயும் பேசணும்..." சுப்பையா அவசரப்படுத்தினான்.

இப்பொழுது அனைவரும் குன்னான் உட்படத் தரையில் வட்டமாக அமர்ந்து கொண்டனர்.

வள்ளியும், கமலியும் அனைவருடைய தட்டுகளிலும் விதம் விதமான உணவு வகைகளை விருப்பத்துடன் பரிமாறினார்கள்.

அனைவரும் மகிழ்வுடன் உணவுண்டனர்.

இஸ்மாயின் மகன் மார்க்ஸ் சுப்பையாவின் மடியில் அமர்ந்து கொண்டான். சுப்பையா மகிழ்வுடனும், பாசத்துடனும் அவனுக்கு உணவூட்டினான்.

பகல் உணவு முடிந்தது. மணி மூன்று. அனைவரும் வெற்றிலை, பாக்கு மென்றவாறு சுப்பையாவின் முகத்தையே பார்த்துக் கொண்டிருந்தனர்.

சுப்பையா அமைதியாகக் குன்னானைப் பார்த்தான்.

"ஏனுங்கண்ணா... ஏதாவது வேலை இருக்குதுங்களா?" குன்னான் சுப்பையாவை நோக்கிக் கேட்டான்.

"குன்னா... பக்கத்து ரூமுக்குள்ளே ஒரு பை வச்சிருக்கறேன்... அதை எடுத்துக்கிட்டு வாடா..." சுப்பையா சொன்னவுடன் ஓடிப்போய்க் குன்னான் அவன் சொன்ன பையைக் கொண்டு வந்து கொடுத்தான்.

சுப்பையா அனைவர் முகத்தையும் ஒருமுறை நோட்டம் விட்டான். ஒருவருக்கும் ஒன்றும் புரியவில்லை. அனைவரும் ஒருவர் முகத்தை ஒருவர் பார்த்துக் கொண்டனர். குன்னான் மட்டும் தலையைச் சொரிந்து கொண்டான்.

சுப்பையா தொண்டையை ஒருமுறை கனைத்துக் கொண்டான். பிறகு,

"உங்களையெல்லாம் வரச்சொன்னதுக்கு முக்கியமான காரணம் இருக்குது... அது என்னன்னு சொல்றேன் கேட்டுக்குங்க... நம்ம அய்யன் கருப்பண்ண கவுண்டர் தான்

சுயமாகப் பாடுபட்டுச் சம்பாதிச்ச சொத்துக்களையெல்லாம் எம்மேலே இருக்கற அளவுக்கு அதிகமான நம்பிக்கையின் பேரிலே எனக்கே எல்லாத்தையும் உயிலு எழுதி வச்சிட்டாரு... அந்தச் சொத்து விபரம் என்னன்னு உங்களுக்குத் தெரிஞ்சிருக்கும்ன்னு நெனைக்கறேன்...''

முத்தையா குறுக்கிட்டான்.

“சுப்பண்ணா... இப்போ எதுக்கு அதைப்பத்திப் பேசறீங்க... உங்க பேரிலே இருக்கறதுதான் நியாயம்... தர்மமும் கூட... இப்போ அதுக்கு என்னண்ணா... நாங்க எல்லாரும் நல்லா வசதியாத்தான் இருக்கறோம்... சொத்தைப் பத்தி இப்போ ஏன் பேசறீங்க?'' முத்தையா தெளிவாகப் பேசினான்.

சுப்பையா அவன் முகத்தைக் கூர்மையாகப் பார்த்தான். மென்மையாகப் புன்னகைத்தான்.

“நீ மட்டுமில்லே... இங்கே இருக்கற எல்லாரும் வச்சிருக்கற நம்பிக்கையை' நெனச்சு நான் ரொம்பப் பெருமைப்படறேன்... ஆனா... நான் ஒரு முடிவு எடுத்தா அதுலே உறுதியா இருப்பேன். அப்படீங்கறது உங்க எல்லாருக்கும் தெரியும்... வள்ளிக்குக் கல்யாணம் ஆச்சு... அவள் வாழ்க்கையிலே நல்லா இருக்கணுங்கறதுக்காக இஸ்மாயில் எவ்வளவோ மறுத்துங்கூட நான் கருவம்பாளையத்துலே இருந்த ஐயாயிரம் சதுரஅடி கொண்ட காலி மனையை வள்ளி பேருக்குப் பத்திரம் பதிவு பண்ணிக் குடுத்தேன்... நல்லா இருக்காங்க... இஸ்மாயில் பொறுப்பாக் குடும்பம் நடத்தறான்... தன்னோட கடின உழைப்பாலே இன்னிக்குப் பெரிய மொதலாளியா வந்திருக்கிறான்...''

“அதுக்குக் காரணம் நீதானே சுப்பு...'' இஸ்மாயில் கண்கலங்கப் பேசினான்.

“இல்லேடா இஸ்மாயில்... உன் உழைப்புத்தான் நீ வளர்ச்சி பெற்றதுக்குக் காரணம்... கொஞ்ச நேரம் யாரும் குறுக்கிடாம

இருங்க... நான் சொல்ல வேண்டியதைச் சொல்லி முடிச்சர்றேன்... டேய்... குன்னா எல்லாருக்கும் ஏலாக்காய் போட்டு ஸ்ட்ராங்கா டீ கொண்டு வந்து குடுடா..." என்றான் சுப்பையா.

குன்னான் தேநீர் தயாரிக்கச் சமையலறைக்குப் போனான்.

மீண்டும் தொண்டையைக் கனைத்துக் கொண்டான் சுப்பையா.

அனைவரும் அமைதியாக அவனைப் பார்த்துக் கொண்டிருந்தனர்.

சுப்பையா மீண்டும் பேச்சைத் தொடர்ந்தான்.

"நம்ம அம்மா காலமாகி வெளையாட்டுப் போல மூணு வருசம் ஓடிப் போச்சு... இந்த வீட்டைப் பராமரிக்க எனக்கு ரொம்பக் கஷ்டமா இருக்கு... அதுவுமில்லாம எனக்குக் குடும்பமும் இல்லே... அப்படியொரு எண்ணமும் எனக்குக் கெடையாது... ஆகவே... தம்பி முத்தையா இந்த வீட்டை உம் பேருக்கு மாத்திப் பத்திரம் எழுதிட்டேன்... சந்தோஷமா இதை வாங்கிக்கடா... எனக்கு எதுவும் வேண்டாம்... நம்ம தாய், தகப்பன் வாழ்ந்த இந்த வீட்டை நீ கண்ணும் கருத்துமா இருந்து பராமரிச்சுக்கிட்டு வா... இந்தாடா பத்திரம்..." என்ற சுப்பையா பைக்குள்ளிலிருந்து தட்டச்சு செய்யப் பட்ட பத்திரத்தை முத்தையாவின் கைகளில் வலுக்கட்டாயமாகத் திணித்தான்.

முத்தையா அழுதான். கண்ணீர்த் துளிகள் பத்திரக் காகிதத்தில் விழுந்து அதை நனைத்தன.

"ஏண்ணா இப்படி ஒரு முடிவு... இதுக்கென்ன அவசரம்..." அழுதவாறு கேட்டான் முத்தையா.

"நல்ல முடிவுதான் முத்தையா... நீ, வள்ளி, இஸ்மாயில், கமலி, மார்க்ஸ், குன்னான், என்னோட வேலை பாக்கற தொழிலாளத் தோழர்கள் எல்லாரும் எப்பவும் நல்லா இருக்கணும்... சொத்து

மேலே பாசம் வச்சம்ன்னா பொது வாழ்க்கையிலே ஒழுக்கம் இருக்காது... அதுனாலே நீ மறுக்காம இந்த வீட்டை வச்சுக்க... நல்லா இரு... அப்புறம்... பெருமாநல்லூரிலே இருக்கற ரெண்டு ஏக்கர் தோட்டத்தைக் குன்னான் பேருக்கு எழுதி வச்சிட்டேன்... இருபத்து அஞ்சு வருசமா அந்தத் தோட்டத்தை நேர்மையா இருந்து பராமரிச்சுக்கிட்டு வர்றவன் அவன்... உழுபவனுக்கே நிலம் சொந்தம் அப்படீங்கறது பேச்சளவுலே இருந்தா மட்டும் போதாது... செயலுக்கும் வரணும்..." சுப்பையா பேசிக் கொண்டிருக்கும் பொழுது குன்னான் அனைவருக்கும் தேநீர் டம்ளர்களுடன் சமையலறையிலிருந்து வெளிப்பட்டான். அனைவருக்கும் தேநீர் வழங்கினான்.

"டேய் குன்னா... இங்கே வாடா..." அழைத்தான் சுப்பையா. பணிவுடன் வந்து அவன் முன்னால் கைகட்டி நின்றான் குன்னான்.

"குன்னா... பல வருசமா எங்க தோட்டத்தை நீ பாதுகாத்துப் பாடு பட்டுக்கிட்டு இருக்கறே... இனிமே அந்த ரெண்டு எக்கர் தோட்டமும் உனக்கே சொந்தம்... இந்தாடா பத்திரம்... புத்தியாப் பொழைச்சிக்க..." சுப்பையா இன்னொரு பத்திரத்தைக் குன்னான் கையில் திணித்தான்.

"சாமி... தெய்வமே... எம்மேலே இவ்வளவு பாசமா சாமி உங்களுக்கு..." கண்ணீர் வழியக் குன்னான் சுப்பையாவின் கால்களில் விழுந்தான்.

"ட்டேய்... குன்னா இதுதானே வேண்டாங்கறது... நீ மனுஷன்... அதை அடிக்கடி நீ மறக்கறே... நான் ஞாபகப்படுத்த வேண்டியதா இருக்கு... நல்லா இரு... இப்படிக் கால்லே விழறது... நன்றிப் புராணம் பாடறதையெல்லாம் விட்டுரு..." சுப்பையா கண்டிப்புடன் கூறினான்.

முத்தையா, கமலி, இஸ்மாயில், வள்ளி, குன்னான் அனைவரும் பேசத் தெரியாமல், உணர்ச்சி வசப்பட்ட நிலையில் கண்ணீரைப் பெருக்கியவாறு நின்று கொண்டிருந்தனர்.

மார்க்ஸ் அவர்களை அமைதியாகப் பார்த்துக் கொண் டிருந்தான்.

"நான் தெரியாமத்தான் கேக்கறேன் சுப்பு... இப்போ இதுக்கு என்ன அவசரம்? ஏன் இந்த முடிவு சொல்லுடா..." சுப்பையாவின் தோளைப் பிடித்து உலுக்கியவாறு கண்கலங்கக் கேட்டான் இஸ்மாயில்.

சுப்பையா அவர்கள் அனைவரையும் பார்த்து அமைதியாகப் புன்னகைத்தான்.

"அவசரப்பட்டு எடுத்த முடிவல்ல இஸ்மாயில்... அவசியம் வந்ததாலே எடுத்த முடிவு... இது 1984ஆம் வருசம்... பனியன் தொழிலாளர்களோட நீண்டகாலக் கோரிக்கைகள் இன்னும் கெணத்துலே போட்ட கல்லாவே இருக்குது... அதையெல்லாம் முன்னெடுத்துச் செல்ல வேண்டிய நேரம் வந்திருச்சு... நூத்துக்கணக்கான தொழிலாளர்கள் இந்தக் கோரிக்கைகள் நிறைவேறும் அப்படீன்னு நம்பிக்கிட்டு இருக்காங்க... அது மட்டுமில்லே... இதை யெல்லாம் நிறைவேத்தச் சுப்பையா நம்மோட தோள் கொடுத்துப் போராடுவான்னு உறுதியா நெனைக்கறாங்க... எப்படியும் இன்னும் ஒரு மாசத்துக்குள்ளே இந்தத் திருப்பூரையே நிலைகுலைய வைக்கப்போற போராட்டம் தொடங்கப் போகுது... அதுலே முக்கியமான கோரிக்கை என்ன தெரியுமா? பஞ்சப்படி பனியன் தொழிலாளர்களுக்குக் கட்டாயம் தரணும் அப்படீங்கறது... இந்தப் போராட்டத்துக்கு நான் தலைமை தாங்கப் போறேன்... ஏன்னா நான் தலைவனில்லையா... முன்னின்று நடத்த வேண்டாமா... இதுலே எனக்கு என்ன வேணுமானாலும் நடக்கலாம்... நீண்ட நாள் சிறைவாசம் கெடைக்கலாம்... பல வன்முறைகளைச் சந்திக்க வேண்டி வரலாம்... அதுனாலே நான் இந்தக் காரியங்களை யெல்லாம் உடனே முடிக்க வேண்டியதாப் போச்சு... அப்புறம் முத்தையா... கவனமாக் கேளு..." நாளையிலிருந்து அவனாசி ரோட்டுலே இருக்கற... அதாம்ப்பா... கீர்னி ஆபிசுக்கு எதிரிலே இருக்கற கட்சி

ஆபீசுலேதான் நான் நிரந்தரமாத் தங்கப் போறேன்... குன்னான் கிட்டே வீட்டுச் சாவியைக் குடுத்தனுப்பறேன்... வாங்கிக்க... சரி... நேரமாச்சு... எல்லாரும் கௌம்புங்க..." தெளிவாகப் பேசி முடித்தான் சுப்பையா.

ஒருவராலும் அவன் பேச்சுக்கு மறுபேச்சுப் பேச முடியவில்லை. சிலை போல நின்றனர்.

"அண்ணா... வாரத்துக்கு ஒரு நாளாவது நீ எங்க வீட்டுக்கு வரணும்... என் கையாலே நீ ஒரு வாய்ச் சோறாவது வாங்கித் திங்கணும்... உனக்கிருக்கற போராட்டத்துலே என்னை மறந்துராதே சுப்பண்ணா..." வள்ளி சிறுகுழந்தை போலச் சுப்பையாவைக் கட்டிப்பிடித்துக் கொண்டு அழுதாள்.

"ஒரு நல்லவன் எப்படியிருக்கணுங்கறதை உன்னை வச்சுத் தெரிஞ்சுக்கலாம் சுப்பையா... ஒவ்வொரு விசயத்துலேயும் நீ காட்டற நேர்மை, ஒழுக்கம் இதையெல்லாம் எப்படிப் பாராட்டறதுன்னே தெரியல்லடா சுப்பு... உன் சிநேகிதனா இருக்கறது நான் பல பிறவிகள்ள செஞ்ச புண்ணியம்..." இஸ்மாயில் மனமுடைந்து அழுதான்.

"மாமா... வாரம் ஒரு தடவை வள்ளி வீட்டுக்குப் போற போது தவறாம எங்க வீட்டுக்கும் வந்துட்டுப் போங்க... உங்க தம்பி இந்த அளவுக்கு ஒசந்து நிக்கறதுக்கு மூலகாரணமே நீங்கதான்... அதை நாங்க என்னிக்குமே மறக்க மாட்டோம்..." கமலியும் கண் கலங்கியவாறு பேசினாள்.

சுப்பையா முறுவலித்தான்.

"இப்படியே ஒவ்வொருத்தராப் புகழ்ச்சிப் புராணம் பாடிக்கிட்டு இருந்தா நேரமோ நாளோ பத்தாது... எல்லாரும் சந்தோஷமாப் போயிட்டு வாங்க... உங்க யாரையும் நான் மறக்க மாட்டேன்... வாரத்துலே ஒரு நாள் ஒவ்வொருத்தர் வீட்டுக்கும் கண்டிப்பா நான் வருவேன்... ம்... பொறப்படுங்க" என்ற சுப்பையா அன்புடன் மார்க்ஸைத் தூக்கி அணைத்து முத்தமிட்டான்.

இஸ்மாயில், வள்ளி, முத்தையா, கமலி, மார்க்ஸ் அனைவரும் நெகிழ்ச்சியுடன் விடைபெற்றனர்.

அவர்கள் வந்த கார்கள் விரைந்தன. சுப்பையாவும், குன்னானும் தங்கள் பார்வையிலிருந்து கார்கள் மறையும் வரை பார்த்துக் கொண்டு நின்றனர். இப்பொழுது-

சுப்பையாவின் கண்களில் நீர் அருவியாகக் கொட்டியது!

27

அவநாசிச் சாலை. பனியன் தொழிற்சங்கக் கட்டடம். நூற்றுக் கணக்கான பனியன் தொழிலாளர்கள் ஒன்று கூடியிருந்தனர். பிற்பகல் மூன்று மணி. வழக்கம் போலச் சுப்பையா பேசத் தொடங்கினான். செல்வமும், நாச்சியப்பனும் கூட்டத்தை ஒழுங்குபடுத்திக் கொண்டிருந்தனர்.

"தோழர்களே... நாம் முக்கியமான கட்டத்தில் இந்தக் கூட்டத்தைக் கூட்டியிருக்கிறோம்... ஒற்றுமையாக இருந்தால் நாம் எதையும் சாதிக்கலாம்... வருகின்ற ஆகஸ்ட் மாதம் பத்தொன்பதாம் தேதி முதல் காலவரையற்ற வேலை நிறுத்தத்தை நாம் தொடங்க இருக்கிறோம்... பனியன் முதலாளிகள் சங்கமான சைமாவுடன் பலமுறை நாம் பேச்சு வார்த்தை நடத்தினோம்... எவ்விதப் பயனுமில்லை... நீங்களும் இதை நன்றாக அறிவீர்கள்... இனிமேல் நடக்கக்கூடிய போராட்டம் பதினாறு அம்சக் கோரிக்கைகளை மையமாக வைத்து நடக்கக்கூடிய போராட்டமாகும்... அந்தப் பதினாறு அம்சக் கோரிக்கைகள் என்ன தெரியுமா? ஒன்று-பனியன் தொழிலாளர்கள் அனைவருக்கும் அடையாள அட்டை வழங்கப்பட வேண்டும்... இரண்டு-வாடகைப்படி... மூன்று-பயணப்படி... நான்கு-பனியன் தொழிலாளியின் ஓய்வு பெறும்

வயது ஐம்பத்தெட்டாக நிர்ணயம் செய்யப்பட வேண்டும்... ஐந்து-பஞ்சப்படி வழங்கப்பட வேண்டும்.. ஆறு-ஓவர்டைம் வேலை பார்க்கும் தொழிலாளிக்கு உணவுப்படி வழங்கப்பட வேண்டும்.. ஏழு-பனியன் தொழிலாளர்கள் அனைவருக்கும் அடிப்படைச் சம்பளம் நிர்ணயிக்கப்பட வேண்டும்... எட்டு-தொழிலாளர்கள் நோயுற்றிருந்தால் அவர்கள் மருத்துவம் செய்து கொள்ளத் தொழிலாளர் அரசாங்க இன்சூரன்ஸ் திட்டம் நடைமுறைப்படுத்தப்பட வேண்டும்... ஒன்பது-தொழிலாளர்களுக்கு வைப்புநிதி ஏற்பாடு செய்யப்பட வேண்டும்... பத்து-ஒரு தொழிலாளி ஓய்வு பெற்ற பின்பு அவனுக்கு ஓய்வூதியம் வழங்குவது... பதினொன்று-பணிக்கொடை வழங்குவது... பன்னிரண்டு-ஒவ்வொரு தொழிலாளிக்கும் பணிப் பாதுகாப்பு வழங்குவது... பதின்மூன்று-குழந்தைத் தொழிலாளர் ஒழிப்பு... பதினான்கு-சாயப்பட்டறைக் கழிவுகளைச் சுத்திகரிப்புச் செய்தல். பதினைந்து-அனைத்து அரசு விடுமுறைகளுக்கும் சம்பளத்துடன் கூடிய விடுமுறை... பதினாறு-பனியன் தொழிலாளர் நல வாரியம் என இவற்றை மையப்படுத்தி இந்தப் போராட்டம் நடத்தப்படுகிறது... இதில் உங்களுக்கு ஏதாவது அய்யங்களோ விளக்கங்களோ இருந்தால் கேட்கலாம்... உங்கள் கேள்விகளுக்குப் பதில் சொல்லக் காத்திருக்கிறேன்... ஏனென்றால் ஒரு போராட்டம் நடைபெறுவதற்கு முன்பு... அது என்ன நோக்கங்களுக்காக நடத்தப்படுகிறது என்பதைப் புரிந்து கொண்டு செயல்பட வேண்டும்... அப்பொழுதுதான் போராட்டத்தின் நியாயங்கள் நமக்குத் தெரியவரும்..."

இவ்வாறு பேசி முடித்த சுப்பையா நாற்காலியில் அமர்ந்தான். நாச்சியப்பன் சூடான தேநீர் டம்ளரைச் சுப்பையாவிடம் நீட்டினான்.

அப்பொழுது ஒரு தொழிலாளி எழுந்து நின்றார்.

தேநீரைச் சுவைத்துக் கொண்டே சுப்பையா அவரை நோக்கிக் கேட்டான்:

"தோழரே... எதுவாக இருந்தாலும் தயங்காமக் கேளுங்க... உங்க அய்யப்பாடுகளை யெல்லாம் நீக்க வேண்டியது என்னோட கடமை... கேளுங்க..."

அந்தத் தோழர் எச்சிலை விழுங்கியவாறு, தயக்கத்துடன் கேட்டார்:

"சுப்பண்ணா... நீங்க சொன்ன பதினாறு அம்சக் கோரிக்கை கேக்க நல்லாத்தான் இருக்குது... ஆனா... நடைமுறைக்குச் சாத்தியமாகுமா... ஏன் சொல்றேன்னா... வருசா வருசம் தீபாவளி போனஸ் வாங்கறதுக்குள்ளே நாம பாடும்பாடு நாய் படாத பாடா இருக்குது... இதுவே பஞ்சப்படி... வாடகைப்படி... பயணப்படி... ஓவர்டைம் வேலை பார்த்தா உணவுப்படி... இப்படி எல்லாம் பேசறதைக் கேக்க நல்லா இருக்குது சுப்பண்ணா... ஆனா..." பேச்சை முடிக்காமல் இழுத்தார் அந்தத் தோழர்.

"யோவ்... என்னய்யா பேசறே... சுத்த அவநம்பிக்கை புடிச்ச ஆளா இருக்கறே... ஸ்டிரைக்கிலே கலந்துக்க இஷ்ட மில்லைன்னா வெளியே போ..." செல்வம் ஆவேசமாகக் குறுக்கிட்டுப் பேசினான்.

"செல்வம்... என்னப்பா இப்படிப் பேசறே... ரொம்பத் தப்பு... இந்த மாதிரி ஆவேசப்படறதை நிறுத்து... அந்தத் தோழர் அறிஞ்சு பேசினாலும்... அறியாமப் பேசினாலும் நாமதாம்ப்பா அவருக்கு நெலைமையைப் புரிய வைக்கணும்... அவரு கேக்கறதுலே என்ன தப்பு... நீ அமைதியா உக்காரு... அந்தத் தோழரோட சந்தேகத்தை நான் நிவர்த்தி பண்ணி வைக்கறேன்... இங்கே முன்னாலே வாங்க தோழரே... நான் பதில் சொல்றேன்..." சுப்பையா கேள்வி கேட்ட தோழரைத் தன்னருகே அழைத்தார். அவரும் அமைதியாகத் தலையைச் சொரிந்து கொண்டே சுப்பையா முன்பு வந்து நின்றார்.

"சும்மா கேளுங்க தோழரே... உங்களோட கேள்விகளுக்கும், அய்யப்பாடுகளுக்கும் பதில் சொல்ல வேண்டியது என்

கடமை... கேளுங்க..." அந்தத் தோழரை ஊக்கப் படுத்தினான் சுப்பையா.

"அதாவது... சுப்பண்ணா நீங்க சொல்லுற கோரிக்கைகள் நல்லா இருக்கு... நியாயமானதாகவும் இருக்கு... ஆனா... இதுக்கெல்லாம் முதலாளிகள் சங்கம் ஒத்துக்குமான்னு..." மென்று விழுங்கினார் அந்தத் தோழர்.

சுப்பையா அவரைப் பார்த்து மென்மையாகப் புன்னகைத்தான். பிறகு அவரைக் கூர்மையாகப் பார்த்து விட்டுப் பேசினான்.

"தோழரே... மூணு வருசத்துக்கு முன்னாலே அதாவது 1981ஆம் வருசம்... நாப்பத்து ஒன்பது நாள் போராட்டம் நடத்துனோமே அது வெற்றியடைஞ்சுதா இல்லியா... சொல்லுங்க..."

"வெற்றியடைஞ்சுதுங்க சுப்பண்ணா..."

"என்ன கோரிக்கையை வச்சுப் போராடுனோம் சொல்லுங்க..."

"தேசிய விடுமுறை நாட்களின் போது தொழிலாளர்களுக்குச் சம்பளம் கொடுப்பது... இருபத்து அஞ்சு சதவீதம் சம்பளம் கூடுதலா வேணுங்கறது..."

"அது நடைமுறைக்கு வந்துதா இல்லியா... சொல்லுங்க தோழரே..."

"ஆமா... அந்த ரெண்டு கோரிக்கையும் செயலுக்கு வந்துச்சு சுப்பண்ணா..."

"இந்த ரெண்டு கோரிக்கையும் வெற்றியடைய அடிப்படைக் காரணம் என்னங்க தோழரே..."

"நாம அத்தனை பேரும் ஒத்துமையா இருந்ததுதான் காரணம்"

"ம்... நல்லாப் புரிஞ்சுதானே வச்சுருக்கீங்க.... அப்புறம் ஏன் தோழரே... சந்தேகப்படறீங்க... நம்ப ஒற்றுமையா ஓங்கி நின்னு குரல் கொடுத்தா... அந்தக் கடவுளைக் கூடக் கைதட்டிக் கூப்புடலாம்... ஏன் தெரியுமா? நாம உழைக்கிற ஜாதி... யார்

சொத்துக்கும் ஆசைப்படாத ஜாதி... நியாயத்துக்காகப் போராடற ஜாதி... புரியுதா.. இனிமே எந்த அவநம்பிக்கைக்கும் இடம் குடுக்காதீங்க..."

"சரிங்க சுப்பண்ணா..." கேள்வி கேட்ட தோழர் அமைதியாக அமர்ந்தார்.

இன்னொரு தோழர் எழுந்தார்.

"சுப்பண்ணா... ஒரு சந்தேகம்... உணவுப்படி, பயணப்படி, வாடகைப்படி, அடையாள அட்டை, ஓய்வூதியம், பணிப்பாதுகாப்பு, அடிப்படைச் சம்பளம் இவ்வளவுன்னு நிர்ணயம் பண்ணறது இதெல்லாம் எனக்குப் புரியுதுங்க... ஆனா தொழிலாளர்-அரசாங்க இன்சூரன்ஸ் திட்டம், பஞ்சப்படி இதெல்லாம் என்னன்னு எனக்குப் புரியல்லீங்க சுப்பண்ணா... கொஞ்சம் வெவரமா வெளக்குங்க..." என்றார் அந்தத் தோழர்.

"நல்ல கேள்வி தோழரே... இப்படித்தான் சிந்திக்கணும்... கேக்கணும்... உக்காருங்க... வெளக்கமாச் சொல்லுறேன்..." என்ற சுப்பையா துண்டால் முகத்தைத் துடைத்துக் கொண்டான்.

"எல்லாரும் நல்லா கவனமாக் கேளுங்க... அந்தத் தோழர் கேட்டது அருமையான கேள்வி... அறிவுப்பூர்வமான கேள்வி... தொழிலாளர்-அரசாங்க இன்சூரன்ஸ் திட்டம் என்பது நம்ம பதினாறு அம்சக் கோரிக்கையிலே ஒண்ணு... எம்ப்ளாயிஸ் ஸ்டேட் இன்சூரன்ஸ் திட்டம் அப்படீன்னு சொல்லுவாங்க... சுருக்கமா இ.எஸ்.ஐ. அப்படீன்னு குறிப்பிடுவாங்க... ஒரு தொழிற்சாலையில் குறைந்தபட்சம் இருபது தொழிலாளர்கள் வரை வேலை செய்தால் அவர்களுக்கு இஎஸ்ஐ திட்டம் சட்டப்படி அமுலாக்கப்பட வேண்டும்... தொழிலாளர்களின் சம்பளத்தில் ஒரு சதவீதம், நிர்வாகம் ஒரு சதவீதம், அரசு ஒரு சதவீதம் என மூன்று பேருக்கும் இதுலே பொறுப்புண்டு... மூணு பேரும் குறிப்பிட்ட அளவு பணம் போட வேணும்...

இதுனாலே நமக்கு என்ன நன்மைன்னா ஒரு தொழிலாளி நோய்வாய்ப்பட்ட சமயத்துலே அவனும், அவனைச் சார்ந்த குடும்பத்தினரும் இலவசமாக மருத்துவ உதவிகளைப் பெற முடியும்... அது மட்டுமில்லே... நோய் முத்திப் போயி தொழிலாளி வேலைக்குப் போகாம இருக்கும் பொழுது இஎஸ்ஐ மூலமா பாதிச் சம்பளம் அவனுக்குக் கிடைக்க வழிவகை செய்யப்படுது... இது ஒரு சமூகப் பாதுகாப்புச் சட்டம்... கவனமாக மனசுலே வச்சுக்குங்க... அப்புறம்... பனியன் கம்பெனியிலே வேலை பாக்குற பெண் தொழிலாளர்களுக்கு மேற்கண்ட சலுகைகளோடு மகப்பேறு கால உதவி என்ற முறையில் பிரசவத்திற்கு முன்பு ஆறு வாரங்களுக்கும்... பிரசவத்திற்குப் பின்பு ஆறு வாரங்களுக்கும் முழுச் சம்பளம் கிடைக்கும்... தொழிற்சாலையிலே வேலை செய்யும்போது எதிர்பாராமல் விபத்து ஏற்பட்டால் விபத்தின் தன்மையைப் பொறுத்தும், நிரந்தரமாக வேலை செய்ய முடியாத நிலை ஏற்பட்டால் அந்தத் தொழிலாளியின் ஆயுட்காலம் முழுவதற்கும் உதவித் தொகை கிடைக்கும்... விபத்துக்கு மட்டுமல்லாது... தொழில் காரணமாக ஏற்படும் நோய்களால் பாதிக்கப்பட்டு அதனால் வேலை செய்ய இயலாத நிலை ஏற்பட்டாலும் உதவித் தொகை கிடைக்கும்... தொழில் விபத்து அல்லது தொழில் நோய் காரணமாக ஒரு தொழிலாளி இறக்க நேரிட்டால் அவனுடைய குடும்பம் ஆதரவற்றுப் போகாமலிருக்க அவனுடைய மனைவிக்கு ஆயுட்காலம் முழுவதும் உதவித் தொகை கிடைக்கும்... இந்த இஎஸ்ஐ திட்டத்தின் மூலமாகத் தொழிலாளர்களுக்கு இத்தகைய பொருளாதாரப் பாதுகாப்புக் கிடைக்க வாய்ப்புள்ளது தோழரே... இந்தச் சலுகையெல்லாம் பனியன் முதலாளிகள் நமக்குக் கொடுக்க வேண்டியதில்லை... இஎஸ்ஐ மூலம் அமுலாகக் கூடியது... ஒரு தொழிலாளி உருவாக்குற பனியனுக்குச் சேதாரம் ஏற்பட்டால் முதலாளிமார்கள் இன்சூரன்ஸ் மூலம் இழப்பீடு பெற்றுக் கொள்ளுவார்கள்... ஏன்னு சொன்னா பனியனுக்கு முதலாளிகள் இன்சூரன்ஸ்

செய்திருக்கிறார்கள்... ஆனால் அதை உற்பத்தி செய்து கொடுக்கும் தொழிலாளியின் நலனுக்கு எந்த இன்சூரன்சும் கிடையாது... இதை முதலாளிகள் இன்று வரை அமுலாக்க வில்லை... ஆதிக்க வர்க்கம் எவ்வளவு கொடூரமானது என்பதைத் தோழர்கள் புரிந்து கொள்ள வேண்டும்... நாம் உழைத்து, உழைத்து அழிந்து போக வேண்டும்... எந்தச் சலுகையும் கேட்கக் கூடாது... ஒரு பனியன் எந்திரம் பழுதுபட்டால் பரிதாபப்படும் முதலாளிகள்... அந்த எந்திரத்தோடு போராடும் தொழிலாளியின் நாடி நரம்புகள் தளர்ந்து போனால் அதைப் பற்றிக் கவலைப்பட மாட்டார்கள்... ஏனென்றால், இரக்கம் காட்டுங்கள் என்பதைக்கூட நாம் முதலாளிமார்களிடம் போராட்டம் நடத்தித்தான் பெற வேண்டிய நிலையிலே இருக்கிறோம்... அடுத்தது பஞ்சப்படி பத்திச் சொல்றேன்... மனசுலே வச்சுக்குங்க... ஒரு தொழிலாளியின்.... அடிப்படைச் சம்பளம் இவ்வளவுன்னு நிர்ணயம் பண்றாங்க... அது ஒரு தொழிலாளி யின் உரிமை... மாறி வரும் விலைவாசிக்குத் தகுந்தவாறு ஒரு குறிப்பிட்ட தொகையை நிர்வாகம் தொழிலாளிக்குத் தரவேண்டும்... இது சலுகை... ஒரு தொழிலாளியின் அடிப்படைச் சம்பளம் நிர்ணயம் செய்யப்பட்டால் அதை யாரும் மாத்த முடியாது... ஆனால் விலைவாசி என்பது கூடவும், குறையவும் மாறும் தன்மை கொண்டது... அதற்குத் தகுந்தபடி ஒரு குறிப்பிட்ட தொகையை நிர்வாகம் தொழிலாளிக்குத் தரவேண்டும்... இந்தச் சலுகையைத்தான் பஞ்சப்படி அப்படீன்னு சொல்றோம்.... அரசு ஊழியர்களுக்கு இந்தச் சலுகையை அரசாங்கம் குடுத்துக்கிட்டு இருக்குது... அதைத்தான் நாமும் கேக்கறோம்... ஒரு தொழிற்சாலையிலே இருபது பேருக்கு மேலே வேலை செய்யும் தொழிலாளர் களுக்குக் கண்டிப்பாகப் பஞ்சப்படி தந்தாக வேண்டும் என்று தொழிலாளர் நலச் சட்டம் வலியுறுத்துது... அந்தச் சட்டத்தைத்தான் நாம் செயலாக்குங்கள் அப்படீன்னு முதலாளிமார்களிடம் கோரிக்கையாக வைக்கறோம்... நம்ம

போராட்டம் அனைத்தும், இன்னும் சொல்லப் போனா கோரிக்கைகள் அனைத்தும் சட்டத்தின் அடிப்படையிலேதான் நடக்குது... சட்டத்தை மீறி, நியாயத்துக்குப் புறம்பா எதுவுமே நடக்கல்லே அப்படீங்கறதைத் தோழர்கள் தெளிவாகப் புரிஞ்சுக்கோணும்.. அப்பத்தான் நம்ப மனசுலே இது ஒரு தர்மயுத்தம் அப்படீங்கறது பதிவாகும்...” சுப்பையா இப்பொழுது செல்வத்தைப் பார்த்தான்.

“டீ வேணுமுங்களாா சுப்பண்ணா...” செல்வம், சுப்பையாவின் குறிப்பைப் புரிந்து கொண்டதைப் போலக் கேட்டான்.

“ஆமாம் தோழரே... சீக்கிரம் சூடாக் கொண்டாங்க... நாக்கு வறண்டு போச்சு” என்ற சுப்பையா துண்டால் முகத்தில் அரும்பிய வியர்வைத் துளிகளைத் துடைத்துக் கொண்டான்.

செல்வம் சூடான தேநீர் டம்ளரைச் சுப்பையாவிடம் நீட்டினான். மெதுவாகக் குடித்து முடிச்ச சுப்பையா, துண்டினால் வாயைத் துடைத்துக் கொண்டான். அப்பொழுது ஒரு தோழர் எழுந்து,

“சுப்பண்ணா... வைப்புநிதி, ஓய்வூதியம், பணிக்கொடை இதைப்பத்தி வெவரமாச் சொல்லுங்க...” என்றார்.

“சொல்றேன் தோழரே... உக்காருங்க... பிராவிடண்ட் ஃபண்ட் என்பதைத்தான் சுருக்கமாக பி.எப். அப்படீன்னு சொல்லுறாங்க... அதாவது வருங்கால வைப்பு நிதி... ஒரு தொழிற்சாலையில் இருபது தொழிலாளர்களுக்கு மேல் பணிசெய்தால் அங்கே இது நடைமுறைப் படுத்தப்பட வேண்டும் எனத் தொழிலாளர் நலச் சட்டம் குறிப்பிடுகிறது... இது ஒரு சமூகப் பாதுகாப்புச் சட்டம்... தொழிலாளியின் வருமானத்தில் பன்னிரண்டு சதவீதமும், நிர்வாகம் பன்னிரண்டு சதவீதமும் இந்தத் திட்டத்துலே போடணும்... இதுலே ஒரு குறிப்பிட்ட பகுதி பென்ஷனுக்குப் போக மீதித் தொகை தொழிலாளி ஓய்வு பெற்ற பிறகு கெடைக்கும்... அப்புறம்... வயதான காலத்துலே அவனுக்கோ அல்லது அவனுடைய

மனைவிக்கோ மாதா மாதம் பென்ஷன் அதாவது ஓய்வூதியம் கெடைக்கும்... இதனால் உழைத்து ஓடாய்த் தேய்ந்த தொழிலாளி, வயதான காலத்தில் வறுமை வாய்ப்படாமல் யாருடைய தயவுமில்லாமல் நிம்மதியாக வாழ்வு நடத்த முடியும்.. இதுதான் வைப்புநிதி மற்றும் ஓய்வூதியம் பற்றிய சாராம்சம்... கிராஜுட்டி என்று சொல்லப்படுகிற பணிக்கொடை அரசு ஊழியர்களுக்கு இப்பக் குடுக்கிறாங்க... அது நமக்கும் குடுங்கண்ணு கேக்கறோம்... ஒரு தொழிலாளி தான் ஓய்வு பெறும் காலத்தில் அவன் மொத்தம் வேலை பார்த்த பணிக் காலத்தை வைத்து ஒரு குறிப்பிட்ட தொகையைக் குடுப்பது... இதுக்குப் பணிக் கொடை என்பது பெயர்... இதெல்லாம் ஒவ்வொரு தொழிலாளிக்கும் நிர்வாகம் தானாக முன்வந்து விருப்பத்துடன் தரவேண்டும்... ஆனால், நம் நாட்டுத் தொழிலாளியின் தலைவிதி ஒவ்வொன்றையும் அவன் போராடியே பெற வேண்டியுள்ளது... நாம் சிந்தும் வேர்வை மழைதான் முதலாளிமார்களுக்குப் பண மழையாகப் பொழிகிறது... நாம் ஒன்றும் ஆடம்பரமாக வாழ உரிமை கேட்கவில்லை... அடிவயிறு பசித்தீயால் பத்தி எரியக்கூடாது அப்படீன்னுதான் போராடறோம்... இதையெல்லாம் நல்லா எண்ணிப் பாருங்க தோழர்களே... அப்பத்தான் உண்மை புரியும்..." சுப்பையா உணர்ச்சிவசப்பட்டுப் பேசினான்.

இப்பொழுது ஒரு தோழர் குறுக்கிட்டார்.

"சுப்பண்ணா... பணிப் பாதுகாப்பு நமக்கு எப்படிக் கிடைக்கும் அதைப் பத்திக் கொஞ்சும் சொல்லுங்க..." என்று கேட்டுக் கொண்டார்.

"அதாவது... அரசு ஊழியர் ஒருவர் பணியில் சேர்ந்தால் இரண்டாண்டுக் காலம் அவருக்குத் தகுதிகாண் பருவம் அப்படீன்னு சொல்லுவாங்க... அதை இங்கிலீஷ்லே புரபேஷன் பீரியட் அப்படீன்னு சொல்லுவாங்க... அதுக்குப் பிறகு... அவருக்குப் பணி நிரந்தரம் பண்ணுவாங்க... இது மாதிரி

நடைமுறையை நம்ம மாதிரிப் பனியன் தொழிலாளர்களுக்குக் கொண்டு வரவேண்டும்... இது மூலமா ஒரு தொழிலாளி நிரந்தரமாக ஒரே கம்பெனியிலே வேலை பாக்கக் கூடிய வாய்ப்புக் கெடைக்கும்... இதன் மூலமா பணிப் பாதுகாப்புக் கெடைக்கும்... அப்புறம் குழந்தைத் தொழிலாளர் ஒழிப்பு முறை... படிக்க வேண்டிய வயசிலே... பால்மணம் மாறாத சிறுவர்களைக் கம்பெனியிலே வேலை பாக்கறதை நாம் அடியோடு ஒழிக்கணும்... வறுமையைக் காரணம் காட்டி பெத்தவங்க குழந்தைகளை வேலைக்கு அனுப்பறது மிகப் பெரிய சமூகத் துரோகம்... இதை நாம் அனைவரும் ஒன்றுபட்டு எதிர்க்க வேண்டும்... இது குறிச்சு விழிப்புணர்வைப் பொது மக்கள் மத்தியிலே உருவாக்கணும்... அடுத்தது.... சாயப்பட்டறைக் கழிவுகள் நொய்யல் ஆத்துலே கலக்கறது மன்னிக்க முடியாத குற்றம்... பனியன் தொழிலைச் சார்ந்திருக்கிற ஒரு உபத்தொழில் சாயப்பட்டறை... ஆனால் அதன் கழிவுகள் சுற்றுப்புறத்தைப் பாதிக்கறது மட்டுமில்லே... வேளாண் நிலத்தை அடியோடு நாசமாக்கிரும்... இதை நாம் அனுமதிக்க முடியாது... சாயப்பட்டறைக் கழிவுகளைத் தரமான முறையிலே சுத்திகரிப்புச் செஞ்ச பிறகுதான் அதை ஆத்துலே கலக்க அனுமதிக்கணும்... இதுதான் நம்ம பதினாலாவது கோரிக்கை... தோழர்களே இப்ப நீங்க எல்லாரும் ஒரு தெளிவான முடிவுக்கு வந்திருப்பீங்கண்ணு நெனைக் கறேன்... நம்ம போராட்டம் அறிவு ரீதியான... சமூக ஆரோக்கியத்திற்கான நல்ல போராட்டம் அப்படீங்கறதை நீங்க அத்தனை பேரும் உணர்கிறீர்களா... தோழர்களே... பதில் சொல்லுங்க...” சுப்பையா கூட்டத்தினரைப் பார்த்துக் கேட்டான்.

“உணருகிறோம் சுப்பண்ணா... பதினாறு அம்சக் கோரிக்கைகள் வெற்றி பெற உங்கள் தலைமையில் இணைந்து போராடுவோம். இது உறுதி... இது உறுதி...” கூட்டத்தினர் அனைவரும் ஒன்றுபட்டுச் சிங்கமெனக் கர்ஜனை புரிந்தார்கள்.

“ஆகஸ்ட் பத்தொன்பதாம் தேதி...” சுப்பையா கூட்டத்தைப் பார்த்துக் கேட்டான்.

“கால வரையற்ற வேலை நிறுத்தம்...” மீண்டும் கூட்டத்தினர், ஓங்கிக் குரல் கொடுத்தனர்.

சுப்பையா முறுவலித்தான்.

28

தென்னிந்தியப் பனியன் உற்பத்தியாளர் சங்கக் கட்டடம். கட்டடத்தைச் சுற்றிக் கார்கள் ஆங்காங்கே நிறுத்தப் பட்டிருந்தன.

சங்கத் தலைவரின் முகம் சிவந்து காணப்பட்டது. தன் முன்பு அமர்ந்திருந்த பனியன் அதிபர்கள் முன்பு, ஐந்து பக்கம் கொண்ட அறிக்கையைத் தூக்கி வீசினார். அனைவரும் பதற்றமானார்கள்.

“என்ன தலைவரே... என்னாச்சு... எதையோ தூக்கி வீசுறீங்க... வெவரமாப் பேசுங்க...” ஓர் உறுப்பினர் கத்தினார்.

“எதையோ தூக்கி வீசல்லே... அந்தக் காலிப்பயல் சுப்பையா பதினாறு அம்சக் கோரிக்கை கொண்ட ஓர் அறிக்கையை நமக்கு அனுப்பியிருக்கறான்... அதை ஒண்ணு விடாம நாம நடைமுறைப் படுத்தணுமாம்... இல்லேண்ணா வர்ற ஆகஸ்ட் 19ஆம் தேதி முதல் காலவரையற்ற வேலை நிறுத்தம் பண்ணு வாங்களாம்...” சங்கத் தலைவரும் கோபமாகப் பேசினார்.

“கொஞ்சம் சாந்தமாகப் பேசுங்க தலைவரே.... என்ன கோரிக்கையாம்... படிச்சுச் சொல்லுங்க...” இன்னொரு உறுப்பினர் வேண்டுகோள் விடுத்தார்.

கீழே குனிந்து அறிக்கையை எடுத்தார் தலைவர். முகத்தைக் கைக்குட்டையால் துடைத்துக் கொண்டு, மூக்குக் கண்ணாடியைச் சரி செய்து கொண்டார்.

“எல்லாரும் கவனமாக் கேளுங்கய்யா... 16 கோரிக்கை கொண்ட அறிக்கை இது... படிக்கிறேன் கேளுங்க... ஒன்று-பனியன் தொழிலாளர் அனைவருக்கும் அடையாள அட்டை தரவேண்டும்... இரண்டு-வாடகைப்படி.... மூன்று-பயணப்படி... நான்கு-தொழிலாளர்களின் ஓய்வு வயதை ஐம்பத்தெட்டாக நிர்ணயிக்க வேண்டும்... ஐந்து-பஞ்சப்படி வழங்க வேண்டும்... ஆறு-ஓவர்டைம் வேலை பார்த்தால் உணவுப்படி வழங்க வேண்டும்... ஏழு-தொழிலாளர்களுக்கு அடிப்படைச் சம்பளம் தீர்மானிக்கப்பட வேண்டும். எட்டு-தொழிலாளர்கள் நோயுற்றிருந்தால் அவர்கள் மருத்துவம் செய்து கொள்ளத் தொழிலாளர் அரசாங்க இன்சூரன்ஸ் திட்டம் நடைமுறைப்படுத்தப்பட வேண்டும்... ஒன்பது-தொழிலாளர்களுக்கு வைப்புநிதி ஏற்பாடு செய்யப்பட வேண்டும்... பத்து-ஒரு தொழிலாளி ஓய்வு பெற்ற பின்பு அவனுக்கு ஓய்வூதியம் வழங்குவது... பதினொன்று-பணிக் கொடை வழங்குவது... பன்னிரண்டு-ஒவ்வொரு தொழி லாளிக்கும் பணிப் பாதுகாப்பு வழங்குவது... பதின்மூன்று-குழந்தைத் தொழிலாளர் ஒழிப்பு... பதினான்கு-சாயப் பட்டறைக் கழிவுகளைச் சுத்திகரிப்பு செய்தல். பதினைந்து-அனைத்து அரசு விடுமுறைகளுக்கும் சம்பளத்துடன் கூடிய விடுமுறை... பதினாறு-பனியன் தொழிலாளர் நல வாரியம் அமைக்கப்பட வேண்டும்... இதுதானய்யா பதினாறு அம்சக் கோரிக்கைகள்... எப்படி இருக்குது பாத்தீங்களா...” மூக்குக் கண்ணாடியைக் கழற்றிய தலைவர், கைக்குட்டையால் முகம் துடைத்தவர் மீண்டும் கண்ணாடியை அணிந்து கொண்டார். கோபத்துடன் நாற்காலியில் அமர்ந்தார்.

“என்ன கொழுப்புய்யா இந்தத நாய்களுக்கு... கூலிக்கார நாய்களுக்கு என்ன திமிரு பாருங்க.... இவனுங்க கம்பெனி

வேலைக்கு வந்திருக்கானுகளா.... இல்லே... கலெக்டர் வேலைக்கு வந்திருக்கானுங்களா...” ஓர் உறுப்பினர் ஆத்திரத்துடன் உறுமினார்.

“பஞ்சப்படி வேணும்ன்னு கேக்கறானுங்களே.... மஞ்சப்பொடி கூட குடுக்கக் கூடாது... பெரிய சர்க்கார் உத்தியோகஸ் தர்கள்ன்னு நெனைப்பு...” இது இன்னொரு முதலாளியின் கூச்சல்.

“தலைவரே... இது விசயத்துலே நாம அத்துனை பேரும் ஒண்ணா ஒத்துமையா இருக்கோணும்... ஒரு கோரிக்கையைக் கூட நாம ஏத்துக்கக் கூடாது.... கொஞ்சம் எடம் குடுத்தோம்ன்னு வையுங்க... இந்தக் கூலிக்காரப் பயலுக நம்ம கையிலே சட்டியைக் குடுத்துருவானுங்க...” இது இன்னொரு முதலாளியின் அதிரடிப் பாய்ச்சல்!

இதுவரை பொறுமையாக அமர்ந்திருந்த முத்தையா அமைதியாக எழுந்து நின்றான். அனைத்து முதலாளிமார்களும் அவனைக் கூர்மையாகப் பார்த்தனர்.

“அனைத்து உறுப்பினர்களும் நான் சொல்றதைக் கவனமாகக் கேளுங்க.... தொழிலாளிங்க சிந்தற வேர்வைத் துளிங்கதான் நமக்குப் பன்னீர்த்துளிகளாக மாறுது... அதைத் தயவு செஞ்சு யாரும் மறக்காதீங்க... தொழிலாளர் சங்கத்தின் 16 அம்சக் கோரிக்கை நியாயமானதுதான்... அதுலே எந்தத் தப்பும் இல்லே...” அவன் பேசி முடிப்பதற்குள் தலைவர் ஆத்திரத் துடன் கத்தினார்:

“ஆமாய்யா... அவனுங்க கேக்கற கோரிக்கையெல்லாம் நியாயம்... நாம பண்ணறது அநியாயம்... இதுதானே நீ சொல்ல வர்றே... ஏன் நீ பேச மாட்டே... தன்னை மாமேதை லெனின்னு நெனைச்சுக்கிட்டு, அரை வயித்துக் கஞ்சி குடிச்சிக்கிட்டு இருக்கற கூலிக்காரனுங்களைப் பிச்சைக்காரனாக்கத் திட்டம் போட்டுக்கிட்டு இருக்கானல்ல உங்க அண்ணன் சுப்பையா...

அவன் தம்பிதானே நீ... உனக்குப் பனியன் தொழிலைப் பத்தி என்ன தெரியும்?"

"தலைவரே... கோபப்படாதீங்க... நியாயத்தைப் பேசுங்க... உழைக்கிறவனோட மனம் நெறைஞ்சாத்தான் மொதலாளி களோட இரும்புப் பெட்டியிலே பணம் நெறையும்... எல்லாரும் நல்லா இருக்கணும்ன்னு நெனைங்க..." முத்தையா அமைதியாகப் பேசினான்.

"ஆமாய்யா... இப்படியே டயலாக் பேசிக்கிட்டே இரு... நீயெல்லாம் மொதலாளியா இருக்க லாயக்கில்லே... பேசாம சினிமாவுக்கு வசனம் எழுதப்போ... அவனுக கேக்கற 16 அம்சக் கோரிக்கைகளையும் நாம குடுத்துட்டு... மொதலாளிமாருங்க அத்தனை பேரும் காசி, இராமேஸ்வரம்ன்னு போயிப் பிச்சையெடுத்துத் திங்கலாம்ன்னு சொல்ல வர்றே... அதுதானே..." இது இன்னொரு முதலாளியின் ஆவேசக் கூச்சல்.

"தயவு செஞ்சு நான் பேச வந்ததைத் தப்பாப் புரிஞ்சுக்காதீங்க... காலம் மாறிக்கிட்டு வருது... நாமும் மாறணும்... அதுதான் புத்திசாலித்தனம்... தொழிலாளிங்க உரிமைகளைத்தான் கேக்கறாங்க... நம்ம உடைமைகளைக் கேக்கல்லே..." முத்தையாவின் பேச்சில் மெல்லச் சூடு ஏறியது.

"அர்த்தமில்லாமப் பேசாதே முத்தையா... நாம இலட்சக் கணக்கிலே பணத்தை முதலீடு பண்ணித் தொழில் தொடங்குவோம்... இந்தக் கூலிப்படை சோத்துக்கு வழியில்லேன்னு வந்து வேலை கேப்பாங்க.... நாம குடுப்போம்... தின்னு கொழுப்பேறுன பொறகு... கொடி புடிப்பானுங்க... கோஷம் போடுவானுங்க... நாம அவனுகளுக்கு அடங்கிப் போகணும் அப்படித்தானே... நல்லா இருக்குதுய்யா உம் பேச்சு... வெல்லந் திங்கறவன் ஒருத்தன்... வெரல் சூப்புறவன் இன்னொருத்தனா... பேசறான் பாரு பேச்சு... எங்க பேச்சுக்குக் கட்டுப்பட்டு நட... இல்லேன்னா சங்கத்தை விட்டுப் போ வெளியே..." இது இன்னொரு முதலாளியின் கொடூரத் தாக்குதல்.

"என்னைச் சங்கத்தை விட்டுப் போகச் சொல்ல நீ ஆருய்யா... உன் வேலையை மட்டும் பாரு... நியாயத்தைச் சொன்னாக் கோபம் வருதோ... கோடிக்கணக்கிலே பணம் நம்மகிட்டே இருக்கலாம்யா... ஓடியாடிப் பாடுபட நம்மனாலே முடியுமா... முதுகெலும்பு ஒடியப் பாடுபடறவன் தொழிலாளி... அவன் முதுகு வளைஞ்சாத்தான் நம்ம முகம் மலரும்... புரிஞ்சுக்க... இங்கே இருக்கற பெரும்பாலான முதலாளிங்க எல்லாரும் ஒரு காலத்துலே கலாசி வேலையும், கட்டிங் மாஸ்டர் வேலையும் பாத்தவங்கதான்... தைரியம் இருந்தா இல்லேன்னு சொல்லுங்க பாப்போம்..." முத்தையாவின் கண்கள் சிவந்தன!

சூழ்நிலையைப் புரிந்து கொண்ட இஸ்மாயில், முத்தையாவை வலுக்கட்டாயமாகக் கூட்டத்திலிருந்து அவனை வெளியே அழைத்துக் கொண்டு வந்தான்.

"எதுக்கு மாமா... இப்படிப் பண்ணினீங்க... என்ன பயந்துட்டீங்களா?" முத்தையா கோபமாகக் கேட்டான்.

"புரியாமப் பேசாதே மாப்பிள்ளே... ஒரு சங்கம்ன்னு இருந்தா சில செயல்களுக்கு நாம கட்டுப்பட்டோ அல்லது சகிச்சுக்கிட்டோ இருந்துதான் ஆகணும்.. நான் மட்டும் உன்னைக் கூட்டிக்கிட்டு வராம இருந்திருந்தா பேச்சு முத்திப் போயி... அது கைகலப்புலே முடிஞ்சிருக்கும்... அப்புறம் என்னமோ சொன்னியே நான் பயந்துட்டேன்னு... நான் எதுக்கு மாப்பிள்ளை பயப்படணும்... இன்னிக்கு முதலாளியா இருக்கற நான் ஒருகாலத்துலே தொழிலாளிதான்... அதை எப்பவுமே மறக்கறதில்லே... புலி பதுங்கும்... ஒதுங்காது..." புன்னகையுடன் பேசினான் இஸ்மாயில்.

"என்ன சொல்றீங்க மாமா... ஒண்ணும் புரியல்லியே..." முத்தையா மலைப்புடன் இஸ்மாயிலைக் கேட்டான்.

"கொஞ்சம் பொறு மாப்பிள்ளை... ஸ்டிரைக் எப்படி நடக்குதுன்னு பாப்போம்... சுப்பையா தலைமை தாங்குற இந்தப் போராட்டம் கண்டிப்பா வெற்றி பெறும்... திருப்பூர்த்

தோழர்களுக்கு இது ஒரு திருப்பத்தைத் தர்ற போராட்டம்... நல்ல முறையிலே சக முதலாளிகள் கிட்டேப் பேசிப் பாப்போம்... ஒத்து வந்தா நல்லது... இல்லேன்னா நம்மகிட்டே வேலை பாக்கற தோழர்களுக்குப் பதினாறு அம்சக் கோரிக்கையை நிறைவேத்தி வைக்க நாம முன்மாதிரியாச் செயல்படுவோம்... அவசரப்படாதே..." இஸ்மாயில் முத்தையாவின் தோளைத் தட்டிக் கொடுத்தான்.

29

அவநாசிச் சாலையிலுள்ள அந்தப் பெரிய பனியன் கம்பெனியில் பல்வகைத் தொழிலாளர்களும் பரபரப்பாக இயங்கிக் கொண்டிருந்தனர்.

நூலைத் துணியாக மாற்றும் எந்திரங்களுக்கு மத்தியில் தொழிலாளர்கள் வேலையைப் பார்த்தபடியே தங்களுக்குள் பின்வருமாறு பேசிக் கொண்டிருந்தார்கள்:

"இன்னிக்கித் தேதி ஒன்பது... இன்னும் பத்து நாள்தான் இருக்குது... அப்புறம் ஸ்டிரைக் ஆரம்பிச்சிரும்..."

"ஆமாய்யா... இந்தத் தடவை பெரிய அளவிலேதான் போராட்டம் நடக்கும்ன்னு நெனைக்கறேன்... பத்துநாள் தாக்குப் புடிக்கறதே பெருங் கஷ்டம்... மாசக் கணக்கிலே நீடிச்சா சோத்துக்கு என்ன பண்றதுன்னு தெரியல்லியே..."

"வட்டிக்குக்கூட எவனும் நம்மளை நம்பிக் கடன் குடுக்க மாட்டானுங்க... கொஞ்சம் அவசரப்பட்டுட்டோமோ..."

"யோவ்... என்ன பேச்சுப் பேசறே... என்னிக்கும் முன்வச்சக் காலைப் பின் வைக்கக் கூடாதுய்யா... சுப்பண்ணா 16 அம்சக் கோரிக்கையை வெளக்கி எவ்வளவு அருமையாச் சொன்னாரு... அதுலே எதையுமே தப்புன்னு சொல்ல முடியாது... இந்தப்

போராட்டம் வெற்றி பெற்றா நமக்குப் பொன்னான எதிர்காலம் காத்திருக்கு... அதை நெனைச்சு மனசைத் தேத்திக்க வேண்டியதுதான்..."

இது பனியன் எந்திரங்களுடன் வேலை பார்க்கும் மனித எந்திரங்களின் உரையாடல். பிறகு-

பனியன் துணியைச் சரியான அளவில் கை வைத்த பனியனாகவும், கை வைக்காத பனியனாகவும், கத்தரிக்கோல் பிடித்து வெட்டிக் கொண்டிருக்கும் உழைப்பாளர் பகுதி. சிலர் வேலை பார்த்துக் கொண்டிருந்தனர். சிலர் தேநீர் பருகிக் கொண்டிருந்தனர். அவர்களின் உரையாடல் இவ்வாறு அமைந்தது.

"ம்... கொஞ்ச நாளைக்கு நம்ம கைகளுக்கெல்லாம் ஓய்வு கெடைக்கப் போகுது... கத்தரிக்கோல் புடிச்சு... புடிச்சு... ரெண்டு கையும் எப்படிக் காய்ப்புக் காய்ச்சுப் போச்சு..."

"வாழ்க்கைன்னா அப்படித்தாய்யா இருக்கும்... போராடமல் யாருக்கும் நன்மை வராது... ஏதோ வயித்தைக் கட்டி... வாயைக் கட்டிக் கொஞ்சம் கையிருப்பு வச்சிருக்கேன்... பொண்டாட்டி மாசமா இருக்கறா... பிரசவத்துக்கு என்ன பண்றதுன்னுதான் தெரியல்லே..."

"மரம் வச்சவன் தண்ணி ஊத்தமலா போயிருவான்... என்கிட்டே இருக்கற கையிருப்பு பத்துநாளுக்குத் தாக்குப் புடிக்கும்... எங்க அப்பனுக்கு வயித்திலே கட்டி இருக்குதாம்... டாக்டரு ஆபரேஷன் பண்ணனும்ன்னு சொல்லுறாரு... அதுக்குத்தான் வழி தெரியல்லே..."

பனியன்களை அழகா அடுக்கி வைக்கும் அட்டைப் பெட்டி தயாரிக்கும் பகுதியில், பெண்கள் விறுவிறுப்பாக வேலை பார்த்துக் கொண்டிருந்தார்கள். அங்கே-

"எங்க அக்காவுக்கு வளைகாப்பு ஏற்பாடாயிருக்குது... அதுவும் 19ஆம் தேதிதான் வச்சிருக்காங்க... கடன் வாங்கிப்

பண்ணிப்புடலாம்... அதுக்கப்புறம் புவ்வாவுக்கு என்ன பண்றதுன்னுதான் தெரியல்லே அக்கா..." இது ஒரு பெண்ணின் வேதனைக் குரல்.

இப்பொழுது, பனியன்களைச் சரியான முறையில் வடிவ மைத்துக் கொடுக்கும் தையலர் பகுதி. பல தொழிலாளர்கள் தையல் எந்திரத்தில் பனியனை வைத்து வேகமாக இயக்கிக் கொண்டிருந்தார்கள். ஒன்றிரண்டு தோழர்கள் தையல் எந்திரங்களைத் தற்காலிகமாக நிறுத்தி வைத்துவிட்டுப் பின்வருமாறு பேசிக் கொண்டிருந்தார்கள்:

"என்ன மாப்பிள்ளை இது... பொசுக்குன்னு ஸ்டிரைக் பண்ண நாள் குறிச்சுட்டாங்க... நான் வேறெ இராயபுரத்துலே இருக்கற மொதலியார்கிட்டே போன மாசந்தான் மூணு பேண்ட்டும், மூணு சார்ட்டும் கடனுக்கு எடுத்தேன்... வாரா வாரம் இருபத்து அஞ்சு ரூவா கட்டணும்... ஒரு வாரம் கட்டலைன்னாலும் அந்தப் பாவி மொதலியார் கழுத்துலே துண்டைப் போட்டு இழுப்பானே..."

"விடு மச்சான்... என்ன இதெல்லாம் ஒரு பிரச்சினையா... மொதலியார் கிட்டே என்னைக் கூட்டிக்கிட்டுப் போ... நான் பேசி அந்த ஆளைச் சரி பண்றேன்..." இது ஒரு தோழர் இன்னொரு தோழருக்குக் கூறும் ஆறுதல் மொழிகள்.

பனியன்களுக்கு இஸ்திரி போடும் தொழிலாளர் பகுதி. அதில் இருவரின் உரையாடல்:

"அண்ணே... ஸ்டிரைக்கிலே கலந்துக்கறதுலே எனக்கு எந்தப் பிரச்சினையும் இல்லே... ஆனா..."

"ஆனா.. ஆவண்ணா இதெல்லாம் என்னப்பா பேச்சு... என்னமோ சொல்ல வர்றே... தயங்காமச் சொல்லு தம்பி..."

"அரும்பாடுபட்டு என் தங்கச்சிக்கு மூணு பவுன் போட்டு பெருந்துறைக்காரப் பையனுக்குக் கட்டிக் குடுத்துட்டேன்... அவனும் பொரி, கடலைக் கடை பெருந்துறை பஸ்

ஸ்டாண்டிலேயே வச்சு நடத்துறான்... நல்லாத்தான் இருக்காங்க..."

"அப்புறம் என்னப்பா கவலை உனக்கு... தயங்காமச் சொல்லு..."

"கல்யாணம் முடிஞ்சு பொண்ணு மாப்பிள்ளை ஒரு மாசம் கழிச்சுத் திருப்பூர் வர்றாங்க... வர்ற ஞாயித்துக்கிழமை ரெண்டு பேரும் வர்றாங்க... ஒரு அம்பது ரூவா இருந்தா கறிகிறி வாங்கிச் சோறாக்கிப் போடலாம்... கையிலே காசு இல்லே... அதுதான்..." அந்தத் தோழர் தலையைச் சொரிந்தார்.

"கவலைப்படாதே தம்பி... எனக்குத் தெரிஞ்ச சேட்டு ஒருத்தரு நம்ம ஈஸ்வரன் கோயிலு வீதியிலே வட்டிக்கடை வச்சிருக்காரு... நான் ஆத்திர அவசரத்துக்கு அவருகிட்டேத்தான் கடன் வாங்குவேன்... ஆனா வட்டி கேப்பாரு... ஆபத்துக்குப் பாவமில்லே... நான் வாங்கித் தர்றேன்... ஸ்டிரைக் முடிஞ்ச பொறகு வட்டியும் மொதலுமாக் கட்டிப் போடு.. சரியா..."

"ரொம்பச் சந்தோஷம் அண்ணே..." தோழர் தம்பி, தோழர் அண்ணனைக் கட்டிப் பிடித்துக் கொண்டார்.

அதே கம்பெனியில் கலாசித் தொழில் செய்வோர் பகுதி.

"ம்... இன்னும் பத்து நாள்லே ஸ்டிரைக்குன்னு பேசிக்கறாங்க... மாட்டு வண்டியிலே கொண்டு போயிச் சரக்கெல்லாம் இரயில்வே ஸ்டேஷன்ல்லே போடுவேன்... ஏதோ பொழைப்பு நடந்தது... இனி ஸ்டிரைக் வந்தா... காலேஜ்லே படிக்கற பெரிய பையன் கதி... அவன் ரெண்டு எழுத்துப் படிக்கணும்ன்னு கண்டவன் கையைக் காலைப் புடிச்செல்லாம் சேர்த்து விட்டேன்... பாவம்... பையன் வேகாத வெய்யல்லே காலேஜ்க்கு நடந்து போயிப் படிக்கிறான்... ஒரு பழைய சைக்கிள் அம்பது ரூவா ஆகும்ன்னு வாடகைச் சைக்கிள் நடத்தறவன் சொன்னான்... ஸ்டிரைக் வந்தா அது நடக்காது போலே இருக்கே... ராத்திரிக்கி புவ்வாவுக்கு லாட்டரி... வாழ்க்கை லைட் எரியப் பணந்தானே பேட்டரின்னு ஒருத்தன் சும்மாவா

பாடி வச்சான்... இந்தப் பாழாய்ப் போன ஸ்டிரைக்கு எத்தனை பேரு குடும்பத்தை நாசம் பண்ணப் போகுதோ..." தனக்குத்தானே பேசிக் கொண்ட அந்தக் கலாசித் தொழிலாளி, காதோரம் சொருகியிருந்த ஒரு துண்டுப் பீடியை எடுத்தான். அரை டிராயருக்குள் கைவிட்டுத் தீப்பெட்டியைத் தேடினான். கிடைக்கவில்லை.

"நெருப்பில்லாமப் புகையாதுன்னு சொல்லுவாங்க... நெருப்புப் பெட்டியே இல்லியே... எங்கே போயிப் பொகைக்கிறது... தூத்தெறி..." வெறுப்புடன் கையிலிருந்த துண்டுப் பீடியைத் தெருவில் வீசியெறிந்தான்.

30

திருப்பூர் அருகேயுள்ள ஓர் உல்லாச மாளிகை. அது தென்னிந்தியப் பனியன் உற்பத்தியாளர் சங்கத் தலைவருக்குச் சொந்தமானது. வார இறுதி நாட்களில் பொழுதுகளை மகிழ்ச்சியாகக் கழிப்பதற்கும், சில முக்கியமான திட்டங்களைத் தீட்டுவதற்கும் அவர் அதைப் பயன்படுத்தி வந்தார்.

நல்லதைச் செய்வதற்கும், கெட்டதைச் செய்வதற்கும் இந்த உலகில் பணம் மிகப் பெரும் ஆயுதமல்லவா? தாய், தந்தை இருவரைத் தவிர எதை வேண்டுமானாலும், எவரை வேண்டுமானாலும் பணம் கொடுத்து வாங்கி விடலாம். எந்தத் தீமையையும் அஞ்சாமல் செய்து விட்டு, காசைக் கொடுத்து மூடி விடலாம். அதனால்தான் "ஈட்டி எட்டிய வரை பாயும்... பணம் பாதாளம் வரை பாயும்..." என்ற பழமொழி உருவாக்கப்பட்டதோ என்னவோ! ஆக, இத்தகைய ஆற்றல் வாய்ந்த பணம் 'சைமா' தலைவரிடம் கொட்டிக் கிடந்தது.

மாலை ஆறு மணி. அந்த மாளிகையின் முன்பு நான்கைந்து கார்கள் வந்து நின்றன. ஏழெட்டுப் பேர் வரை இறங்கினார்கள்.

அனைவரும் பனியன் அதிபர்கள். உள்ளே நுழைந்தவுடன் வெளிக்கதவு மூடப்பட்டது. பலத்த காவலும் போடப்பட்டது.

நடுக்கூடத்தில் தலைவர் மதுக் கிண்ணத்துடன் உட்கார்ந் திருந்தார். நெய்யும், மிளகுத் தூளும் சேர்ந்து பக்குவமாக வறுக்கப்பட்ட முந்திரிப் பருப்புகள் வெள்ளித் தட்டில் அவர் முன்பு வைக்கப்பட்டிருந்தது. வலது கையில் மதுக் கிண்ணம். இடது கையில் சிகரெட். அளவறிந்து, தலைவரின் போதை யறிந்து, வெளிநாட்டு மதுவைப் பக்குவமாக ஊற்றிக் கொடுக்க முன்னாள் பனியன் தொழிற்சங்கத் தலைவர் சோமன் நின்று கொண்டிருந்தான்.

உள்ளே நுழைந்த பிற பனியன் அதிபர்கள் சோமனைக் கண்டதும் கோபமடைந்தார்கள்.

"என்ன தலைவரே இது... நாயைக் குளிப்பாட்டி நடுவீட்டுலே வச்ச மாதிரி... இந்தப் பொறுக்கிப் பயலை எதுக்கு உள்ளே விட்டீங்க... அதுவும் உங்களுக்கு ஊத்தி வேறெ குடுக்கிறான்" என்றார் ஒருவர் ஆத்திரமாக.

தலைவர் போதையிலும் நிதானமாகப் பேசினார்:

யோவ்... எதுக்குய்யா டென்ஷன் ஆகுற... இந்த மாதிரி நாய்களும் நமக்குத் தேவையா இருக்குய்யா... எலும்புத் துண்டை வீசுனா அது விசுவாசத்தைக் காட்டும்... நமக்கும் நல்லதுதானே..." என்றார்.

கையில் மதுக்கிண்ணத்தை எடுத்து ஒரு வாய் உறிஞ்சிக் கொண்ட இன்னொரு முதலாளி தலைவரை நோக்கி-

"ஆனா... தலைவரே... இவன் நம்ம சுப்பையாவோட கூட்டாளியாச்சே... பெரிய போராட்டமெல்லாம் நடத்துவானே... இவன் எப்படி நமக்கு விசுவாசியாவான்?" எனக் கேள்வி எழுப்பினார்.

"உனக்கு விசயமே தெரியாது போலிருக்கே... இவன் லேபர் யூனியனை விட்டு வெளியே வந்துட்டான்... சுப்பையாவுக்கும்

இவனுக்கும் பெரிய கருத்து வேறுபாடுன்னு வச்சிக் கோயேன்...” தலைவர் இவ்வாறு கூறியதும், இன்னொரு முதலாளி குறுக்கிட்டு-

“கருத்து வேறுபாடும் கெடையாது... ஒரு மயிரும் கெடையாது... இந்த நாயி லேபர் யூனியனுக்குத் துரோகம் பண்ணீட்டான்... அதுனாலே கொதிச்சுப் போன தொழிலாளிப் பசங்க நடுரோட்டுலே இவனைச் செருப்பாலேயே அடிச்சு... இந்தப் பக்கம் வரக்கூடாதுன்னு சொல்லித் தொரத்தீட்டாங்க... இதுதான் நான் கேள்விப்பட்டது...” என்றார்.

“எல்லாந் தெரிஞ்சுக்கிட்டு அப்புறம் ஏய்யா... என் உசிரை வாங்கறே... உன்னோட ஒரே ஓரியாட்டமாப் போச்சு... எதிரிக்கு எதிரி நண்பன் அப்படீங்கற கொள்கையிலே சோமன் இப்போ நமக்கு விசுவாசி ஆயிட்டான்.... அவன்தான் இப்போ நம்ம சங்கத்தின் செய்தித் தொடர்பாளர்...” என்றார் தலைவர் குதூகலமாக.

“அடே கெட்டுப் போன சோமா... இங்கேயாவது விசுவாசமா இருடா... போடற எலும்புத்துண்டுக்கு ஒழுங்கா வாலை ஆட்டு... இல்லே நறுக்கிப் போடுவோம் நறுக்கி...” என்றார் இன்னொரு முதலாளி.

எதற்கும் அசைந்து கொடுக்கவில்லை சோமன். மானங் கெட்டவனுக்கு ஆணவம் வருமா... அப்படியிருந்தான் சோமன். தலைவருக்கு மட்டுமன்று அங்கிருந்த அனைவருக்கும் பக்குவமாகவும், பணிவாகவும் ஊற்றிக் கொடுத்துக் கொண்டிருந்தான்.

தலைவர் தொண்டையைக் கனைத்துக் கொண்டார். பிறகு, அவர்களை நோக்கி-

“எல்லாரும் கவனியுங்க... இந்த விருந்து முக்கியமான நோக்கம் பத்திப் பேசத்தான் நடத்தப்படுது... அதாவது... ஸ்டிரைக் உறுதி ஆயிருச்சு... நாம யாரும் பயப்பட வேண்டாம்... ஈரோடு,

உடுமலைப்பேட்டை, கோயமுத்தூரு இங்கேயெல்லாம் மெஷின்களை ஏத்துமதி பண்ணி... ஆர்எஸ்எஸ் தொண்டர் களையும் பயன்படுத்தித் தொழிலை நாம நடத்தறோம்... சுப்பையாவை நம்புன கூலிக்காரப் பயலுக அப்படியே பட்டினி கெடந்து சாகட்டும்...” என்றார்.

“குண்டி காஞ்சா குதிரை வைக்கோல் திங்கும்ன்னு சொல்லு வாங்க... பத்துநாள் கூட இவனுக போராட்டம் தாக்குப் புடிக்காது தலைவரே...” இது இன்னொரு முதலாளியின் கருத்துச் சிதறல்!

“இவனுங்க உண்ணாவிரதம்... ஊர்வலம்... மறியல்ன்னு என்ன வேணுமானாலும் பண்ணுவானுங்க... நாம யாரும் அசைஞ்சு குடுக்கக் கூடாது... நாளை முதல் எல்லாப் பத்திரிக்கைகளிலும் இந்தப் போராட்டம் ஓர் அர்த்தமற்ற போராட்டம்... தேவையற்ற போராட்டம்... அப்படீங்கறதை நம்ம பாணியிலே விளக்கிப் பக்கம் பக்கமா அறிக்கை குடுக்கப் போறோம்... அதோட திருப்பூர்ப் பொதுமக்கள் கிட்டே வீதி வீதியா ஆட்டோ ரிக்ஷாவுலே மைக் வச்சுக்கிட்டுப் போயி... இது அக்கிரமமான போராட்டம்ன்னு பேச வைப்போம்... இதையெல்லாம் நம்ம சோமன் கச்சிதமாச் செய்வான்... போலீஸ் அதிகாரிகளையும் நான் நேத்துப் பாத்துப் பேசிட்டேன்... அவங்களையும் கவனிக்கிற முறையிலே கவனிச்சுட்டேன்... எல்லாம் நமக்குச் சாதகமாக இருக்கு... சுப்பையாவையும்... மத்த எடுபிடித் தலைவனுகளையும் உள்ளே தள்ள ஏற்பாடு பண்ணலாம்... அப்புறம் எங்கே போயி ஸ்டிரைக் பண்ணுவாங்கன்னு பாக்கலாம்..” தலைவர் கொக்கரித்தார்.

“தலைவருன்னா நீங்க தலைவர்... அருமையான திட்டத்தைப் போட்டு வச்சிருக்கீங்க... எங்க ஆதரவு எப்பவுமே தங்களுக்கு உண்டு தலைவரே....” மது மயக்கத்தில் இவ்வாறு பேசினார் ஒரு முதலாளி. போதை மயக்கத்தில் அவர் இடுப்பிலிருந்து வேட்டி நழுவியது. சோமன் ஓடி வந்து சரி செய்தான்.

"எப்படியோ தலைவரே... இந்த ஸ்டிரைக் ஜெயிக்காம நாம பாத்துக்கணும்... அதுக்காக எதையும் நாம செய்யலாம்... தப்பே இல்லே... இனிமே திருப்பூர்த் தொழிற்சங்க அகராதியிலிருந்து ஸ்டிரைக் அப்படீங்கற எழுத்தையே நீக்கிப் போடோணும்... என்ன தலைவரே... நான் சொல்றது சரிதானே..." கோழித் துண்டைக் கவ்விக் கொண்டே இன்னொரு முதலாளி ஆர்ப்பாட்டமாய்க் கத்தினார்.

தலைவர் மகிழ்ச்சியாகச் சிரித்து அவர் கருத்தை ஏற்றார். பிறகு, அனைவருக்கும் தலைவாழை இலைகளில் சூடான மட்டன் பிரியாணி, சிக்கன் வறுவல், மீன் குழம்பு, முட்டை மசாலா, சப்பாத்தி, பால் பாயாசம், தயிர் சாதம், ஊறுகாய், பீடா என முதலாளித்துவ உணவு வகைகள் தேவைக்கு மேல் பரிமாறப் பட்டன. அவைகள் அவர்களால் உண்ணப்படவில்லை. சிறிதளவு மட்டுமே கொரிக்கப்பட்டன. பெருமளவு புறக்கணிக்கப்பட்டன. உழைப்பவனுக்குப் பழைய சோறு கூடத் தேவாமிர்தம்! தேவைக்கு மேல் பணம் சேர்த்தவனுக்குத் தேவாமிர்தம்கூட நஞ்சாகும்!!

விருந்தும், பேச்சும் முடிந்தன. தள்ளாடிய முதலாளிகள் அவர்களின் உதவியாளர்களால் கட்டாயமாகக் கார்களுக்குள் திணிக்கப்பட்டார்கள். கார்கள் பறந்தன.

முதலாளிகள் சங்கத் தலைவர் பெருமிதத்துடன் சிகரெட்டை உதடுகளில் வைத்தார். சோமன் அதில் தீயைப் பொருத்தினான். புகையை மூக்கில் சுகமாக வெளியேற்றிய தலைவர்-

"என்னடா சோமா... எல்லாம் நல்லபடியா முடிந்தது... நான் படுக்கப் போறேன்... உம் பொண்டாட்டி... ம்... அவ பேரு என்ன... மதுமதி... சரியா நான் சொன்னது?" கண் சிமிட்டியவாறு குறும்புடன் கேட்டார் தலைவர்.

"அதே பேருதாங்க தலைவரே.... பாப்பாவை அதாவது மதுமதியை உங்க பெட்ரூமுக்கு அனுப்பி வச்சு அரைமணி

நேரமாச்சு தலைவரே...” தெளிவாகவும், பணிவாகவும் பேசினான் சோமன்.

“புத்திசாலியான பொறுக்கிப் பயல்டா நீ... கூலிக்கார நாய்கள் நடத்தற போராட்டத்தை எப்படியெல்லாம் ஒடைச்சு எறியணும்ன்னு ராத்திரி முழுக்க யோசிச்சு வை... நான் உள்ளே போறேன்” என்ற தலைவர் நூறு ரூபாய்க் கட்டு ஒன்றைத் தூக்கி அவன் முகத்தில் வீசினார்.

சோமனின் முகத்தில்-அந்தக் கருப்பு முகத்திலும்-நிலவொளி படர்ந்தது! தலைவர் படுக்கையறைக்குள் நுழைந்து கதவைத் தாழிட்டார். சோமன் காவலுக்கு நின்றான்.

31

ஆகஸ்ட் 19ஆம் நாள். ஒரு யுத்தம் தொடங்கி விட்டது. ஆம். பணம் படைத்தவனுக்கும், வயிறு படைத்தவனுக்கும் நடக்கும் போராட்டம் உதயமாகி விட்டது. ஆடாத மயிலும், பாடாத குயிலும், போராடாத மனிதனும் எதையுமே சாதிக்க முடியாது! இந்த உண்மையைத் திருப்பூர் பனியன் தொழிலாளர்கள் தெளிவாக உணர்ந்திருந்தனர். எனவேதான் தோழர் சுப்பையா தலைமையில் 16 அம்சக் கோரிக்கைகளின் பயன்பாட்டை விளக்கும் வகையில் மாபெரும் தொழிலாளர் ஊர்வலம், அவநாசிச் சாலையிலுள்ள பனியன் தொழிலாளர் சங்கக் கட்டடத்திலிருந்து புறப்பட்டு விட்டது.

சுப்பையா தலைமையில் நூற்றுக்கணக்கான பனியன் தொழிலாளர்கள் ஊர்வலத்தில் கட்டுக் கோப்புடன் அணிவகுத்து நடந்து வந்து கொண்டிருந்தனர். ஆங்காங்கே பலர் 16 அம்சக் கோரிக்கைகள் கொண்ட பதாகைகளைக் கையில் பிடித்துக் கொண்டு வந்தனர். சுப்பையாவுக்குப் பின்னால் இரண்டு தோழர்கள் சிவப்பு நிறத் துணியில்

வெள்ளை எழுத்துக்களால்- "திருப்பூர் பனியன் தொழிலாளர் சங்கம்" என்று எழுதப்பட்ட நீண்ட பதாகையைப் பிடித்துக் கொண்டு வந்தனர்.

"நிறைவேற்று... நிறைவேற்று...
16 அம்சக் கோரிக்கையை நிறைவேற்று"

"கோரிக்கைகள் நிறைவேறக் கோடிக்கைகள் போராடும்"

"வாழவிடு... வாழவிடு... பனியன் தொழிலை வாழவிடு"

"தொழிலாளரின் வயிற்றுப் பெட்டி நிரம்பினால்தான்
முதலாளிமார்களே... உங்களின் இரும்புப் பெட்டி நிறையும்"

"வசதி படைத்தவன் தரமாட்டான்-அவனை
வயிறு பசித்தவன் விடமாட்டான்"

"இன்குலாப்.... இன்குலாப்... இன்குலாப்... ஜிந்தாபாத்"

இத்தகைய பல்வேறு வகையான முழக்கங்கள் திருப்பூர் நகரையே குலுங்க வைத்தன. சாலைகளில் நடந்து போவோர், இரு சக்கர, நான்கு சக்கர வாகனங்களில் பயணிப்பவர்கள், பேருந்துகளில் செல்லுபவர்கள் என அனைவரின் விழிகளையும் இந்த ஊர்வலம் வியப்புடன் திரும்பிப் பார்க்க வைத்தது! பத்திரிக்கையாளர்கள், பொதுநல ஆர்வலர்கள் ஆகியோரும் இந்த ஊர்வலத்தை நிழற்படங்களாக எடுப்பதும், பலவகைகளில் செய்திகள் சேகரிப்பதுமாகச் சென்றனர்.

திருப்பூர்-நகர மண்டபத் திடல். ஊர்வலம் முடிந்த பிறகு, 16 அம்சக் கோரிக்கைகளை விளக்கப் பொதுக் கூட்டம் ஏற்பாடு செய்யப்பட்டிருந்தது. ஊர்வலத்தினர் அப்படியே திடலில் அமர்ந்து கொண்டனர். ஆங்காங்கே, காவல் துறையினர் பாது காப்பு என்ற பெயரில் கம்புகளைச் சுழற்றிக் கொண்டிருந்தனர். சுப்பையா பேசத் தொடங்கினான்:

"தோழர்களே... வரலாற்றுச் சிறப்புமிக்க இந்தக் கூட்டத்தில் பேசுவதில் பெருமைப்படுகிறேன்... உழைக்கின்ற வர்க்கம் என்றைக்கும் கட்டுப்பாட்டினைத் தளர விடாது என்பதற்கு

நாம் இப்பொழுது நடத்திக் காட்டிய பிரம்மாண்டமான இந்த ஊர்வலமே சாட்சியாக இருக்கிறது... நம்மில் யாருக்கும் வன்முறையில் நம்பிக்கையில்லை... போராடும் நன்முறையில் மட்டுமே நம்பிக்கையுண்டு... இந்தப் போராட்டத்தின் மிகப் பெரிய வலிமை என்ன தெரியுமா? ஒற்றுமைதான்... இன்றைக்கு நாம் காட்டிய ஒற்றுமை இறுதிநாள் வரை நீடிக்க வேண்டும்... வேடிக்கை பார்ப்பதற்காக நாம் இந்த ஊர்வலத்தை நடத்திக் காட்டவில்லை... வேதனைப் பெருமூச்சுக்களை, தொழிலாளப் பெருங்குடி மக்களின் வாழ்வாதார உரிமைகளை வென்றெடுக்க வேண்டும் என்கின்ற நியாயத்தின் அடிப்படையில் இந்த ஊர்வலத்தை நாம் நடத்திக் காட்டியுள்ளோம்... கோடிப் பணம் படைத்த கோமான்களின் மாடி வீடுகளிலே... சங்கிலியால் பிணைக்கப்பட்டுக் குரைத்துக் கொண்டிருக்கும் நாய்களுக்குக் கொடுக்கப்படும் மரியாதையைக் கூடப் பனியன் முதலாளிகள் ஏழைத் தொழிலாளர்களுக்குத் தருவதில்லை! அதுதான் எங்கள் மனக்குமுறல்... அதன் விளைவுதான் இந்த ஊர்வலமும், தொடர் போராட்டமான வேலை நிறுத்தமும் என்பதை நினைவில் நிறுத்துங்கள்... எதற்கு இந்தப் போராட்டம்? தேவையா இது... வயிற்றுப் பாட்டுக்கே வேட்டு வைக்கும் வேலையல்லவா இது என்று சுற்றி நிற்கும் பொது மக்களாகிய நீங்கள் கேட்கக்கூடும்... உண்மைதான்... பட்டினிச் சாவுகள் கூட நடக்கலாம்... மறுக்கவில்லை... இவைகளெல் லாம் நன்றாகத் தெரிந்தேதான் போராடத் துணிந்திருக் கிறோம்... ஏன் தெரியுமா? வீரனுக்கு ஒருநாள்தான் சாவு... கோழைக்கோ தினமும் சாவு... அதனால்தான் வீதியிலே இறங்கிப் போராட வந்திருக்கிறோம்... அடிக்கடி கூலி உயர்வு கேட்பது... தீபாவளிப் போனஸ் கேட்டு மன்றாடுவது.., இப்படி எத்துனை நாள்தான் போராடுவது... மல்லுக் கட்டுவது... அதனால்தான் ஒரே போராட்டமாக... ஒட்டு மொத்தப் போராட்டமாக... 16 அம்சக் கோரிக்கைகளை முன்னிறுத்திப் போராடக் களம் புகுந்து விட்டோம்... பொதுமக்களாகிய நீங்கள் அனைவரும் எங்களின் இந்த வாழ்வுரிமைப்

போராட்டத்திற்குப் பேராதரவு தர வேண்டும் எனக் கேட்டுக் கொள்ளுகிறேன்... பெரியோர்களே... தாய்மார்களே... ஒரு தாழ்மையான வேண்டுகோள்... திருப்பூர் பனியன் தொழிற்சங்கத்தின் சார்பில் எங்களின் 16 அம்சக் கோரிக்கைகளின் நியாயங்களை விளக்கி ஆறு பக்கம் கொண்ட அறிக்கையை அச்சடித்துள்ளோம்... அதை அனைவரும் பெற்றுச் சென்று... கருத்தூன்றிப் படிக்க வேண்டுமெனக் கேட்டுக் கொள்ளுகிறேன்... தோழர்கள் அந்த அறிக்கையை உங்களிடம் வழங்குவதற்கு வருகிறார்கள்... அத்துடன் அவர்கள் உண்டியலும் ஏந்தி வருவார்கள்... பொதுமக்களாகிய நீங்கள் உங்களால் இயன்ற நிதியை உள்ளன்புடன் ஈந்திடுமாறு கேட்டுக் கொள்ளுகிறேன்... மேலும்... தொழிலாளத் தோழர்களுக்கு ஒரு முக்கிய அறிவிப்பு... நாம் இன்று தொடங்கியுள்ள வேலை நிறுத்தம் காலவரையற்ற வேலை நிறுத்தம்... அதை அனைவரும் கவனத்தில் கொள்ளுங்கள்... எங்களிடமிருந்து மறு அறிவிப்பு வரும் வரை எவரும் எந்தப் பனியன் கம்பெனிக்குள்ளும் காலடி வைக்கக்கூடாது... தோழர்கள் நாள் தவறாமல் நம் பனியன் தொழிற்சங்கக் கட்டடத்திற்கு வருகை தந்து... வேலை நிறுத்தம் பற்றிய விவரங்களைத் தெரிந்து கொள்ளுங்கள்... நாம் நடத்தும் இந்த வேலை நிறுத்தப் போராட்டம் உழைப்பாளி வர்க்கத்திற்கு இழைக்கப்படும் அநீதிகளை அடியோடு தகர்த்தெறியும் போராட்டம்... எனவே திடமாயிருங்கள்... வெற்றி நமதே... இன்குலாப்.... இன்குலாப்... இன்குலாப்... ஜிந்தாபாத்..." சுப்பையா முகத்தில் வழியும் வேர்வையைச் சிவப்புத் துண்டினால் துடைத்துக் கொண்டு, எழுச்சியுரையை நிறைவாக்கி, நாற்காலியில் அமர்ந்தான். கூடியிருந்த கூட்டம்-

"இன்குலாப்.... இன்குலாப்... இன்குலாப்... ஜிந்தாபாத்" என்ற பெரு முழக்கத்துடன்-அதாவது-போராளிகளின் அடையாள மந்திரத்தை மேற்கண்டவாறு உச்சாடனம் செய்து விட்டுக் கலைந்தது!

32

திருப்பூர் பனியன் தொழிலாளர் சங்கக் கட்டடம். தோழர்கள் பலர் கூடியிருந்தனர். சுப்பையா ஒரு நாற்காலியில் அமர்ந்தவாறு, செய்தித்தாள் படித்துக் கொண்டிருந்தான். அப்பொழுது-செல்வமும், நாச்சியப்பனும் பதற்றத்துடன் ஓடிவந்தார்கள்.

"சுப்பண்ணா... இந்த அநியாயத்தைப் பாத்தீங்களா..." மூச்சு இரைக்கச் செல்வம் கேட்டான்.

"என்ன சொல்றே செல்வம்... முதலாளிமார்கள் பத்திரிக்கை யிலே நம்ம ஸ்டிரைக்கைப் பத்தி விமர்சனம் பண்ணிக் குடுத்திருக்கிற விளம்பரத்தைப் பத்தித்தானே..." சுப்பையா அமைதியாகக் கேட்டான்.

"என்ன சுப்பு... அது தெரிஞ்சுமா பேசாம உக்காந்திருக்கறே..." நாச்சியப்பன் கோபமாகக் கேட்டார்.

"பேசாமத்தான் இருக்கணும்... என்ன பண்ணச் சொல்றீங்க... முதலாளிகள் நம்மைக் கண்டு பயப்படறாங்கண்ணு அர்த்தம்... நெறையாக் காசைச் செலவு பண்ணி இந்த மாதிரி விளம்பரம் குடுக்கறாங்க... இதுனாலே நமக்கு எந்த நட்டமும் இல்லே... கவலைப்படாதீங்க..." சுப்பையா நிதானமாகப் பேசினான்.

"என்னப்பா... இப்படிப் பொசுக்குண்ணு சொல்றே... ஸ்டிரைக் தொடங்கி இன்னியோட பதினஞ்சு நாளு ஆச்சு... அவனவன் வயித்துலே ஈரத்துணியைப் போட்டுக்கிட்டுப் பட்டினி கெடக்கிறான்.... மொதலாளிங்க இப்படி வெளம்பரம் குடுத்தா எரிச்சல் வராதா..." நாச்சியப்பன் வெப்பமானார்.

இப்பொழுது, செல்வம் குறுக்கிட்டுப் பேசினான்:

"பனியன் தொழில் குடிசைத் தொழில்... எனவே பஞ்சப்படி கேட்கக் கூடாது... 16 அம்சக் கோரிக்கை நிறைவேறினால்

பனியன் தொழில் அழிஞ்சு போயிரும்... இந்தியாவிலேயே எந்தச் சிறு தொழிலுக்கும் குடுக்காத பெரிய சம்பளத்தை நாங்கதான் பனியன் தொழிலாளிகளுக்குச் சம்பளமாக் குடுக்கறோம்... இப்படியெல்லாம் அந்த வெளம்பரம் சொல்லுது... வயிறு பத்தியெரியுது சுப்பண்ணா... இவனுகளோட பொய்ப் பிரச்சாரத்தை நாம முறியடிக்கணும்..." என்றான்.

"அது மட்டுமில்லே... காரிலே... ஆட்டோ ரிக்ஷாவுலே மைக் வைச்சு நம்ம கோரிக்கைகளை மட்டமா பேசிக்கிட்டு இருக்காங்க..." இது நாச்சியப்பனின் கூற்று.

ஒரு நிமிடம் கண்களை மூடிச் சிந்தித்தான் சுப்பையா. பிறகு அவர்களை நோக்கி-

"போராட்டத்தைத் தலைமை தாங்கி நாம மூணு பேரும் நடத்திக்கிட்டு இருக்கறோம்... மொதல்லே நமக்குப் பொறுமையும், சகிப்புத் தன்மையும் வேணும்... உணர்ச்சிவசப்படக் கூடாது... பத்திரிக்கையிலே அவங்க அறிக்கை குடுத்தா என்ன... முதலாளிகளுக்குப் பணங்கறது பச்சைத் தண்ணி மாதிரி... அது மாதிரிப் பண்ண நமக்குப் பத்திரிக்கைப் பலமோ... பண பலமோ இல்லே... ஆனா... அவங்க செய்யற பொய்ப் பிரச்சாரத்துக்குப் பதிலடியா தெரு முனைப் பிரச்சாரத்தை இன்னிக்கே நடத்துங்க... ஒவ்வொரு தெருவுலேயும் அஞ்சு தோழர்கள் வீதம் சிறுசிறு குழுக்களாகப் போயிப் பொதுமக்கள் கிட்டே முதலாளிமார்களின் பித்தலாட்டத்தை எடுத்துச் சொல்லுங்க... நம்ம பேச்சு நாகரிகமாகவும், அறிவார்ந்த வகையிலேயும் இருக்கணும்... அவங்க பேசி முடிச்சுட்டுப் போனதுக்கப்புறம்... நீங்க போயிப் பேசுங்க... கலாட்டா எதுவும் ஆகாமப் பாத்துக்குங்க... அடியாட்களை வச்சு நம்மளை வம்புக்கு இழுப்பாங்க... கவனமா இருங்க... தோழர்கள் நிறையப் பேரு இருக்காங்க... கூட்டிட்டுப் போங்க..." சுப்பையா அவர்களுக்குப் புதுத் திட்டம் ஒன்றை அறிமுகப்படுத்தினான். மறுநிமிடம்,

செல்வமும், நாச்சியப்பனும் சில தோழர்களை அழைத்துக் கொண்டு குமரன் சாலை நோக்கி விரைந்தார்கள்.

குமரன் சாலை மக்கள் நடமாட்டம் மிகுந்த பகுதி. முதலாளிகளின் கைக்கூலியான சோமன் ஓர் ஆட்டோ ரிக்ஷாவுலே அமர்ந்து கொண்டு, ஒலிபெருக்கியில் பொய்ப் பிரச்சாரத்தை ஆர்ப்பாட்டமாக நடத்திக் கொண்டிருந்தான்.

அவனுக்குப் பின்னால் ஓர் அம்பாசடர் கார். அதில் சில அடியாட்கள். வீச்சரிவாள், கூரிய கத்தி உட்படப் பல பயங்கர ஆயுதங்கள் அவர்களுடன் துணையாக வந்தன. எதற்கும் தயார் நிலையில் அவர்கள் இருந்தனர்.

"பேரன்புமிக்க பெரியோர்களே... தாய்மார்களே... வணிகப் பெருங்குடி மக்களே... போராட்டம் அதாவது காலவரையற்ற வேலை நிறுத்தம் என்ற பெயரில் பனியன் தொழிலாளர் சங்கத்தினர் நடத்தும் பித்தலாட்டத்தை நீங்கள் நன்றாகக் கவனிக்க வேண்டும்... இந்தியாவில் வேறெந்த சிறு தொழிலுக்கும் தரப்படாத ஊதியத்தை நம்முடைய திருப்பூர் முதலாளிகள் வாரந்தோறும் சனிக்கிழமை பனியன் தொழிலாளிகளுக்குக் கொட்டிக் கொடுக்கிறார்கள்... அந்தப் பணத்தை இந்தப் பாவிகள் நல்ல முறையில் செலவு செய்யாமல்... குடிப்பதும்... சூதாடுவதும்... தாசிகளைத் தேடிப் போவதுமாக இருந்தால்... இப்படி ஊதாரித்தனமாக இவர்கள் செலவழிக்க முதலாளிகளா கிடைத்தார்கள்... பஞ்சப்படி... மருத்துவக் காப்பீட்டுத் திட்டம்... ஓய்வூதியம்... அடையாள அட்டை... பொதுமகக்களே நெஞ்சிலே கைவைத்துச் சொல் லுங்கள்... இதெல்லாம் இந்தக் கூலிக்காரப் பயல்களுக்குச் சாத்தியமாகுமா... *16* அம்சக் கோரிக்கை என்பது தொழிலாளிகள் தங்களுக்குத் தாங்களே வைத்துக் கொள்ளும் நெருப்பு... பழைய சோத்துக்கே விதியில்லாத இவர்களுக்குப் பஞ்சப்படியும்... பயணப்படியும் தேவைதானா... முடவன் கொம்புத் தேனுக்கு ஆசைப்படலாமா..." சோமன் இப்படி தன்னிலை மறந்து பேசிக் கொண்டிருந்த பொழுது-

"ஏண்டா நாயே... பழசையெல்லாம் மறந்துட்டு... இன்னிக்கு மொதலாளிகள் வீசுற எலும்புத்துண்டுக்கு ஆசைப்பட்டு எங்களை ஏளனம் பண்ணுறயாடா கேப்பமாறி நாயே... அடப் பலசாதிக்குப் பொறந்த மொள்ளமாறி..." என்றவாறு நாச்சியப்பன் சில தோழர்களுடன் பாய்ந்து சென்று, சோமன் வைத்திருந்த மைக்கைப் பிடுங்கிச் சாலையில் எறிந்துவிட்டு, அவனைச் சூழ்ந்து கொண்டு அடித்து உதைத்தார்கள்.

"அய்யோ... அம்மா... காப்பாத்துங்க... காப்பாத்துங்க..." என்று அலறியவாறு சோமன் அம்பாசடர் காரை நோக்கி ஓடினான். உடனே- காரிலிருந்து நான்கு அடியாட்கள் வீச்சரிவாள்களை எடுத்துக் கொண்டு, நாச்சியப்பன் கும்பலை நோக்கிப் பாய்ந்தனர். இந்த நேரத்தில் செல்வம் சில தோழர்கள் சூழ, உருட்டுக் கட்டைகளுடன் அவர்களைத் தடுத்து நிறுத்தினான்.

ஒருவருக்கொருவர் கடும் மோதலில் ஈடுபட்டனர். நாச்சியப்பனுக்கும், செல்வத்திற்கும் கையிலும், காலிலும் அரிவாள் வெட்டுகள். பதிலுக்கு இவர்களும் கட்டைகளால் அவர்களின் மண்டைகளைப் பிளந்தனர். சாலையில் செங்குருதி பாய்ந்தது.

ஆட்டோ ரிக்ஷாவும், அம்பாசடர் காரும் அப்பளம் போல நொறுக்கப்பட்டன. பொதுமக்கள் அலறியவாறு திசைக்கு ஒருவராக ஓடினார்கள். கடைகளெல்லாம் வேக வேகமாக மூடப்பட்டன. சாலையெங்கும் உருட்டுக் கட்டைகளும், வீச்சரிவாள்களும், வேட்டிகளும், செருப்புகளும், பைகளும், பல்வேறு பொருட்களும் சிதறிக் கிடந்தன.

திடீரென்று போலீஸ் வேன் வந்தது. அனைவரும் அள்ளித் திணிக்கப்பட்டனர்.

காவல் நிலையம்.

சுப்பையா அமைதியாக இன்ஸ்பெக்டரைப் பார்த்தவாறு நாற்காலியில் அமர்ந்திருந்தான். முதலாளிகள் சங்கப் பிரதிநிதியொருவரும் அவனருகே அமர்ந்திருந்தார்.

நாச்சியப்பனும், செல்வமும் மருத்துவமனையில் போடப்பட்ட காயக் கட்டுகளுடன் நின்று கொண்டிருந்தனர். சோமன் தரப்பும் அப்படியே. சுப்பையாவையும், முதலாளிகள் சங்கப் பிரதிநிதியையும் நோக்கிய இன்ஸ்பெக்டர்-

"ரெண்டு தரப்பிலேயும் தப்பு இருக்குது... சோமன் குரூப் தொழிலாளிகள் போராட்டத்தைக் கொச்சைப்படுத்திப் பேசினது தப்பு... அதுக்காக... நாச்சியப்பனும், செல்வமும் அடிதடியில் எறங்கினது மிகப் பெரிய தப்பு... இப்போ திருப்பூர் இருக்கிற சூழ்நிலையிலே இது ரொம்ப ஆபத்தான நேரம்... அதோட ரெண்டு தரப்புலேயும் நாங்க கேஸ் பதிவு பண்ணலே... முதலாளிகள் தரப்பு இனிமே ஸ்டிரைக்கைப் பத்திக் கேவலமா... ஆத்திரமூட்டும் வகையிலே பேசக்கூடாது... தொழிலாளிகள் தரப்பும் அவசரப்பட்டு அடிதடியிலே எறங்கக்கூடாது... இதை மனசுலே வச்சுக்கிட்டு ரெண்டு தரப்புலே வந்திருக்கிறவங்களும் மனு எழுதிக் குடுத்துட்டுப் போங்க... இல்லேன்ன... நான் மேலிடத்துக்கு இந்தப் பிரச்சினையைக் கொண்டு போக வேண்டிவரும்... இது ரெண்டு பேருக்குமே சிக்கலாகும்... என்ன சொல்றீங்க..." என்று நிலைமையைச் சுருக்கமாக விவரித்தார்.

சுப்பையாவும், முதலாளிகள் சங்கப் பிரதிநிதியும் ஆளுக்கொரு மனுவை உடனடியாக எழுதிக் கொடுத்து விட்டு, அவரவர் ஆட்களை அழைத்துக் கொண்டு காவல் நிலையத்தை விட்டு வெளியே வந்தனர்.

"என்ன சுப்பு... எங்க மேலே ஏதாச்சும் கோவமா உனக்கு?" அப்பாவித்தனமாகக் கேட்டார் நாச்சியப்பன்.

"இல்லண்ணே... உங்க ரெண்டு பேருக்கும் ஆரத்தி எடுத்துத் திருஷ்டி சுத்திப் போடணும்ன்னு ஆசை" சுப்பையா குத்தலாகப் பேசினான்.

"எங்களை மன்னிச்சிருங்க சுப்பண்ணா... சோமன் பேசின பேச்சு எங்க எல்லாரையும் சூடாக்கிருச்சு... கொஞ்சம்

உணர்ச்சிவசப் பட்டுட்டோம்...” செல்வம், சுப்பையாவின் முகத்தைப் பார்க்கத் தயங்கியவாறு பேசினான்.

சுப்பையா மற்ற தோழர்களைப் பார்த்தான்.

“ஏம்ப்பா... நீங்க எதுவும் பேசமாட்டேங்கறீங்க... உங்க பங்குக்கு ஏதாவது வாக்குமூலம் குடுங்க... ஆத்திரமும், ஆவேசமும் வந்தால் எதையும் சாதிக்க முடியாது... பதறாத காரியம் சிதறாதுன்னு பெரியவங்க எதுக்குச் சொல்லி வச்சாங்க... எதிரிங்க நம்மளை வம்புக்கு இழுக்கத்தான் பாப்பாங்க... நாம அதுக்கு எடங்குடுக்கவே கூடாது... அவன் நம்மளைப் பத்தி அவதூறு பேசறான்னா... நாமும் பதிலுக்கு வாய்ப்பேச்சுத்தான் பேசி பதில் தரணுமே தவிர, ஆத்திரப்பட்டு ஆயுதப் பிரயோகம் பண்ணக் கூடாது... அப்புறம் பொதுமக்கள் நம்மளைப் பத்தி என்ன நெனைப்பாங்க... கம்யூனிஸ்ட்காரன்னா ஆயுதம் எடுக்கறவன் அப்படீன்னு முடிவு பண்ணீருவாங்க... ஒரு நல்ல கொள்கைக்காக மக்கள் எல்லாரும் நம்மோட ஒண்ணு சேர்ந்து வருவாங்க பாரு... அப்போ மட்டுந்தான் ஆயுதம் ஏந்தணும்... அதுதான் வெகுஜனப் போராட்டம்... சின்னச் சின்னப் பிரச்சினைக் கெல்லாம் ஆயுதம் தூக்கினா அது வன்முறை வெறியாட்டம்... நான் என்ன சொன்னேன் உங்ககிட்டே அவங்க பேசி முடிச்சுட்டுப் போன பிறகு நீங்க போயிப் பேசுங்க... கலாட்டா ஆகாமப் பாத்துக்குங்க அப்படீன்னு சொன்னேன்... மறந்து போயிட்டீங்க... என்ன செய்யறது...” சிறிது கோபமாகப் பேசி முடித்தான் சுப்பையா.

“மன்னிச்சிரு சுப்பு... இனிமே இப்படி நடக்காமப் பாத்துக் கறோம்... காலையிலேர்ந்து நாங்க யாரும் ஒண்ணுமே சாப்பி டல்லே சுப்பு... ஒரே பசி...” நாச்சியப்பன் வயிற்றைத் தடவினார்.

“இரயில்வே ஸ்டேஷன் பக்கத்துலே ஒரு பாட்டி இட்லி சுட்டு வித்துக்கிட்டு இருப்பாங்க... வாங்க எல்லாரும் ஆளுக்கு நாலு இட்லி சாப்பிடலாம்...” சுப்பையா அவர்களை அழைத்துக் கொண்டு நடந்தான்.

33

காலை ஆறு மணி. திருப்பூர் பனியன் தொழிலாளர் சங்கக் கட்டடத்தின் முன்பு பெரிய அளவில் தென்னங்கீற்றுப் பந்தல் அமைக்கப் பட்டிருந்தது.

"திருப்பூர் பனியன் தொழிலாளரின் 16 அம்சக் கோரிக்கைகளை நிறை வேற்றக் கோரி தொழிலாளர்கள் நடத்தும் மாபெரும் ஒருநாள் அடையாள உண்ணாவிரதம்... அனைவரும் ஆதரிப்பீர்" என்ற வாசகங்களுடன் கூடிய சுவரொட்டிகள் திருப்பூர் முழுவதும் ஒட்டப்பட்டிருந்தன.

சரியாகக் காலை ஆறு மணியளவில் உண்ணாவிரதம் தொடங்கியது. இருநூறு பேர் வரை ஒருநாள் அடையாள உண்ணாவிரதத்தில் பங்கேற்றனர். பனியன் தொழிலாளர் மட்டுமன்றிப் பஞ்சாலைத் தொழிலாளர், கட்டடப் பணியாளர், ஜின்னிங் பேக்டரியில் உழைக்கும் பெண் தொழிலாளர், கலாசித் தொழிலாளர், ஹோட்டலில் வேலைபார்க்கும் தொழிலாளர், சாயப்பட்டறைத் தொழிலாளர் எனப் பல்துறைத் தொழிலாளர்களும் இணைந்த ஒரு கூட்டு உண்ணாவிரதமாக அது காணப்பட்டது.

சுப்பையா, செல்வம், நாச்சியப்பன் ஆகியோர் முன்னின்று உண்ணா விரத ஏற்பாடுகளில் ஈடுபட்டிருந்தனர்.

இப்பொழுது, சுப்பையா அனைவரையும் வரவேற்று உண்ணாவிரதப் பந்தலில் உரையாற்றினான்:

"தோழர்களே... உங்கள் அனைவரையும் இந்தக் காலை நேரத்தில் வரவேற்பதில் மகிழ்ச்சியடைகிறேன்... பனியன் தொழிலாளர்களுடன் இணைந்து பிற தொழிலாளத் தோழர்களும் உண்ணாவிரத நிகழ்ச்சிக்கு வந்திருப்பது எங்களுக்கு மிகுந்த ஆறுதலைத் தருகிறது... இந்த ஒற்றுமை

இருந்தால் போதும் தோழர்களே... இமயமலையைக்கூட இடம்பெயரச் செய்து விடலாம்... நமது 16 அம்சக் கோரிக்கையை நிறைவேற்றக் கோரி நடத்தப்பட்ட போராட்டம் இன்று முப்பதாம் நாளை எட்டி விட்டது... திருப்பூரின் பொருளாதாரம் தடுமாறிக் கொண்டிருக்கிறது... பனியன் தொழிலை நம்பி வாழும் பிற தொழில்களும் முடங்கிப் போய் விட்டன... எனக்குக் கிடைத்த தகவலின்படி முதலாளிகள் சங்கத்தைச் சார்ந்த சிலரும் நம் கோர்க்கை களிலுள்ள நியாயங்களைப் பரிசீலனை செய்வதில் இறங்கி யுள்ளனர்... இது நமக்குக் கிடைத்த முதல் வெற்றிமாலை.... ஆனாலும், நாம் கவனமாக இருக்க வேண்டும்... வயிற்றில் ஈரத்துணியைக் கட்டிக் கொண்டாவது நம் கோரிக்கைகளை வென்றெடுக்க வேண்டும்.... மாவட்டத் தொழிலாளர் நல அலுவலர், மாவட்டாட்சியர், மாநிலத் தொழில்துறை அமைச்சர் மற்றும் முதலமைச்சர் ஆகியோருக்கு நேரிலேயே நான் மனுக்களைக் கொடுத்திருக்கிறேன்... விரைவில் வெற்றி கிடைக்கும்... இன்குலாப்.... இன்குலாப்... இன்குலாப்... ஜிந்தா பாத்..." இவ்வாறு சுப்பையா பேசி முடித்ததும், உண்ணாவிரதப் பந்தலில் கூடியிருந்த அனைவரும் "இன்குலாப்.... இன்குலாப்... இன்குலாப்... ஜிந்தாபாத்..." என்று மறு முழக்கம் செய்தனர்.

இப்பொழுது செல்வம் பேச வந்தான்.

"தோழர்களே... உங்கள் அனைவருக்கும் வீரவணக்கம்.... 1935ஆம் ஆண்டு கோவையில்-ஸ்டேன்ஸ் ஆலைத் தொழிலாளர்களால் பல்வேறு கோரிக்கைகளை நிறைவேற்றக் கோரி ஒரு மகத்தான வேலை நிறுத்தப் போராட்டம் தொடங்கியது... அந்தப் போராட்டத்தில் கலந்து கொள்ள வந்திருந்த அமரர் ஜீவா அவர்களால் ஒரு மணி நேரத்தில் ஒரு பாடல் இயற்றப்பட்டு அது அங்கிருந்த தோழர்களால் உணர்வு பெருகப் பாடப்பட்டது... அது வெறும் பாடல் அல்ல... உழைக்கும் வர்க்கத்தின் உரிமைக் கீதம்! அந்தப் பாடலை நமது சங்கப் பொருளாளர்... தோழர் நாச்சியப்பன் அவர்கள்

பாடுவார்... அவரை அன்புடன் அழைக்கிறேன்...” என்று முடித்தான் செல்வம்.

கண்கலங்க ‘மைக்’ முன்பு வந்து நின்றார் நாச்சியப்பன். உண்ணாவிரதப் பந்தலில் அமர்ந்திருந்த அனைவரையும் அமைதியாகப் பார்த்தார். அவர் விழிகளில் நீர் வழிந்தது. துண்டினால் விழிநீரைத் துடைத்துக் கொண்டார். பெருங் குரலெடுத்துப் பாடினார்:

“காலுக்குச் செருப்புமில்லை
கால்வயிற்றுக் கூழுமில்லை
பாழுக்கு உழைத்தோமடா-என் தோழனே
பசையற்றுப் போனோமடா! (காலுக்குச்)

குண்டிக்கொரு துண்டும் இல்லை
கொல்வறுமை தாளவில்லை
ஒண்டக் குடிசையில்லை-என் தோழனே
உழைத்து இளைத்துப் போனோமடா! (காலுக்குச்)

நோய்நொடிகள் வெம்புலி போல்
நூறுவிதம் சீறுவதால்
தாய்தந்தையர் பெண்பிள்ளை-என் தோழனே
சாய்ந்து விழக் கண்டோமடா! (காலுக்குச்)

பாலின்றிப் பிள்ளை அழும்
பட்டினியால் தாயழுவாள்
வேலையின்றி நாமழுவோம்-என்தோழனே
வீடு முச்சூடும் அழும்! (காலுக்குச்)

கையிலொரு காசும் இல்லை
கடன்கொடுப்பார் யாருமில்லை
செய்யும் தொழில் கிட்டவில்லை-என் தோழனே
திண்டாட்டம் கொல்லுதடா! (காலுக்குச்)

வாங்கிய கடன் தீர்க்க
வக்கில்லை யானாலும்
ஏங்கியிரந் துண்ணவோ-என் தோழனே
எங்கள் மனம் கூசுதடா! (காலுக்குச்)

கொச்சைப் பிழைப்பறியோம்
கொலைத் திருட்டும் தானறியோம்
இச்சகப் பேச்சறியோம்-என் தோழனே
ஏய்ப்பும் புரட்டுமறியோம்! (காலுக்குச்)

கோணல் மாணல் திட்டங்களால்
கோடி கோடியாய்க் குவித்தே
வீணர்சிலர் கொழுக்கக் கண்டால்-என் தோழனே
வெஞ்சினம் பொங்குதடா! (காலுக்குச்)

மாட மாளிகை அவர்க்கு
மன்னர் மகுடம் அவர்க்கு
வாடவறுமை நமக்கு-என் தோழனே
வந்திடில் வாழ்வெதற்கு? (காலுக்குச்)

ஒன்றுபட்டுப் போர் புரிந்தே
உயர்த்துவோம் செங்கொடியை
இன்றுடன் தீருமடா-என் தோழனே
இம்சை முறைகளெல்லாம்!" (காலுக்குச்)

பாடி முடித்த தோழர் நாச்சியப்பன் துண்டினால் முகத்தை மூடிக் கொண்டு கதறியழுதார். உண்ணாவிரதப் பந்தலிலிருந்த அனைவரும் விழிநீர் சிந்தினர் வேதனையுடன்!

34

பகல் மணி பன்னிரண்டு இருக்கும். பனியன் தொழிலாளர் சங்கக் கட்டடத்தில் சுப்பையாவும், குன்னானும் உரையாடிக் கொண்டிருந்தனர். சுப்பையா, குன்னான் தனக்கு அன்புடன் செய்து எடுத்துக் கொண்டு வந்திருந்த எள்ளுருண்டைகளை மகிழ்ச்சியுடன் சுவைத்துக் கொண்டிருந்தான். மற்ற தோழர்களும் எள்ளுருண்டைகளைத் தின்று கொண்டிருந்தனர்.

"டேய் குன்னா... ரொம்பப் பிரமாதமா இருக்குடா எள்ளுருண்டை.... என்ன கைப்பக்குவம்..." பாராட்டினான்

சுப்பையா. அவர்கள் அனைவரும் தான் கொண்டு வந்த எள்ளுருண்டைகளை ஆர்வமுடன் சுவைப்பது குன்னானுக்கு மகிழ்ச்சியாகவும், பெருமையாகவும் இருந்தது.

"சுப்பண்ணா அடுத்த தடவை வரும்போது கம்புருண்டை செஞ்சு எடுத்துக்கிட்டு வர்றேன்..." என்றான் குன்னான்.

"அது சரி குன்னா... பெருமாநல்லூர்லேருந்து நெறையாப் பேரு பனியன் கம்பெனிக்கு வருவாங்களே... அவங்க நெலைமை எப்படி இருக்குது? எல்லாரும் ஸ்டிரைக்கிலே இருக்கறாங் கப்பா..." சுப்பையா ஆர்வமுடனும், கவலையுடனும் கேட்டான்.

"நெலைமை மோசமாத்தான் இருக்குதுங்க சுப்பண்ணா.... தட்டுமுட்டுச் சாமானையெல்லாம் வித்துத் திங்கற அளவுக்குத் தான் நெலைமை போயிருக்குதுங்க... பெருமாநல்லூரிலே நம்ம தோட்டத்துக்குத் தெக்காலே செட்டியாரு ஒருத்தரு மளிகைக் கடை வச்சிருந்தாருங்க... பனியன் கம்பெனி ஆளுகளுக்கு நெறையாக் கடன் குடுத்துட்டாருங்க... எல்லாரும் ஸ்டிரைக் முடிஞ்ச பொறகுதான் காசு குடுக்குறோம்னு சொல்ல... அந்த வெசனத்துலேயே செட்டியாரு படுத்த படுக்கையா இருக்கறாருங்க... பொறகு... பெருமாநல்லூரு பஸ் நிக்கற எடத்துலே ஒரு புள்ளாரு கோயிலு இருந்தது... ஞாபகம் வருதுங்களா..." குன்னான் கேட்டான்.

"தெரியும்டா குன்னான்... புள்ளையாருக்கு என்ன?" என்றான் சுப்பையா.

"புள்ளாருக்கு ஒண்ணுமில்லீங்கண்ணா.... புள்ளாருக்கு மணி அடிச்சுக்கிட்டிருந்த பண்டாரம் பொழைப்புத்தான் சரியில்லாமப் போச்சுங்கண்ணா..."

"ஏண்டா குன்னா... பண்டாரத்துக்கு என்ன..." வியப்புடன் கேட்டான் சுப்பையா.

“என்னங்கண்ணா... நீங்களே இப்படிப் பேசறீங்க... ஸ்டிரைக்குக்கு முன்னாலே எல்லாரும் வருவாங்க... பண்டாரம் புள்ளாருக்கு மணி அடிச்சுச் சூடங்காட்டித் தட்டம் எடுத்திக்கிட்டு வருவான்... எல்லாரும் ஆளுக்கு நாலணா, எட்டணான்னு போட்டாங்க... அதுலேயும் வெள்ளிக்கிழமை கொறைஞ்சது பண்டாரத்துக்கு அம்பது ரூவா வரை கெடைக்குமுங்க... ஸ்டிரைக்கு வந்தது... கம்பெனி ஆளுக கோயிலுக்கு வர்றதில்லே... பண்டாரத்துக்கும் வசூல் இல்லீங்க...”

“அப்புறம் என்னடா ஆச்சு... பண்டாரம் என்ன பண்ணறான்...”

“பண்டாரத்துக்கு என்னங்கண்ணா... கையிலே தொழிலு இருக்குது... எலை போடற பண்டாரத்தோட சேர்ந்துக்கிட்டுக் கண்ணாலம் நடக்கற ஊட்டுக்கெல்லாம் வேலைக்குப் போறான்... வவுத்துப் பாட்டுக்கு கொறையில்லீங்கண்ணா... புள்ளாரு பொழைப்புத்தான் பாவம்... அனாதையா நிக்கறாரு... ஒரு பொழுது சூடங் காட்டங் கூட ஆளு இல்லீங்க...” குன்னான் கவலையுடன் சொன்னான்.

“புள்ளையாருக்கும் வேறெ ஏதாவது தொழிலு கைவசம் இருந்திருந்தா இப்பிடி அனாதையா நிப்பாரா?... ஆகக்கூடிச் சாமியா இருந்தாலும் தொழில்ன்னு ஒண்ணு இருக்கோணும்... இல்லைன்னா பொழைப்பு நாறிப் போயிரும்... சரிதானா குன்னா...” சுப்பையா இவ்வாறு கூறியதும் சுற்றியிருந்த தோழர்கள் அனைவரும் வயிறு குலுங்கச் சிரித்தனர்.

குன்னான் ஒன்றும் புரியாமல் விழித்தான்.

“ஏனுங்கண்ணா... நீங்கள்ளாம் வெவரம் தெரிஞ்சவங்க... புள்ளாரைப் போயிக் கேலி பேசறீங்களே... தெய்வ குத்தம் வந்தராதுங்களா...” குன்னான் அப்பாவித்தனமாகச் சுப்பை யாவைப் பார்த்துக் கேட்டான். இதற்கும் அனைவரும் புன்னகைத்தனர்.

சுப்பையா மற்ற தோழர்களை நோக்கிக் கண்ணைச் சிமிட்டியவாறு, "சரிப்பா... யாரும் சாமியைக் கிண்டல் பண்ணாதீங்க... தெய்வ குத்தம் ஆயி... ஸ்டிரைக் நீடிச்சுக் கிட்டே போனா என்னாகிறது... குன்னா நீ எங்களுக்காகப் புள்ளையாருகிட்டே நல்லா வேண்டிக்கடா... சரியா..." என்று வேடிக்கையாகக் குன்னானிடம் சொன்னான் சுப்பையா.

"நீங்க சொன்னாலும் சொல்லிலின்னாலும் நான் தெனமும் மருதவீரன் கிட்டேயும்... புள்ளாருகிட்டேயும் ஸ்டிரைக் சீக்கிரம் நீங்கப் போகணும்ன்னு... சாமி கும்புட்டுகிட்டுத் தானுங்க இருக்கறேன் சாமி... வேணும்ன்னாப் பாருங்க... பத்து நாளைக்குள்ளாற பளீர்ன்னு ஸ்டிரைக் நீங்கிப் போயிருமுங்க..." முகம் மலரக் கூறினான் குன்னான்.

"சரிடா குன்னா... அப்படியே நடக்கட்டும்... அது சரி... நான் பெருமாநல்லூருக்கு வரும் போதெல்லாம் ஒனக்குப் பட்டுக் கோட்டைக் கல்யாணசுந்தரம் எழுதுன ஒரு பாட்டைப் படிச்சுக் காட்டுவேன்... பாடியும் காட்டுவேன்... ஞாபகம் இருக்குதாடா குன்னா..."

"அருமையாக நெனப்பு இருக்குதுங்க சாமியோவ்... பாடிக் காட்டுட்டுங்களா சுப்பண்ணா...." ஆர்வமுடன் விழிகளை அகலமாக்கிக் கேட்டான் குன்னான்.

"சந்தோஷமாப் பாடுடா... எங்க துக்கத்தை இப்பிடியாவது கொஞ்ச நேரம் மறக்கறோம்... எங்கே பாடு..." சுப்பையா இவ்வாறு சொன்னதும் அனைத்துத் தோழர்களும் வட்டமாக அவனைச் சுற்றி உட்கார்ந்தனர். குன்னான் உற்சாகமாகப் பாடத் தொடங்கினான்:

"குட்டி ஆடு தப்பிவந்தால்
குள்ள நரிக்குச் சொந்தம்!
குள்ளநரி மாட்டிக்கிட்டா
கொறவனுக்குச் சொந்தம்!

தட்டுக்கெட்ட மனிதர்கண்ணில்
பட்டதெல்லாம் சொந்தம்!
சட்டப்படி பார்க்கப்போனால்
எட்டடிதான் சொந்தம்!

உனக்கெது சொந்தம்?
எனக்கெது சொந்தம்?
உலகத்துக்கெதுதான் சொந்தமடா! (உனக்கு)

மனக்கிறுக்கால் நீ உளறுவதாலே
வந்த லாபம் மதிமந்தமடா! (உனக்கு)

கூட்டுலே குஞ்சு பறக்க நினைத்தால்
குருவியின் சொந்தம் தீருமடா!
ஆட்டுலே குட்டி ஊட்ட மறந்தால்
அதோட சொந்தம் மாறுமடா!-காலை
நீட்டியே வைத்து நெருப்பிடும்போது
நேசம் பாசம் பொருளாசைக்கெல்லாம்
காட்டிய ஒருபிடி வாய்க்கரிசியிலே
கணக்குத் தீர்ந்திடும் சொந்தமடா! (உனக்கு)

பாவச் சரக்குகளைப் பணத்தாலே மூடிவைத்து
பாசாங்கு வேலை செய்த பகல் வேஷக்காரர்களும்
ஆபத்தில் சிக்கி அழிந்தார்களானாலும்
அடுத்தடுத்து வந்தவரும் அவர்களுக்குத் தம்பியடா!
அவரு வந்தார் இவரு வந்தார் ஆடினார்-முடிவில்
எவருக்குமே தெரியாம ஓடினார்-மனதில்
இருந்ததெல்லாம் மறந்து கண்ணை மூடினார்!

செவரு வச்சுக் காத்தாலும்
செல்வமெல்லாம் சேர்த்தாலும்
செத்தபின்னே அத்தனைக்கும்
சொந்தக்காரன் யாரு?-நீ
துணிவிருந்தாக் கூறு!
ரொம்ப-

எளியவரும் பெரியவரும்
எங்கே போனார் பாரு!-அவரு
எங்கே போனார் பாரு!

பொம்பளை எத்தனை ஆம்பளை எத்தனை
பொறந்த தெத்தனை எறந்த தெத்தனை
வம்பிலே மாட்டிப் போன தெத்தனை
மானக் கேடாய் ஆன தெத்தனை?
மூச்சு நின்னா முடிஞ்சுதடி சொந்தம்
அடியே முத்துக்கண்ணா-இதில்
எத்தனை எத்தனை ஆனந்தம்!" (உனக்கு)

பெருமகிழ்ச்சியுடன் பாடி முடித்தான் குன்னான். அனைவரும் கைதட்டி ஆரவாரம் செய்தனர். சுப்பையா அவனை அன்புடன் கட்டிப் பிடித்துக் கொண்டான். குன்னான் கண்களில் கண்ணீர். சுப்பையா அவன் கண்ணீரைத் துடைத்தவாறு

"குன்னா... நீ எனக்கு ஒரு சத்தியம் பண்ணிக் குடுக்கணும்டா... செய்வியா..." சப்பையா குன்னானை நோக்கிக் கேட்டான்.

"உங்களுக்காக என் உசுரையே குடுப்பேன் சாமி... சத்தியம் என்ன சத்தியம்... சொல்லுங்க அப்பிடியே செய்யறேன்..." என்றான் குன்னான் உணர்ச்சிப் பெருக்குடன்.

ஒரு கணம் அவன் முகத்தை ஆழமாக, ஊடுருவிப் பார்த்தான் சுப்பையா. பிறகு,

"டேய்... குன்னா... நான் செத்ததுக்கப்புறம் கண்டிப்பா நீ இந்தப் பாட்டைப் பாடணும்டா... அப்போதாண்டா என் ஆத்மா சாந்தி அடையும்... இதுதான் நான் உங்கிட்டே கேக்கற வாக்கு... மறக்காமச் செய்வியாடா..." சுப்பையா அவன் கைகளைப் பற்றிக் கொண்டு கேட்டான்.

"அய்யோ சாமி... என்ன இப்பிடிப் போயிக் கேக்கறீங்களே... சுப்பண்ணா... நொய்யல் ஆத்து மணல் அளவு நீங்க வாழ்ந்தாகணும்... நீங்க கேக்கும் போதெல்லாம் நான் இந்தப் பாட்டைப் பாடிக் காட்டோணும்... சுப்பண்ணா... தர்ம தொரை... இப்பிடியெல்லாம் சத்தியங் கேட்டு என்னைக் கொல்லாதீங்க சாமி... கொல்லாதீங்க..." குன்னான், சுப்பையா

வின் கால்களில் விழுந்து கதறியழுதான். இந்தக் காட்சியைக் கண்டு சுற்றியிருந்த தோழர்களும் கண்கலங்கினர்.

அப்பொழுது-

சங்கத்தின் முன்பு ஒரு கார் வந்து நின்றது. அதிலிருந்து முத்தையா, கமலி, இஸ்மாயில் வள்ளி, மார்க்ஸ் ஆகியோர் இறங்கினர். கமலி, வள்ளி ஆகியோர் தனித்தனியாக 'டிபன் கேரியர்களைச்' சுமந்து கொண்டு வந்தனர்.

"எல்லாரும் வாங்க... எல்லாரும் வாங்க..." எனச் சுப்பையாவுடன் சேர்ந்து குன்னானும், மற்ற தோழர்களும் அன்புடன் அவர்களை வரவேற்றனர். சிறுவன் மார்க்சைச் சுப்பையா பாசத்துடன் தூக்கிக் கொஞ்சினான்.

"பள்ளிக்கோடம் போறியா கண்ணு..." மார்க்சைக் கேட்டான் சுப்பையா.

"போறேன் மாமா..." மார்க்சின் மழலைத் தமிழ் அனை வரையும் பூரிக்க வைத்தது.

"கண்ணு... படிச்சு முடிச்சு யாரு மாதிரி வரவே..." -சுப்பையா.

"நானு படிச்சு முடிச்ச... பிறகு... சுப்பையா மாமா மாதிரிப் பெரிய தலைவரா வருவேன்... தெரியுமா..." மார்க்ஸ், சுப்பையாவின் கன்னத்தில் முத்தமிட்டவாறு பேசினான்.

அனைவரும் அவன் பேசியதைக் கேட்டுக் கலகலப்பாகப் பேரொலி எழுப்பிச் சிரித்தனர். குன்னான் அவர்கள் அமர்வதற்காக நாற்காலிகளை எடுத்து வந்து போட்டான். அமர்ந்தனர்.

"என்னங்கண்ணா ஊட்டுப் பக்கமே வரமாட்டேங்கறீங்க... உங்களைப் பாத்து எவ்வளவு நாளாச்சு?" -முத்தையா.

"என்னடா சுப்பு... இப்படி எளைச்சுப் போயிட்டே... ஒடம்பை நல்லாப் பாத்துக்கடா... -இஸ்மாயில்.

"என்னண்ணா இப்பிடி மாசக் கணக்காப் பொறந்தவளைப் பாக்கமா இருந்துட்டீங்க... போராட்டம் பண்ணுங்க... அதுக்காகச் சொந்தபந்தங்களைக் கூடப் பாக்கக் கூடாதா... நம்ம அப்பன், ஆத்தாவுக்கப்புறம் எனக்கு நீதாண்ணா எல்லாமே... ஒன்னை விட்டா எனக்கு யாரு இருக்காங்க..." வள்ளியின் கண்களில் பாசத்துளிகள்.

"என்ன கமலி... உம் பங்குக்கு நீ எதுவும் பேசலியா..." சுப்பையா சிரித்துக் கொண்டே கேட்டான்.

"வள்ளி சொல்றதுலே என்ன மாமா தப்பிருக்குது... பத்து நாளைக்கி ஒரு தடவையாவது எங்களைப் பாக்க ஊட்டுக்கு வரக்கூடாதா... அந்த வருத்தந்தான் எங்களுக்கு... ஏணிப்படியா இருந்து எல்லாரையும் மேலே ஏத்தி விட்ட நீங்க... அடிக்கடி எங்களை ஏறெடுத்துப் பாக்கக்கூடாதா மாமா..." -கமலி.

"வரக்கூடாதுன்னு இல்லே... என் வேலை அப்பிடி கமலி... அடிக்கடி உங்க எல்லாரைப் பத்தியும் வெசாரிச்சுக்கிட்டுத்தான் இருக்கறேன்... கூடிய சீக்கிரம் ஸ்டிரைக் முடிஞ்சிரும்.. அப்புறம் பாரு வள்ளிக்கண்ணு... வாராவாரம் தவறாமல் உங்க எல்லாரையும் பாக்க வருவேன்... கொஞ்சம் பொறுத்துக் குங்க..." சிரித்துக் கொண்டே சொன்னான் சுப்பையா.

"சுப்பு... ஒரு நல்ல சேதி சொல்லலாமுண்ணு நாங்கவெல்லாம் ஒன்னைப் பாக்க வந்தோம்..." இஸ்மாயில் ஆர்வமுடன் சுப்பையாவின் கைகளைப் பற்றியவாறு பேசினான்.

"ஆமாங்கண்ணா... அதை இஸ்மாயில் மாமாவே சொல்லுட்டும்..." முத்தையாவும் மகிழ்வுடன் குறிப்பிட்டான்.

"அதாவது சுப்பு... நீங்க சொல்லற 16 அம்சக் கோரிக்கை முழுக்க முழுக்க ஞாயமானது... இன்னிக்கி மொதலாளிகளா இருக்கற நாங்க ஒரு காலத்துலே தொழிலாளிங்கதான்... அதை என்னிக்குமே நாங்க மறக்க மாட்டோம்.. இன்னியோட ஸ்டிரைக் தொடங்கி எழுபது நாளு ஆகிப் போச்சு... வெளி

மாநிலங்களிலிருந்து வந்திருக்கற ஆர்டருக்குக் கணக்கே இல்லே... இனி உற்பத்தியைத் தொடங்காம இருந்தோமுன்னா நாங்களும் பிச்சையெடுக்கற நெலைமைக்கு வந்துடுவோம்... அடுத்த வாரம் எங்க சங்கம் கூடுது... நான், முத்தையா உட்படக் கிட்டத்தட்ட அம்பது மொதலாளிகள் கம்பெனியை நடத்தறதுன்னு முடிவு பண்ணீட்டோம்... 16 அம்சக் கோரிக்கையை அமுல்படுத்த நாங்க தயார்... கடந்த பத்து நாளா நானும், முத்தையாவும் பல மொதலாளிகளைச் சந்திச்சுப் பேசிக்கிட்டு வர்றோம்... பலபேரு எங்க கருத்துக்கு உடன்பட்டுட்டாங்க... அதை மொறையா எங்க சங்கத்துலே தெரிவிச்சுட்டுக் கம்பெனிகளை நடத்தப் போறோம்..." என்றான் இஸ்மாயில்.

"நல்ல சேதிதான்... இது என் காதுக்கும் வந்துச்சு... சைமா தலைவருதான் புடிவாதம் பண்றாருன்னு சொன்னாங்க..." -சுப்பையா.

"அவரு புடிவாதம் எந்த மூலைக்கு... மொதலாளியா இருந்தாலும் தொழில் மொடங்கிப் போனா எத்தனை நாளைக்கித் தாக்குப் புடிக்கும்?" -முத்தையா.

"உங்க சங்கத்துலே மொத்தம் எத்தனை பேறு உறுப்பினரு?" -சுப்பையா கேட்டான்.

"திருப்பூருலே மொத்தம் நாலாயிரம் பனியன் கம்பெனி இருக்குதுங்கண்ணா. ஆனா சைமாவுலே அதிகாரப் பூர்வ உறுப்பினர் அப்படீன்னு பாத்தா ரெண்டாயிரம் பேருதான்... மீதிப் பேரு ஏதோ தொழில்ன்னு நடத்திக்கிட்டு அப்படி அப்படியே இருக்காங்க... ஆனா... சைமாவோட கட்டுப்பாட்டுலேதான் இருக்காங்க..." என்றான் முத்தையா.

"இங்கேயும் அதே கதைதான் முத்தையா... நாலாயிரம் பனியன் கம்பெனியிலேயும் சேர்ந்து வேலை பாக்குற தொழிலாளிகள் மொத்தம் ஒரு லட்சம் பேரு... ஆனா... போராட்டக் களத்துலே இருக்கற தோழர்கள் அப்படீன்னு பாத்தா அதிகாரப் பூர்வமா

இருபத்தஞ்சாயிரம் பேரு மட்டுந்தான்... மத்தவங்க ஸ்டிரைக்குன்னு சொன்னா வேலைக்கு வர மாட்டாங்க... அதே நேரத்துலே போராடவும் வரமாட்டாங்க... இது எல்லா அமைப்புக்கும் பொருந்தும்... நல்லது... இஸ்மாயில், முத்தையா நீங்க ரெண்டு பேரும் எங்களோட 16 அம்சக் கோரிக்கையை அமுல்படுத்த முன் வந்தது உழைக்கும் வர்க்கத்துக்குக் கெடைச்ச மகத்தான வெற்றி... சீக்கிரம் மத்த மொதலாளிகள் கிட்டேயும் இதைப் பத்திப் பேசுங்க... கம்பெனிகளைத் தொறங்க... இல்லேன்னா... பாட்டாளிக் கூட்டம் பரதேசிக் கூட்டமாப் போயிரும்... பட்டினிச் சாவுகளும் நடக்கும்.. அவநாசியிலிருக்கற ஒரு பனியன் தொழிலாளி கடன் தொல்லை தாங்க முடியாமத் தூக்குப் போட்டுச் செத்துட்டாருன்னு நாலு நாளைக்கு முன்னாலே சமாச்சாரம் வந்தது... தோழர்கள் எழவுக்குப் போயிட்டு வந்தாங்க... மனசுலே வச்சுக்குங்க..." சுப்பையா கவலையுடன் கருத்துரைத்தான்.

"நானும், இஸ்மாயில் மாமாவும் இதைப் பத்தி மத்தத மொதலாளிகள் கிட்டேயெல்லாம் விரிவாப் பேசிக்கிட்டு இருக்கறோம்... அடுத்தவாரம் எங்க சங்கக் கூட்டம் நடக்க இருக்குது... அதுக்குள்ளே இன்னும் பல மொதலாளிகள் எங்க கருத்துக்கு ஆதரவு தெரிவிப்பாங்க... எப்படியும் கூட்டிக் கழிச்சிப் பாத்தா... சுப்பண்ணா.... நூறு கம்பெனி மொத லாளிகள் வரை 16 அம்சக் கோரிக்கைளை ஏத்துக்குவாங்கன்னு நெனைக்கறேன்..." முத்தையா மேலும் நம்பிக்கையுடன் பேசினான்.

"ம்... எல்லாம் ஒரு அனுமானந்தான்... நூறு மொதலாளிகள் வரை நம்ம கோரிக்கையை ஏத்துக்கிட்டாங்கன்னா அது பெரிய வெற்றிதான்... பாக்கலாம்... இதைப் பத்தி உங்க சங்கத்துலே பேசுங்க..." என்றான் சுப்பையா.

"சுப்பண்ணா... சங்கப் பிரச்சினையெல்லாம் நல்ல விதமா முடியும்... இப்போ எல்லாரும் வரிசையா உக்காருங்க... எலை

போடறேன்... சாப்பிடலாம்... நேரமாகுதல்லோ..." வள்ளி ஆர்வமுடன் டிபன் கேரியரை எடுத்து மேசைமீது வைத்தாள்.

குன்னான் வாழை இலைக் கட்டைப் பிரித்தான்.

"டேய்... சோத்துப் பண்டாரம்.. எலைக் கட்டைப் பிரிக்காதே... அப்படியே வைடா..." சுப்பையா சூடாகப் பேசினான்.

அனைவரும் சுப்பையாவை அமைதியாகப் பார்த்தனர்.

"வள்ளிக் கண்ணு... என்ன சாப்பாடு கொண்டு வந்திருக்கற..." சுப்பையா நிதானமாக வள்ளியை நோக்கிக் கேட்டான்.

"ஏனுங்கண்ணா... உங்களுக்குப் புடிச்ச மட்டன் பிரியாணி, நாட்டுக் கோழி வறுவல், முட்டை மசாலா..." வள்ளி பேசி முடிப்பதற்குள்-

"போதும் வள்ளிக் கண்ணு... நிறுத்து..." என்ற சுப்பையா இப்பொழுது முத்தையாவையும், இஸ்மாயிலையும் கூர்மையாகப் பார்த்தான்.

"ஏன் சுப்பு... இதெல்லாம் உனக்குப் புடிக்குந்தானே... மீன் மட்டும் கெடைக்கல்லே..." இஸ்மாயில் விளக்கமளித்தான்.

"அதுக்குப் பதிலா கறிவடை செஞ்சு கொண்டாந்திருக்கறேன் மாமா..." கமலி, முகத்தில் வழிந்த வியர்வையைத் துடைத்த வாறு பேசினாள்.

"போதும்மா... கமலி... இனியாரும் பேசாதீங்க... வள்ளியும், கமலியும் அறியாத பொண்ணுங்க... ஏதோ ஆர்வக் கோளாறிலே விதம், விதமா ஆக்கிக் கொண்டாந்துட்டாங்க... முத்தையா... இஸ்மாயில் உங்களுக்குக் கூடவா அறிவு கெட்டுப் போச்சு..." சுப்பையாவின் பேச்சில் அனலின் வெப்பம்!

"என்ன சுப்பு... இதுலே கோபப்பட என்ன இருக்குது... நாங்க ஏதாவது தப்புப் பண்ணீட்டோமா..." இஸ்மாயில் பதற்றத்துடன் கேட்டான்.

"பெரிய தப்புப் பண்ணீட்டீங்க இஸ்மாயில்... முத்தையா... ரெண்டு பேருமே பெரிய தப்புப் பண்ணீட்டீங்க..." கத்தினான் சுப்பையா.

இஸ்மாயில், முத்தையா, கமலி, வள்ளி, குன்னான் உட்படத் தோழர்கள் பலரும் திடுக்கிட்டுச் சுப்பையாவைப் பார்த்தனர்.

மார்க்ஸ்கூடச் சுப்பையாவைப் பயத்துடன் பார்த்தான்.

சுப்பையா-முத்தையாவையும், இஸ்மாயிலையும் எரிப்பதைப் போலப் பார்த்து விட்டுப் பேசினான்:

"ஏம்ப்பா... எப்படிப்பட்ட சூழ்நிலையிலே நாம அதாவது நாங்க... அதாவது தொழிலாளிங்க... இருக்கோம்.. உங்களுக்குத் தெரியாதா... இந்த எழுபது நாளா பெரும்பாலான தொழிலாளிங்க ஊட்டுலே சோறாக்க அடுப்புப் பத்த வச்சு ரொம்ப நாளாச்சு... ஒவ்வொருத்தனும் 16 அம்சக் கோரிக்கையை அமுல்படுத்தறதுக்காக வயித்துலே ஈரத்துணியைப் போத்திக்கிட்டுத் துடிச்சுக்கிட்டிருக்கான்... ஏன்... ஈரத்துணியை ஒரு தொழிலாளி வயித்துலே போட்டிருக்கான் தெரியுமா.. பசி அப்படீங்கற தீ அவனை எரிக்காம இருக்கறதுக்காக... பல குடும்பம் பிச்சையெடுக்கற நெலைமைக்கு வந்திருச்சு... இன்னும் பல குடும்பம் இந்த ஊரை விட்டே ஓடிப் போயிருச்சு... வாழ்வா... சாவாங்கற நெலமையிலே தொழிலாளி வர்க்கம் போராடிக்கிட்டிருக்குது... இப்போ போயி என் ஒருத்தனுக்காக இவ்வளவு ஆக்கிக் கொண்டாந்திருக்கீங்களே... இது சரியா... போராட்டத்தை முன்னெடுத்துத் தலைமை தாங்கி நடத்தற நான் இந்தச் சோத்துலே கைவைச்சா... தொழிலாளிகளோட போர்க்குணத்துக்கு நானே தீ வச்சுட்டேன்னு அர்த்தம்... தயவு செஞ்சு முத்தையா, கமலி, இஸ்மாயில், வள்ளி உங்க எல்லாருக்கும் நான் வேண்டுகோள் வைக்கல்லே... கண்டிப்பா உத்தரவு போடறேன்... ஸ்டிரைக் முடியறவரை நீங்க யாரும் என்னைப் பாக்க வரவேண்டாம்... அது பலவிதமான குழப்பங்களை உருவாக்கும்... அப்படியே என்னைப் பாக்க வந்தாலும் வெறுங்கையோடு வாங்க...

நெஞ்சிலே மட்டும் பாசத்தை எடுத்துக்கிட்டு வாங்க...” சுப்பையா நிதானமாகவும், ஆவேசமாகவும் அதே நேரம் தெளிவாகவும் பேசினான்.

“சுப்பண்ணா...” வள்ளி, சுப்பையாவைக் கட்டிப் பிடித்துக் கொண்டு கதறி அழுதாள். அங்கிருந்த அனைவரும் கண்ணீர் சிந்தினர்.

“என்னை மன்னிச்சிரு சுப்பு... உம் மேலே இருக்கற பிரியத்துலே இப்பிடி நடந்துக்கிட்டோம்... போயிட்டு வர்றோம்...” இஸ்மாயில் மார்க்சைத் தூக்கிக் கொண்டான்.

முத்தையாவும், கமலியும், வள்ளியும் உணவு நிறைந்த பாத்திரங்களை எடுத்துக் கொண்டு, வழியும் கண்ணீருடன் காரை நோக்கி நடந்தனர். குன்னானும், பிற தோழர்களும் மலைப்புடன் இக்காட்சியைப் பார்த்துக் கொண்டிருந்தனர்.

35

காலை மணி எட்டு. சங்கக் கட்டடத்தில் சுப்பையாவுக்கு என ஓர் அறை, தங்குவதற்கு நிரந்தரமாக ஏற்பாடு செய்யப் பட்டிருந்தது. ஒரு கட்டில், மேசை, நாற்காலி, நூற்றுக் கணக்கான நூல்கள், ஒரு மின்விசிறி, சில வேட்டி, சட்டை, சில துண்டுகள், சில உள்ளாடைகள், இரண்டு தலையணை, இரண்டு போர்வை, குடி தண்ணீர்ப் பானை, ஒரு எவர்சில்வர் டம்ளர் மேலும் அறையில் நுழைந்தவுடன் கண்களில் தெரிகிற மாதிரி பொதுவுடைமைத் தத்துவத்தின் மும்மூர்த்திகளான-மார்க்ஸ், இலெனின், மாசேதுங் ஆகியோரின் உருவப் படங்கள் என இவைகள் மட்டுமே தோழர் சுப்பையாவின் உடைமைகள்!

முண்டா பனியனும், வேட்டியும் உடுத்தியிருந்த சுப்பையா வெகு மும்முரமாகச் செய்தித்தாள் படித்துக் கொண்டிருந்தான் நாற்காலியில் அமர்ந்தவாறு.

"சுப்பண்ணா... சுப்பண்ணா..." பதறியவாறு சில தோழர்கள் புடைசூழச் செல்வமும், நாச்சியப்பனும் அறைக்குள் நுழைந்தனர்.

"என்னப்பா... என்ன விசயம்?" சுப்பையா அவர்களைக் கேட்டான்.

"இலட்சுமி நகர்லே சைமா... தலைவருக்குச் சொந்தமா ஒரு பனியன் கம்பெனி இருக்குதல்லோ சுப்பண்ணா..." மூச்சிறைக்கப் பேசினான் செல்வம்.

"தெரியும் செல்வம்... என்னாச்சு... பதட்டப்படாமப் பேசு..." சுப்பையா, செல்வத்தைக் கட்டிலில் அமர வைத்தான்.

"நம்மளோட கோரிக்கைகள் எதுவுமே நிறைவேத்தப் படல்லே... உசிரைக் குடுத்து ஒவ்வொருத்தனும் போராடிக்கிட்டு இருக்கறோம்... எந்தவிதமான அறிவிப்பும் பண்ணாம... இந்தச் சைமாத் தலைவரு... ஆர்எஸ்எஸ் தொண்டர்களை வச்சிக்கிட்டுப் பனியன் கம்பெனியை ஓட்டிக்கிட்டு இருக்காரு சுப்பண்ணா... எவ்வளவு பெரிய கேப்பமாறித்தனம் இது..." கொதித்தான் செல்வம்.

"அப்படியா சங்கதி..." சுப்பையாவின் கண்களில் சிவப் பேறியது.

"சுப்பு... நீ இங்கேயே இருப்பா... நானும், செல்வமும் நம்ம தோழர்களைக் கூட்டிக்கிட்டுப் போயி ரெண்டுலே ஒண்ணு பாத்தர்றோம்... உங்கிட்டே சொல்லீட்டுப் போகலாம்ன்னு தான் வந்தோம்..." நாச்சியப்பனும் ஆவேசமாகப் பேசினார்.

"இல்லண்ணே... நீங்க யாரும் போக வேண்டாம்... நானும், தோழர்களும் நெலைமை என்னன்னு பாத்துட்டு வர்றோம்... ஏதாவது பிரச்சினை வந்தா நானும், தோழர்களும் ஜெயிலுக்குப் போக வேண்டி வரும்... அநேகமாகக் கோயமுத்தூரு சென்ட்ரல் ஜெயிலாத்தான் இருக்கும்... நான் உள்ளே போனாலும்... நீங்களும், செல்வமும் போராட்டத்தை முன்னின்று வழி

நடத்துங்க...” சுப்பையாா சட்டையையும், சிவப்புத் துண்டையும் அணிந்தவாறு பேசினான்.

“உன்னை மட்டும் தனியா எப்படிப்பா அனுப்பறது?... நாங்களும் வர்றமப்பா...” நாச்சியப்பன் இவ்வாறு கூறியதும், சுப்பையாவுக்குக் கோபம் தலைக்கேறியது.

“முட்டாள்தனமாப் பேசாதீங்கண்ணே... எல்லாரும் கம்பி எண்ணப் போயிட்டோமுன்னா... தோழர்களை எப்படி வழி நடத்தறது... புரியாமப் பேசறீங்களே... நீங்களும், செல்வமும் இங்கேயே இருங்க... தோழர்களே... புறப்படுங்கப்பா...” சுப்பையா தோழர்களுடன் மாடியிலிருந்து வேகமாக இறங்கினான்.

இலட்சுமி நகர். அந்தப் பெரிய பனியன் கம்பெனி ஓசையின்றி இயங்கிக் கொண்டிருந்தது. கம்பெனியின் நுழைவாயிலின் முன்பு பெரிய இரும்புக் கேட் மூடப்பட்டு, அதன் அருகில் ஆர்எஸ்எஸ் தொண்டர்கள் சிலர் அவர்களுக்கே உரிய காக்கி அரை டிராயர் பெல்ட்டுடன் கூடியது, முழுநீள வெள்ளைச் சட்டை, தலையில் கறுப்புத் தொப்பி, கால்களில் உறையுடன் கூடிய கறுப்புக் கால்புதையணிகள் மற்றும் கையில் கம்பு என உரிய சீருடையுடன் நின்று கொண்டிருந்தனர்.

சுப்பையா கிட்டத்தட்ட ஐம்பது தோழர்களுடன் அங்கே வந்து நின்றான். ஆர்எஸ்எஸ் தோழர்களின் பார்வைகளும், சுப்பையா உட்படப் பிற தோழர்களின் பார்வைகளும் ஒன்றுடன் ஒன்று உரசின. இரண்டு தரப்பினரின் விழிகளிலும் சிவப்பேறி யிருந்தது. திடீரென்று சுப்பையா-

“இன்குலாப்.... இன்குலாப்... இன்குலாப்... ஜிந்தாபாத்...” என முழங்கினான்.

கூடியிருந்த தோழர்களும் ஆவேசமாக-

“இன்குலாப்.... இன்குலாப்... இன்குலாப்... ஜிந்தாபாத்...” என விண்ணதிர முழக்கமிட்டனர். இதைக் கேட்டுக் கம்பெனிக்

குள்ளிருந்த பிற ஆர்எஸ்எஸ் தொண்டர்களும் வெளியே வந்தனர்.

அவர்களும் ஒன்றுபட்டு ஆவேசமாக-

"பாரத் மாதா கீ ஜெய்... பாரத் மாதா கீ ஜெய்..." எனக் கர்ஜனை புரிந்தார்கள்.

"ஆர்எஸ்எஸ் தோழர்களே... நாங்களும் பாரத மாதாவோட புள்ளைங்கதான்... தாயகப் பணியிலே உங்களுக்கு எந்த வகையிலும் கொறைஞ்சவங்க இல்லே... நீங்க தேசபக்தியும், சுயக்கட்டுப்பாடும் உள்ள இயக்கம்ன்னு கேள்விப்பட்டிருக் கிறேன்... மொதலாளிமாருங்க பேச்சைக் கேட்டுக்கிட்டு எங்க வயித்துலே அடிக்கிறீங்களே... இது நியாயமா தோழரே..." சுப்பையா ஆர்எஸ்எஸ் குழுவினரை நோக்கி அமைதியாகக் கேட்டான்.

"சுப்பையா ஜி... நாங்க யாரு வயித்திலேயும் அடிக்க வரல்லே... எந்தத் தொழிலும் மொடக்கப்படக் கூடாது... அது தேசத்தின் பொருளாதாரத்தைப் பாதிக்கும்... கோடிக்கணக்கிலே பணம் போட்டு ஒரு மொதலாளி கம்பெனி தொடங்கறாரு... தொழிலாளிங்க உழைப்புக்குத் தகுந்த கூலியைக் குடுத்தா வாங்கிக்கிட்டு நல்லா இருக்க வேண்டியதுதானே... இதுலே ஏன் தேவையில்லாத பிரச்சினை பண்றீங்க... தொழிலாளிகளைத் தூண்டி விட்டு ஸ்டிரைக் பண்றீங்க... இன்னியோட எழுபது நாளைக்கி மேலாச்சு... எத்தனை தொழிலாளிங்க குடும்பம் நடுத்தெருவுக்கு வந்திருச்சின்னு தெரியுமா உங்களுக்கு?" ஆர்எஸ்எஸ் அமைப்பின் பிரமுகர் ஒருவர் சுப்பையாவிடம் வேதனைப்பட்டார்.

"எந்த மொதலாளிய்யா குடுக்கறான் தொழிலாளிக்குச் சரியான கூலி... பெரிய தத்துவம் பேசிறியாடா நாயே..." ஆவேச மானான் ஒரு தோழன். உடனே தொழிலாளிகளுக்குள் பரபரப்புத் தொற்றிக் கொண்டது. சுப்பையா அவர்களை அமைதிப்படுத்தினான்.

"தோழர்களே... ஆவேசப்படாதீங்க... அமைதியா இருங்க... ஆர்எஸ்எஸ் தோழர்களுக்கு நம்ம நிலைமை சரியா புரியல்லேன்னு நெனைக்கறேன்... நான் தெளிவுபடுத்தறேன்... அவசரப்படாதீங்க..." அவன் பேச்சுக்குக் கூட்டம் கட்டுப்பட்டது.

சுப்பையா இப்பொழுது ஆர்எஸ்எஸ் தோழர்களைப் பார்த்து,

"தோழரே.... கோடிக்கணக்கிலே பணம் போட்டு மொதலாளி கம்பெனி தொடங்குறாருன்னு சொன்னீங்க... ஒண்ணை நல்லாத் தெளிவாப் புரிஞ்சிக்குங்க... ஒரு மொதலாளி பத்துக்கோடி மூலதனம் போட்டு பெரிய கட்டடம், எந்திரம், நூல் எல்லாம் வாங்கிக் கம்பெனியிலே உக்காந்துக்கிட்டா மட்டும் தொழில் நடந்துருமா? இல்லே... மொதலாளிக்கு லாபந்தான் கெடைச்சிருமா? தொழிலாளி ஒரு மொதலாளியோட நிறுவனத்துலே உக்காந்து குருதியை வேர்வையாக்கிப் பாடுபட்டாத்தான் நூல் துணியா மாறுது... அந்தத் துணி பலவித பனியன்களா உருமாறுது... சந்தையிலே விற்பனைக்குப் போகுது... மொதலாளிக்கு லாபம் கொட்டுது... ஆகவே... மொதலாளியோட பணமும், தொழிலாளியோட உழைப்பும் சேர்ந்தா மட்டுந்தான் லாபம் வருது... மறந்துராதீங்க... இதுலே மொதலாளிக்குச் சேரவேண்டிய பங்கைத் தொழிலாளி கேக்கல்லே... தனக்குச் சேர வேண்டிய நியாயமான பங்கைத்தான்... அதாவது உரிமைகளை மட்டுந்தான் பனியன் தொழிலாளி கேக்கறான்... இதுக்காகத்தான் இந்தப் போராட்டம்... அஸ்திவாரம் நல்லா இருந்தாத்தான் கட்டடம் வலிமையா இருக்கும்... அஸ்திவாரம் எது தெரியுமா தோழரே... இதோ இங்கே நிக்கறாங்களே... தொழிலாளிங்க... அவங்களோட உழைப்பு... கட்டடங்கறது உங்க மொதலாளியோட மூலதனம்... இது புரியாம மொதலாளிமார்களோட பேச்சை நம்பி... அவங்களுக்கு ஆதரவா... கம்பெனியை ஓட்ட வந்திருக்கீங்களே... இது பாட்டாளிக் கூட்டத்துக்கு நீங்க செய்யிற துரோகமா

இல்லியா... நீங்க வணங்கற பாரத மாதா மேலே ஆணையிட்டுச் சொல்லுங்க பாப்போம்..." என்று விரிவாகப் பேசினான்.

ஆர்எஸ்எஸ் தோழர்கள் அமைதியாக நின்றனர். அப்பொழுது, தென்னிந்தியப் பனியன் உற்பத்தியாளர் சங்கத் தலைவர் புகைபிடித்தவாறு பனியன் கம்பெனிக்குள்ளிருந்து வெளியே வந்தார். அவர் முகத்தில் கோபம்.

"என்னய்யா சுப்பையா... பொதுவுடைமைச் சித்தாந்தத்தை அப்படியே அருவி மாதிரிக் கொட்டறே... காரல் மார்க்ஸோட ஒரே நேரடி வாரிசு நீதானே...." எகத்தாளமாகச் சிரித்தார் தலைவர்.

"தலைவரே... நான் மட்டும் காரல் மார்க்சுக்கு வாரிசு இல்லே... உலகத்துலே உரிமைக்காகப் போராட ஒவ்வொரு ,பாட்டாளியும் காரல்மார்க்சுக்கு வாரிசுதான்... அதெல்லாம் இருக்கட்டும்... ஆர்எஸ்எஸ் காரங்களை வச்சுக் கம்பெனியை ஓட்டச் சொல்றீங்களே... இது அயோக்கியத்தனமா இல்லியா..." கோபமாகக் கேட்டான் சுப்பையா.

"டேய் சுப்பையா... வார்த்தையை விடாதே... பனியன் கம்பெனியைப் பொறுத்தவரை நான் வச்சதுதாண்டா சட்டம்... உன்னாலே என்னடா புடுங்க முடியும்?" சிகரெட்டைத் தூக்கியெறிந்த தலைவர் வேட்டியை மடித்துக் கட்டினார்.

சுப்பையாவும் வேட்டியை மடித்துக் கட்டினான்.

"கொள்ளைக்காரன் சைமா தலைவர்... ஒழிக..."

"உழைப்பாளிகளின் உதிரத்தை உறிஞ்சும் இரத்தக் காட்டேரியாம்... சைமா தலைவர் ஒழிக...

"போராடுவோம்... வெற்றி பெறுவோம்..."

இத்தகைய முழக்கங்களைத் தொழிலாளர்கள் ஆவேசமாக முழங்கினார்கள்.

முதலாளிகள் சங்கத் தலைவர் சிரித்தார்.

"சோத்துக்கு இல்லைன்னாலும்... இந்த வாய்க்கொழுப்புக்குப் பஞ்சம் இல்லைடா உங்களுக்கு..." ஏளனமாகச் சிரித்தார் பணத் திமிரின் மொத்த அடையாளமான 'சைமா' தலைவர். அப்பொழுது-

ஒரு பெரிய போலீஸ் வேன் அவர்கள் முன்பு வந்து நின்றது. அதைத் தொடர்ந்து ஒரு பைக்கும் வந்து நின்றது. போலீஸ் இன்ஸ்பெக்டர் அதிலிருந்து இறங்கினார். சைமா தலைவரை நோக்கி-

"சார்... உங்க கம்பெனியிலே இருந்து போன் வந்தது... என்ன பிரச்சினை சார்..." கேட்டார் இன்ஸ்பெக்டர்.

"இன்ஸ்பெக்டர் சார்... நண்டு கொழுத்தால் வளையிலே தங்காதுன்னு சொல்லுவாங்க... அது இந்தப் பசங்களுக்குப் பொருந்தும்... நான் எங்க ஊருலே நடக்கற கோவில் கும்பாபிசேகத்தை எப்பிடி நல்லா நடத்தறதுன்னு கருத்துக் கேக்கறதுக்காக ஆர்எஸ்எஸ் காரங்களை அழைச்சி ஆலோசனை பண்ணிக்கிட்டிருந்தேன்... அதை இந்தப் பயலுங்க நான் ஏதோ ஆர்எஸ்எஸ் தொண்டர்களை வச்சுக் கம்பெனியை ஓட்டறேன்னு... தப்பாப் புரிஞ்சுக்கிட்டுச் சுப்பையா தலைமையிலே இங்கே வந்து தொல்லை பண்ணறாங்க... ஆர்ப்பாட்டங்கற பேரிலே இங்கே காவலுக்கு நின்ன வாட்ச்மேனைக் கேட்டைத் தொறக்கச் சொல்லி... அவனைத் தாறுமாறாப் போட்டு அடிச்சிருக்காங்க... இவனுக ஸ்டிரைக் பண்ணி நாசமாப் போகட்டும்... எங்களை ஏன் வம்புக்கு இழுக்கறானுங்க... இன்னிக்க வாட்ச்மேனை அடிச்சவங்க நாளைக்கி என்னைக் கூட... கொலை பண்ணலாம்... இல்லீங்களா சார்..." சைமா தலைவரின் பேச்சில் குள்ளநரித்தனத்தின் குதூகலம்!

"வாட்ச்மேனைக் கூப்புடுங்க... நான் பாக்கணும்..." இன்ஸ்பெக்டர் கேட்டுக் கொண்டார்.

"அந்த வாட்ச்மேனைக் கூட்டிக்கிட்டு வாங்கப்பா..." பனியன் அதிபர் குரல் கொடுத்தார். மறுநிமிடம்-

காக்கி உடுப்பணிந்த ஓர் அறுபது வயதான முதியவர் அழைத்து வரப்பட்டார். மிகவும் சோர்வாக இருந்தார் அந்தப் பெரியவர்.

"ஏய்யா... நல்லாப் பாத்து சொல்லு... இந்தப் பனியன் தொழிலாளிங்க உன்னை அடிச்சாங்களா..." இன்ஸ்பெக்டர் அந்த வாட்ச்மேனைக் கேட்டார்.

கூட்டத்தை ஒரு சில விநாடிகள் உற்றுப் பார்த்த அவர் மிகவும் மெல்லிய குரலில் இன்ஸ்பெக்டரிடம்-

"ஆமாங்க சார்... இவங்கதான் என்னைப் போட்டு அடிச்சு... உதைச்சாங்க..." பெரியவர் அழுது கொண்டே சொன்னார்.

"அப்புறம் என்ன இன்ஸ்பெக்டர்... இந்தக் காலிப் பயலுகளைச் சட்டப்படி என்ன செய்யணுமோ செய்யுங்க..." பனியன் அதிபர் அவசரப்பட்டார்.

"இது அநியாயம்... அக்கிரமம்... பொய்யான தகவல்" சுப்பையா ஆத்திரத்துடன் கத்தினான். சுற்றியிருந்த தோழர்களும் இதையே எதிரொலித்தார்கள்.

"சுப்பையா... இப்பிடி ஆத்திரப்படறதுலே எந்த நன்மையும் இல்லே... ஒரு ஆளை அடிச்சிருக்கீங்க... இந்தப் பகுதியிலே இருக்கற பொதுமக்களுக்கு எடைஞ்சல் பண்ணிக் கத்திக் கூச்சல் போட்டுப் பொது அமைதியைக் கெடுத்திருக்கீங்க... உங்க எல்லாரையும் அரெஸ்ட் பண்றேன்... தயவு செஞ்சு எல்லாரும் வேனுக்குள்ளே உக்காருங்க..." இன்ஸ்பெக்டர் கண்டிப்புடன் பேசினார்.

"போலீஸ் அராஜகம் ஒழிக..."

"போடாதே... போடாதே... பொய்வழக்குப் போடாதே..."

"பணக்கார வர்க்கத்தின் ஏவல் நாயாம் காவல்துறையே நீ ஒழிக"

இது போன்ற முழக்கங்கள் இலட்சுமி நகரையே அதிர வைத்தன.

சுப்பையா அமைதியாகப் போலீஸ் வேனுக்குள் அமர்ந்தான். அவனைத் தொடர்ந்து மற்ற தோழர்களும் வேனுக்குள் அமர்ந்தனர். வேன் நகர்ந்தது.

பனியன் அதிபர் சங்கத் தலைவர் வேனுக்குள்ளிருந்த சுப்பையாவை நோக்கிப் புன்சிரிப்புடன் கையசைத்தார்.

36

வெள்ளைப் பொன் - பருத்தி விளையும் நொய்யல் நதி நகராம் திருப்பூர், பனியன் தொழிலாளரின் நெடுநாள் போராட்டம் காரணமாகப் பெரும் பொருளாதாரப் பின்னடைவுக்கு உள்ளானது. பொதுமக்கள் பலரிடமும் காசோட்டம் இல்லாத காரணத்தால், களியாட்டம் குறைந்திருந்தது. பனியன் தொழிலை நம்பி நடந்து வந்த பல உபரித் தொழில்களும் முடங்கிப் போயிருந்தன. மெதுவாகத் திருப்பூரை நாம் ஒரு சுற்று சுற்றி விட்டு வரலாம் வாருங்கள்... அப்பொழுதுதான் திருப்பூரின் உயிர்த்துடிப்பு சீராக இருக்கிறதா? அல்லது அதற்கு மாறாக இருக்கிறதா என்பதை நாம் உணர முடியும். நகர்வலம் தொடங்கி விட்டது. காலை ஏழு மணியளவில்...

அவநாசிச் சாலை. தேவாங்கபுரம் தொடக்கப் பள்ளியருகே-தள்ளு வண்டியில் வடை, போண்டா, பஜ்ஜி சுட்டு விற்பனை செய்யும் தொழிலாளி ஒருவர் தன் மனைவியிடம்-

“என்ன புள்ளே இது... ரெண்டு மாசத்துக்கு மேலாகியும் பனியன் கம்பெனி ஸ்டிரைக் முடியாம இருக்குதே... போடற பலகாரமெல்லாம் அப்படியே தேங்கிப் போவுது... ராத்திரி ஒம்பது மணிக்குள்ளாற போட்ட பலகாரம் அத்தனையும் தீந்து

போயிப் பணத்தை எண்ணிக்கிட்டிருப்பேன்... இப்போ என்னடான்னா வாங்குன கடனுக்கு வட்டி கட்டக் கூட முடியாது போல இருக்கே... கொங்கணகிரி முருகா... நீதாம்ப்பா தொணை..." அவனுடைய வேதனைப் பேச்சைக் கேட்டு, அவன் மனைவியின் முகத்தில் கவலைக் குறி தென்பட்டது.

ஊத்துக்குளிச் சாலையில் பெட்டிக்கடை நடத்தும் உரிமையாளர், ஒரு வாடிக்கையாளரிடம்-

"இங்கே பாருப்பா... இனிமே வந்து பீடி, சிகரெட்டுன்னு கடன் கேக்காதே... உன் கணக்குலே ஏற்கனவே இருபத்தஞ்சு ரூவா பாக்கியிருக்குது... அதைக் குடுத்துட்டு மத்ததைப் பேசு..." என்றவுடன் வாடிக்கையாளர் தன் கையில் எடுத்த பீடிக்கட்டை அப்படியே வைத்து விட்டு அவரை ஒரு முறைப்பு முறைத்தார்.

"மொறைக்காதேப்பா... பெரிய டாட்டா, பிர்லான்னு நெனைப்பு... போவியா..." பெட்டிக் கடைக்காரர் பேச்சில் சூடேறியதும் வாடிக்கையாளர் தலைமறைவானார்.

பல்லடம் சாலையிலுள்ள ஹோட்டல் முதலாளிகள் இருவர் பின்வருமாறு பேசிக் கொண்டிருந்தனர்:

"என்ன அண்ணே இது.. நம்ம ஓட்டல்லே போடற டீயைக் குடிக்கத் தேர்க் கூட்டம் மாதிரி ஆளுக வரும்... இப்ப என்னடான்னா தெனமும் பத்துப் பேர்கூட வரமாட்டேங்கறாங்க... ஸ்டிரைக் வந்தாலும் வந்தது... இப்பிடியுமா நம்ப பொழைப்புலே மண்ணு விழுகறது..."

"இங்கே மட்டும் என்ன தம்பி வாழுது... மட்டன் பிரியாணிக்கும், சிக்கன் 65 இந்த ரெண்டு ஐட்டத்துக்கும் கூட்டம் வரிசை கட்டி நிக்கும்... தெனமும் நூறு பிளேட் பிரியாணி ஓடுன கடையிலே... ஒரு நாளைக்குப் பத்துப் பிளேட்

பிரியாணி விக்கக்கூட ஆளைத் தேட வேண்டியதா இருக்குதே..."

இரண்டு ஹோட்டல் முதலாளிகளின் அங்கலாய்ப்பு இது என்றால், திருப்பூர் இரயில் நிலையம் அருகேயுள்ள ஸ்டேட் பாங்க்கின் நிலை என்ன... பார்ப்போமா... பகல் பன்னிரண்டு மணியளவில்...

ஸ்டேட் பாங்க் மேலாளர் பிற அலுவலர்களிடம்-

"என்னய்யா இது... இந்தத் திருப்பூருக்கு வந்த சோதனை... நானும் எத்தனையோ ஊருலே வேலை பாத்திருக்கேன்... இப்பிடிக் கண்டதேயில்லை... பனியன் கம்பெனி ஸ்டிரைக் இந்த ஊரையே புரட்டிப் போட்டுடுச்சே... சனிக்கெழமைன்னா பனியன் கம்பெனி மொதலாளிங்க, இலட்சக்கணக்குலே பணம் எடுக்கவும், போடவும் வரிசை கட்டி நிப்பாங்க... இப்ப என்னடான்னா ஒருத்தன்கூட வரமாட்டேங்கறான்... ஏற்கனவே நம்ம மேலே எல்லாருக்கும் வயித்தெரிச்சல்... கொறைஞ்ச வேலை பாத்துக் கைநெறையச் சம்பாதிக்கறானுங்கன்னு பேங்க்கிலே வேலை பாக்கற நம்மளை எல்லாரும் திட்டு வாங்க... இப்போ வேலையைக் கொஞ்சம்கூடப் பாக்காம... ஆனந்த விகடனும், குமுதமும் படிச்சுப் பொழுதைப் போக்கறோம்... இன்னும் நம்ம மேலே எல்லாருக்கும் பொறாமைதான் அதிகமாகும்... என்ன சரிதானே..." என்றார் அவர். மற்றவர்கள் அவர் கூறியதைப் புன்னகையுடன் ஏற்றனர்.

பல்லடம் சாலையிலுள்ள பருத்திச் சந்தை. 1948ஆம் ஆண்டு தொடங்கப்பட்ட இந்நிறுவனம் தமிழ்நாட்டின் மிகப்பெரிய பருத்திச் சந்தையாகும். வெள்ளைப் பொன் என அழைக்கபபடும் பருத்திதான் திருப்பூரைச் சுற்றியுள்ள கிராமங்களில் முதன்மைப் பயிராகும். விளைந்த பருத்தியை விவசாயிகள் மாட்டு வண்டிகளில் ஏற்றிக் கொண்டு இங்குதான் விற்பனைக்கு வருவார்கள். வாரந்தோறும் செவ்வாய்,

வெள்ளிக்கிழமைகளில் ஒரு குவிண்டால் பருத்தியைப் பருத்திச்சந்தை அதிகாரிகள் விலை நிர்ணயம் செய்து ஏலத்தில் விடுவார்கள். சரியான விலைக்கு விவசாயிகள் பருத்தியை வணிகர்களுக்கு விற்பார்கள். இதில் ஒரு குவிண்டால் பருத்தி விற்பனையானால் அரை விழுக்காடு தரகு, பருத்திச் சந்தை அதிகாரிகளுக்கு விவசாயிகள் தர வேண்டும். இத்தகைய பருத்திச் சந்தை பனியன் தொழிலாளர் வேலை நிறுத்தம் காரணமாக வெறிச்சோடிப் போயிருந்தது. இதைச் சார்ந்து சாக்குத் தொழில் செய்த உழைப்பாளிகளும் கடும் நிதிநெருக்கடிக்கு ஆளாயினர். சாக்குத் தைக்கும் தொழிலாளர் இருவர் தங்களுடைய தொழிற்கருவிகளான ஊசி, கத்தி ஆகியவற்றைக் கையில் வைத்துக் கொண்டு பருத்திச் சந்தையருகே ஒருவருக்கொருவர் நலம் விசாரித்துக் கொண்டிருந்தனர்:

"என்னப்பா நல்லா இருக்கறயா?"

"என்னமோ இருக்கறனப்பா... நம்ம தொழில்லே ஏதோ ஒரு நாளைக்கி அம்பது ரூவாயாவது கெடைச்சுது... அரை வவுத்துக் கஞ்சியாவது குடிச்சுக் கிட்டிருந்தோம்.... இந்தப் பாழாய்ப் போன ஸ்டிரைக் வந்தது... மொதலாளி ஸ்டிரைக் முடி-ஞ்ச பொறகுதான் வேலை... அப்புறம் வா... அப்படீங்கறாரு... எல்லாம் அந்தப் பெருமாளுக்கே வெளிச்சம்..."

"சரி... சரி... வா... எல்லாருக்கும் நடக்கறது நமக்கு... கவலைப்பட்டு என்னப்பா பண்ணறது... வாப்பா ஆளுக்கொரு டீ குடிச்சுட்டுப் போகலாம்..."

ஒரு தொழிலாளி தயங்கினார்.

"எங்கிட்டே அஞ்சு ரூவா இருக்குதுப்பா... நான் வாங்கித் தர்றேன்..." அவரது கையை பிடித்து இழுத்துக் கொண்டு டீக்கடைக்குப் போனார்.

ஈஸ்வரன் கோயில். மூலவர் சந்நிதி அருகே குருக்கள் ஒருவர்-

“ஈஸ்வரா... இப்பிடிப் பாடாப்படுத்திறியே... நோக்கே இது நன்னாருக்கா... பனியன் தொழிலை நம்பித்தான் திருப்பூர்... அந்தத் தொழிலாளிங்களும், மத்தவாளும் போடற தட்டு வசூலை நம்பித்தான் நான்... இப்போ வெள்ளிக்கிழமை கூட கோயிலண்டை யாரும் வர்றதில்லே.. மொதலாளிகள்கூடச் சரியாக் கோயிலுக்கு வர்றதில்லே... அப்படியே வந்தாலும் அவாள் கூட எட்டணாவுக்கு மேலே போடறதில்லே... அவாளோட மொகத்தை நிமிர்ந்து பாத்தா... யோவ் அய்யர்... ஸ்டிரைக் முடியட்டும்... நன்னா உன்னைக் கவனிக்கறேங்கறா... ஈஸ்வரா... சீக்கிரம் இதுக்கு விமோச்சனம் பண்ணுப்பா...” என்று தனக்குத்தானே புலம்பிக் கொண்டிருந்தார். இது மாலை ஆறு மணி நிலவரம்!

பெருமாநல்லூர்ச் சாலையில் உள்ள முனியப்பன் கோயில். ஒரு கள்ளச் சாராயம் விற்கும் பேர்வழி பிளாஸ்டிக் கேன் ஒன்றைக் கையில் வைத்துக் கொண்டு தனக்குள் இவ்வாறு நினைத்துக் கொண்டிருந்தான்.

“இன்னிக்குச் சனிக்கிழமை... சரக்குக்குடிக்க ஒரு பயலைக்கூடக் காணோமே... ஸ்டிரைக் வந்தாலும் வந்தது... சனி, ஞாயிறுன்னா சரக்கு நூறு லிட்டருக்கு மேலே வித்துப்போகும்... இப்போ என்னடான்னா சனி, ஞாயிறுன்னாக்கூட அஞ்சு லிட்டருக்கு மேலே தாண்ட மாட்டீங்குது... இந்த லட்சணத்துலே கடனுக்கு வேறெ கேக்கறானுங்க... இவனுகளை நம்பி எப்பிடித் தர்றது... அய்யோ... போலீஸ் ஜீப் வருது...” அச்சத்துடன் வேகமாக நடக்கிறான்.

நகராட்சி அருகேயுள்ள பெரிய மளிகைக் கடை. கடை முதலாளி கோபமாகக் கணக்குப் பிள்ளையிடம்,

“ஏய்யா... கணக்கா... அறிவில்லை... உனக்கு.... கம்பெனி ஸ்டிரைக்கு... எதுக்குய்யா கண்டவனுக்கெல்லாம் கடன் குடுக்கறே.... ஒண்ணு சொல்றேன் கேட்டுக்க... கம்பெனிக்காரன் எவன் வந்து அரிசி, பருப்புன்னு கேட்டாலும்

மொதல்லே காசு இருக்கான்னு பாரு... இருந்தா பொட்டலம் கட்டு... இல்லேன்னா நடையைக் கட்டச் சொல்லு... மீறிக் கடன் குடுத்தீன்னா உன் சம்பளத்துலே அதைப் புடிச்சுக்குவேன்... ஒழுங்கு மரியாதையா நடந்துக்க... புரியுதாய்யா...” கட்டளை பிறப்பித்துக் கொண்டிருந்தார். கணக்குப் பிள்ளையோ கைகட்டி, வாய் பொத்திப் பணிவுடன் அவர் சொன்னதைத் தலையாட்டி ஏற்றுக் கொண்டார்.

திருப்பூர் நகரில் பனியன் தொழிலுக்கு அடுத்தபடியாகக் குறிப்பிடத்தக்கத் தொழில் நிறுவனம் பருத்தி அலுவலகம்-அதாவது-ஜின்னிங் பேக்டரி ஆகும். திருப்பூரில் ஆங்கிலேயர் ஆட்சியின் போது 1880இல் “பின்னி” என்ற ஆங்கிலேயக் கம்பெனியினரால் முதல் பருத்தி ஆபீஸ் தொடங்கப்பட்டது. அதன் பிறகு “ஹார்வி மற்றும் கீரண்” போன்ற ஆங்கிலேயப் பிரபுக்களால் பருத்தி ஆபீஸ் தொடங்கப்பட்டன. இன்றைக்கு நம்மவர்கள் கையில் அவைகள் நிர்வகிக்கப்பட்டாலும் பழைய பெயர் நீங்கவில்லை! திருப்பூரைச் சுற்றியுள்ள கிராமப்புறப் பெண்களுக்கு “ஜின்னிங் பேக்டரி” காமதேனுவாக அமைந்தது. இன்றைய திருப்பூர் பருத்தி ஆபீஸ்களில் பத்தாயிரம் பெண்கள் வரை மாடாக உழைக்கின்றனர்- ஒரு நாளைக்குப் பத்துமணி நேரமாக! பருத்தியிலிருந்து கொட்டையைப் பிரித்துப் பஞ்சாக்குவதுதான் அவர்களின் அன்றாடத் தொழிலாகும். பஞ்சானது-நூலாலைகளுக்கும், பருத்திக் கொட்டை கால்நடைத் தீவனக் கடைகளுக்கும், எண்ணெய் ஆலைகளுக்கும் விற்கப்பட்டன.

பனியன் தொழிலாளர்கள் மீது கொண்ட தோழமை உணர்வு, உழைப்பின் ஈர்ப்புக் காரணமாக, பருத்தி ஆபீஸில் பணியாற்றும் “பருத்திப் பெண்டிர்” பெரும்பாலோர் ‘ஸ்டிரைக்கில்’ பங்கெடுத்திருந்தனர்.

பருத்தி ஆபீசில் பணியாற்றும் பெண் தொழிலாளிகளைக் கண்காணிக்கச் சில பெண் அலுவலர்கள் முதலாளிகளால் நியமிக்கப்பட்டிருந்தனர். அவர்களை “மேஸ்திரி” அல்லது

"சூபர்வைசர்" என அழைப்பார்கள்! இந்த மேஸ்திரிப் பெண்கள் முதலாளிமார்களுக்கு மிகுந்த விசுவாசமாகச் செயல்பட்டனர். சில நேரங்களில் முதலாளிமார்களின் பாலுணர்வு வேட்கையைத் தீர்க்க இவர்களும் பயன்பட்டனர்! இவர்களால் தேர்வு செய்யப்பட்ட சில பெண் தொழிலாளிகளும் தங்கள் வறுமையைத் தீர்த்துக் கொள்ள முதலாளிமார்களுக்கு அனுப்பி வைக்கப்பட்டனர்!!

கருவம்பாளையத்தில் இயங்கி வந்த ஒரு பருத்தி ஆபீஸ் முன்பு மாலை ஏழு மணியளவில்-பெண் மேஸ்திரி ஒருவருக்கும், பெண் தொழிலாளி ஒருவருக்கும் நடைபெற்ற உரையாடலைக் கண்டும், கேட்டும் உணர்வோம்:

"என்னடி செல்லாயி... மணி ஏழாகுது... ஊட்டுக்குப் போகலியா..."

"போயி என்ன மேஸ்திரி அக்கா பண்ணறது... தெரியாத்தனமா ஸ்டிரைக்குலே கலந்துக்கிட்டேன்... பத்து ரூவாயிக்குக்கூட வழியில்லாமப் போச்சு... எம் புருசன் ஒரு குடிகார நாயி... அவனைக் கண்ணாலம் பண்ணி ரெண்டு புள்ளையைப் பெத்ததுதான் கண்ட பலன்... ஒரு வேளைச் சோத்துக்குக்கூட வழியில்லாமப் போச்சு..." அவள் கண்ணீர் சிந்துகிறாள்.

"இப்போ அழுது என்னடி பண்ணறது... மொதலாளி ஸ்டிரைக்குலே கலந்துக்கிட்ட ஒருத்திக்குக்கூட இனி இங்கே திரும்பி வந்தாளுகன்னா வேலை குடுக்கக் கூடாதுன்னு சொல்லீட்டாங்க..." மேஸ்திரிப் பெண்மணி வெற்றிலையை வாயில் மென்றவாறு பேசினாள்.

"அப்பிடிச் சொல்லாதீங்கக்கா... ரெண்டு நாளா நானும் எம் புள்ளைங்க ரெண்டும் பட்டினியாக் கெடக்கறோம்... புருசன் எங்கே போயித் தொலைஞ்சான்னே தெரியல்லே... மெதலாளிகிட்டேச் சொல்லி எப்பிடியாவது எனக்கு வேலை போட்டுக் குடுங்கக்கா..." அவள் வயிற்றுப் பிரச்சினைக்கு வழி கேட்டாள்.

மேஸ்திரிப் பெண்மணி அவளை உற்றுப் பார்த்தாள் ஒரு நிமிடம். பிறகு, தன் இடுப்பிலிருந்த சுருக்குப் பையை எடுத்தாள். அதிலிருந்து ஒரு புகையிலைத்த துண்டை எடுத்து வாயில் போட்டு மென்றாள். இரண்டு விரல்களை உதடுகளில் வைத்து "புளிச்" என்று தரையில் எச்சிலைத் துப்பினாள்.

"இங்கே பாருடி செல்லாயி... நானு ஒரு காரியம் சொல்றேன்... கேட்டு நடந்தா உனக்கு மூந்நூறு ரூவாயி கெடைக்கும்... மறுநாளே நீ வேலைக்கும் வரலாம்... கேக்கிறியா..."

"மேஸ்திரியக்கா... முன்னூறு ரூவா எனக்குக் கெடைக்குமா... நெசமாவா சொல்லுங்கக்கா செய்யறேன்..." அவள் விழிகளில் மகிழ்ச்சி.

"மொதலாளி... இங்கதான் இருக்காரு... ஆபீசுக்குள்ளே வடபுறம் ஒரு படுக்கை அறை இருக்குது... இன்னிக்கு ராத்திரி அவங்களோட தங்கி... மனங்கோணாம நடந்துக்க... பொழுது வெடிஞ்ச பொறகு... மொதலாளி முன்னூறு ரூவாப் பணமும் குடுப்பாரு... நாளைக்கே வேலையும் கெடைக்கும்... பழையபடி ஆபீசுக்கு நீ வரலாம்... என்ன சொல்றே..." மேஸ்திரிப் பெண்மணி கண்ணைச் சிமிட்டியவாறு செல்லாயியைப் பார்த்துப் பேசினாள்.

"ஏங்க்கா... எனக்கு ஒண்ணும் ஆகாதே... மொதலாளி மொரட்டுத் தனமான ஆளாச்சே..." அஞ்சியவாறு கேட்டாள் செல்லாயி.

மீண்டும் ஒருமுறை இரண்டு விரல்களை உதடுகளில் வைத்துப் "புளிச்" என்று எச்சிலைத் துப்பிய மேஸ்திரிப் பெண் அவளை நோக்கி ஏளனமாகச் சிரித்து விட்டு-

"ஏண்டி செல்லாயி... மொதலாளி என்ன அதைக் கடிச்சா திங்கப் போறாங்க... இல்லே... உன் சாமானந்தான் தேஞ்சா போயிருது... உம் புருசந்தான் அதைப் பயன்படுத்தறதில்லே... மொதலாளியாவது உபயோகம் பண்ணிக்கிட்டும்..." என்றாள் நக்கலாக.

"சரிங்கக்கா... நான் தயார்... மொதலாளிகிட்டே கூட்டிக் கிட்டுப் போங்க..." பரிதாபமாகச் சொன்னாள் செல்லாயி.

"இங்கே பாருடி செல்லாயி.... மொதலாளி முன்னூறு ரூவா குடுப்பாரு... அதுலே அம்பது ரூவா எனக்குக் கமிஷன் குடுத்தரோணும்... என்ன புரியுதா..." மேஸ்திரிப் பெண்மணி ஒரு நிபந்தனையைச் சொல்லி விட்டுச் செல்லாயியின் கையைப் பற்றி ஆபீசுக்குள் அழைத்துச் சென்றாள். அவள் தலையை ஆட்டிக் கொண்டே பூசாரி பின்னே செல்லும் வெள்ளாடு போலத் தொடர்ந்து நடந்தாள்.

திருப்பூரில் சாயப்பட்டறைகள் 1950ஆம் ஆண்டில் தொடங்கப்பட்டன. பனியன்துணியைப் பிளீச்சிங் செய்வதும், சாயம் ஏற்றுவதும் அதன் இன்றியமையாப் பணிகளாகும். இன்றைய அளவில் சாயப்பட்டறைகள் எண்ணிக்கை ஆயிரத்தைத் தொடும். அவைகளில் கிட்டத்தட்ட பத்தாயிரம் தொழிலாளர்கள் வரை வேலை பார்த்து வந்தனர். பனியன் தொழிலாளர் வேலை நிறுத்தம் காரணமாகச் சாயப் பட்டறைகளுக்குத் துணி வரத்துக் குறைந்தது. பெரும்பாலான பட்டறைகளின் இயக்கம் நிறுத்தப்பட்டன. இதனால், அங்கு பணியாற்றும் தொழிலாளர்களின் வாழ்க்கையில் வறுமைப் புயல் வீசத் தொடங்கியது.

ஒரு சாயப்பட்டறை முதலாளி தன்னிடம் வேலை பார்க்கும் தொழிலாளியிடம் இவ்வாறு பேசிக் கொண்டிருந்தார்:

"ஏம்ப்பா... உனக்கு எத்தனை தடவை சொன்னாலும் புரியாதா... பிச்சை எடுத்ததாம் பெருமாளு... அதைப் புடுங்கித் தின்னுதாம் அனுமாரு... இந்தப் பொழைப்புத்தான் எங்க நெலைமை... நானே கடன் வாங்கித் தண்ணி போட்டுக்கிட்டு இருக்கறேன்... இதுலே உனக்கு எங்க போயி எழவெடுக்கறது... தெனமும் சீமைச்சாராயம் குடிக்கற நான் இன்னிக்கி நாட்டுச் சாராயத்துக்கு வந்திருக்கறேன்... புரியுதா... போ... போ...

நிக்காதே..." என்ற முதலாளி ஊறுகாயைத் தொட்டு நாக்கில் வைத்துக் கொண்டு, சப்புக் கொட்டினார்.

தலைகுனிந்த தொழிலாளி வந்த வழியே நடந்தார்.

கஜலட்சுமி தியேட்டர் அருகே ஒரு நிகழ்ச்சி. இதைக் கண்டு அழுவதா, சிரிப்பதா என்று தெரியவில்லை. அந்தத் தியேட்டருக்கும், யூனிவர்சல் தியேட்டருக்கும் இடையில்தான் நொய்யல் ஓடுகிறது. இந்த ஆற்றின் இரண்டு பக்கக் கரைகளில்தான் இரண்டு தியேட்டர்களும் உள்ளன. கஜலட்சுமித் தியேட்டரின் சுற்றுச்சுவரின் அடிமட்டத்தில் தென்னங்கீற்றுகளைக் கொண்டு, ஆங்காங்கே நான்கைந்து குடிசைகள் காணப்படும். குடிசைகள் மூன்று பக்கம் மட்டும் மறைக்கப்பட்டிருக்கும்! ஒரு பக்கத்தில் மட்டும் மறைப்பு இருக்காது. ஆனால், சாக்குத் துணிகள் தொங்கிக் கொண்டிருக்கும். உள்ளே இலாந்தர் விளக்கு எரிந்து கொண்டிருக்கும். ஒரு பாயும், தலையணையும் கண்டிப்பாக இருக்கும். குடிசைக்கு வெளியே நீர் நிரம்பிய தொட்டியும், நீர் எடுப்பதற்கென ஒரு தகர டப்பாவும் இருக்கும். இது ஒவ்வொரு குடிசைக்கு வெளியேயும் காணப்படும். என்ன புரியவில்லையா!

அந்தக் குடிசைகளின் அருகே பகலானாலும், இரவானாலும் எந்த நேரமும் வாடிக்கையாளரின் உடல் தேவையைப் பூர்த்தி செய்யச் "சிற்றின்பப் பெண்டிர்" நின்று கொண்டிருப்பார்கள்! தலைநிறையப் பூவும், வாய் மணக்க வெற்றிலையும் மென்று கொண்டிருப்பார்கள்!! உடல் உழைப்புத் தொழிலாளிகள்- அதாவது-பனியன் தொழிலாளி உட்பட நாள் தவறாமலோ அல்லது சனி, ஞாயிறு விடுமுறை நாட்களிலோ... அவர்கள் தங்களின் உடல் எழுச்சியைச் சுருக்கிக் கொள்ளுவதற்காக அங்கு வருவார்கள். குறைந்தது பத்து ரூபாய் இருந்தால் போதும்! மோ(மே)க நோய்க்கு நிவாரணம் கிடைத்து விடும்! இது இயல்பாக அங்கு நடைபெறும் குடிசைத் தொழில்! அந்தப்

பக்கம் போவோர், வருவோர் எவரும் இந்நிகழ்வைக் கண்டு கொள்ள மாட்டார்கள்!

ஏனோ... காவல் துறையினர் கூட அவர்களைக் கண்டு கொள்ளுவதில்லை! அவ்வப்பொழுது, காவலர்கள் சிலர் இந்த உடலியல் தோழிகளை மிரட்டுவது போலப் பேசுவார்கள்... இவர்களும் அஞ்சுவது போல நடிப்பார்கள்... மீண்டும் சில மணி நேரங்களில் அங்கே குடிசைத் தொழில் கொடிகட்டிப் பறக்கும்! என்ன மாயம் என்பது இன்று வரை யாருக்கும் தெரியாது. இரவு ஒன்பது மணியளவில் அங்கே உடலியல் தோழி ஒருத்தி, தன் சக தோழியிடம்-

"என்னடி இவளே... கம்பெனி ஸ்டிரைக் வந்தாலும் வந்துது... ஒருத்தன் கூட வாலை ஆட்டிக்கிட்டு இங்கே வரமாட்டேங் கறானே... திருப்பூருக்கு இப்பிடியுமா கேடுகாலம் வர்றது... இந்த ஸ்டிரைக் இப்பிடியே நீடிச்சா நீயும், நானும் கண்டிப்பா ஒண்ணா நெம்பர் பத்தினிகளா மாறித்தான் ஆகணும் போல... என்னடி மூதேவி இளிக்கறே... எல்லாம் கலிகாலமடி கலிகாலம்..." இவ்வாறு புலம்பிக் கொண்டிருந்தாள்.

இனி, இரவு பத்துமணி நிலவரத்தைப் பார்க்கலாமா?

தென்னம்பாளையம் போகும் சாலையில் உள்ளது உஷா திரையரங்கம். இரவுக் காட்சி தொடங்க இன்னும் சில நிமிடங்களே இருந்தன. ஆட்களைத் தேடிப் பிடிக்க வேண்டிய நிலை! இத்துணைக்கும் எம்.ஜி.ஆர். படம் திரையிட்டிருந் தார்கள். திருப்பூர் பனியன் தொழிலாளர்கள் கம்பெனியில் கடுமையாகப் பாடுபடுவதன் வாயிலாக வியர்வை சிந்துவார்கள். அதற்குப் பிறகு அவர்கள் அதிகமாக வியர்வை சிந்துவது சினிமாத் தியேட்டர்களில்தான்! டிக்கெட் கொடுக்கும் நுழைவாயிலுக்கு முன்பாக நீண்ட வரிசை காணப்படும். அந்த நுழைவாயிலுக்குள் ஒருவர் மட்டுமே செல்லக்கூடிய அளவு இடமிருக்கும். டிக்கெட் கொடுக்கத் தொடங்கியவுடன் பார்க்க வேண்டுமே அந்த நீண்ட

வரிசையை! ஒழுங்காகக் கட்டப்பட்ட மாலையில் பூக்கள் சிதறிப் போனால், எப்படி அது அலங்கோலமாகி விடுமோ அது போல மக்கள் முண்டியடித்துக் கொண்டு ஒரு நபர் செல்லக் கூடிய பாதையில் முட்டி மோதிக் கொண்டிருப்பார்கள்!! கடைசியில் நின்று கொண்டிருக்கும் நபர் பாய்ந்து வந்து உள்ளே நுழையப் போராடுவார். இன்னொருவர் அவரைத் தகாத வார்த்தைகளைச் சொல்லித் திட்டி, வெளியேற்ற முயற்சிப்பார். இந்தப் போராட்டத்தில் பணத்தைப் பறிகொடுத்தவர்கள், வேட்டியைத் தவற விட்டவர்கள், மண்டை உடைந்தவர்கள் எனப் பலரும் அடங்குவர். சினிமாத் தியேட்டர்களில் காட்டும் இந்தப் போராட்ட உணர்வை, நம் மக்கள் தங்கள் நல்வாழ்வைச் சீரமைப்பதற்காகப் போராடியிருந்தால் நாடு மிக நன்றாக முன்னேற்றம் கண்டிருக்கும்... பொழுது போக்குக்காகப் போராடும் இந்த மக்கள், ஆக்கமான பொழுதுகளை உருவாக்க எப்பொழுது போராடுவார்கள்? இருக்கட்டும். இப்பொழுது, தியேட்டர் முதலாளி மேலாளரைப் பார்த்து...

“மேனேஜர்... இந்தக் காட்சிக்கு இதுவரை எவ்வளவு டிக்கெட்டு வித்திருக்கு...”

“முப்பது டிக்கெட்டுத்தான் வித்திருக்குங்க மொதலாளி... அதுவும் தேர்டு கிளாஸ் மட்டுந்தானுங்க... செகண்ட் கிளாஸ், ஃபர்ஸ்ட் கிளாஸ் டிக்கெட்டெல்லாம் அப்பிடியே இருக்குதுங்க...” பணிவாகச் சொன்னார் மேலாளர்.

“என்னப்பா இது அநியாயம்... எம்ஜிஆரு படம் போட்டுங்கூடக் கூட்டம் வர்லைன்னா நம்ம பொழைப்பு நாறிப்போச்சுன்னு அர்த்தம்... ம்... கரண்ட்டுப் பில்லுக் கட்டக் கூட வருமானம் வராது போலிருக்கே... இந்தப் பனியன் கம்பெனி ஸ்டிரைக் வந்தாலும் வந்துது... எல்லாரு பொழைப்பிலேயும் மண்ணு உளுந்திருச்சுப்பா... நாளைக்கி இரவுக் காட்சி வேண்டாமப்பா... போர்டு எழுதிப் போட்டுருங்க... ரெண்டு காட்சியோட நிறுத்துங்க...” முதலாளி

சலிப்புடன் பேசினார். மேலாளர் அமைதியாகத் தலை யாட்டினார்.

இறுதியாக, காய்கறி விற்பனை செய்து வயிற்றைக் கழுவும் ஒரு பெண்மணியின் நிலையைப் பாருங்கள்.

திருப்பூர்-மையப் பேருந்து நிலையம் அருகே செல்வம் கேண்டீன் தெரிகிறதா? அதற்குப் பின்புறம் பெரிய அங்காடி. அங்கு-அரிசி, பருப்பு, எண்ணெய், காய், கனி, இலை, பூ எனப் பலவகைப் பொருட்களும் விற்கப்படும்.

ஒரு நடுத்தர வயதுப் பெண். அவள் கடையில் பாதியளவுக் காய்கறிகள்-முட்டைக் கோஸ், கீரைகள், தக்காளி, வெண்டை, கத்தரி, அவரை, கேரட், பீன்ஸ், கறிவேப்பிலை-போன்றவைகள் தேக்கமடைந்து விட்டன. அவள் தனக்குள் புலம்பியவாறு கடையை மூடுவதற்காகப் பொருட்களை ஒழுங்குபடுத்திக் கொண்டிருந்தாள். அப்பொழுது-

கந்துவட்டி வேலு என்பவன் 'பைக்கில்' வந்து அவள் கடை முன்பு நின்றான். லுங்கி, நீண்ட ஜிப்பா, இரண்டு கைகளிலும் இரண்டு தங்கச் சங்கிலி கோர்க்கப்பட்ட கடிகாரங்களும், விரல்களில் மூன்று நான்கு மோதிரங்களும், கழுத்தில் தாம்புக்கயிறு போலக் காணப்படும் தங்கச் சங்கிலியும், வாயில் புகையும் சிகரெட்டும், கால்களில் விலையுயர்ந்த முரட்டுத்தன மான காலணிகளும் என இத்தகைய (அவ)லட்சணங்களுடன், தலை மயிரைக் கோதியவாறு அவளுக்குக் காட்சி கொடுத்தான்!

அவனைக் கண்டதும் காய்கறி விற்கும் பெண்மணியின் உடலெங்கும் பயமும், பதற்றமும், வியர்வையும் கூட்டணி அமைத்தன! அவனருகே வந்தாள்.

"அண்ணே... இன்னிக்கு ஒருநாள் பொறுத்துக்குங்க... கம்பெனி ஸ்டிரைக்கு... உங்களுக்கே தெரியும்... உங்ககிட்டே வாங்குன பணத்துக்கு ஏழு நாள் வட்டியோட சேர்த்து நாளைக்கி... கட்டாயமாக் குடுத்தர்றேன்... கோபப்படாதீங்கண்ணே... எங்க

ஊட்டுக்காரருக்கு ஒடம்புக்கு ரொம்ப முடியல்லே... அவசரமாப் போகணும்... அவள் பயத்துடன் சொற்கள் தடுமாற, எச்சிலை விழுங்கியவாறு, கண்கலங்கச் சொல்லி முடித்தாள் அவனிடம்.

இரண்டு கைவிரல்களையும் ஒன்று சேர்த்துக் கோர்த்து, அப்படியே தன் பின்புறத் தலையில் வைத்து நெட்டி முறித்தான் வேலு. பிறகு, அவளை அளவெடுப்பதைப் போல ஏற இறங்கப் பார்த்து விட்டு-

"அதெல்லாம் இருக்கட்டும் கண்ணு... உன் கழுத்துலே தொங்குதே மஞ்சக் கயிறு... அதுலே இருக்குதே தாலி... அது எவ்வளவு பவுனு கண்ணு... அரைப் பவுனா... ஒரு பவுனா... சொல்லு கண்ணு..." அமைதியாகக் கேட்டான் வேலு.

"ஏனுங்கண்ணே கேக்கறீங்க... எம் புருசன் கட்டுன இந்த அரைப்பவுனு தாலிதான் இப்போதைக்கி எங்கிட்டே இருக்கற ஒரே சொத்து... உங்களைக் கும்புட்டுக் கேட்டுக்கறேன்... அதை மட்டும் கேக்காதீங்கண்ணே..." அந்தப் பெண் தன்னிரு கைகளையும் தலைக்கு மேலே தூக்கி, வேலுவைக் கெஞ்சினாள்.

அவள் சொல்லி வாய் மூடுவதற்குள் வேலு அவள் கழுத்தில் தொங்கிக் கொண்டிருந்த அரைப் பவுன் தாலியை 'வெடுக்'கென அறுத்துத் தன் கையில் வைத்துக் கொண்டான்.

அவள் பேச்சு மூச்சற்றுப் போய் அவனைப் பார்த்தாள்.

"கண்ணு... நீ வாங்குன பணம், அதுக்குரிய ஏழு நாள் வட்டி இது எல்லாத்தையும் நாளைக்கோ அல்லது உனக்கு எப்ப வசதிப்படுதோ அப்பக் கொண்டாந்து குடுத்துட்டு இந்தத் தாலிக் கயித்தை வாங்கீட்டுப் போ கண்ணு... வர்றேன்... சீக்கிரமா வந்து இதை மீட்டுக்க கண்ணு..." அமைதியாகப் பேசிய வேலு 'பைக்கை' ஸ்டார்ட் செய்தான். அது உறுமியவாறு, நகர்ந்து, பறந்தது.

தாலியைப் பறிகொடுத்த அந்தப் பெண்மணி தலையிலும், மார்பிலும் கைகளால் அடித்துக் கொண்டு தரையில் விழுந்து புரண்டாள். அக்கம் பக்கத்துக் கடைக்காரர்கள் எவரும் இந்நிகழ்வைப் பொருட்படுத்தவில்லை! இன்னும் சொல்லப் போனால் அப்படியொரு காட்சி அரங்கேறியதை அவர்கள் காணாததைப் போலவே நடந்து கொண்டனர்!

பார்த்தீர்களா தோழர்களே... காலை ஏழுமணி தொடங்கி இரவு பத்து மணி வரை ஒருநாள் சுற்றிப் பார்த்ததில் திருப்பூரின் நிலவரம் இதுதான்! பனியன் தொழில் வேலை நிறுத்தத்தை முன்னிட்டு, பல்வேறு தொழில் துறையினரிடம் ஊடுருவிய வேதனையின் வெளிப்பாடுகள்தான் இவை!!

37

திருப்பூரில் தோன்றிய தொழிற்சங்கங்களில் முதன்மை யானதும், மூத்ததும் எதுவென்றால் பனியன் தொழிலாளர் சங்கம் ஆகும். இதைக் கம்யூனிஸ்ட்கள் 1940ஆம் ஆண்டு தொடங்கினர். இதன் பிறகுதான் பல்வேறு தொழிற்சங்கங்கள் உதயமாயின. அன்று தொட்டு இன்று வரை பல போராட்டங் களைப் பனியன் தொழிலாளர் சங்கம் முன்னெடுத்துச் சென்றுள்ளது. ஆட்டு மந்தை போல் உழைத்துக் கொண்டிருந்த திருப்பூர் பனியன் தொழிலாளர்களை ஒன்றுபடுத்தி, போர்க் குணத்தைக் கற்பித்து, உரிமைகளின் இன்றியமையாமையை வளர்த்தெடுத்ததில் பொதுவுடைமை இயக்கத்திற்குப் பெரும் பங்குண்டு. இதற்காகக் கண்ணீரும், செந்நீரும் சிந்திய தோழர்கள் பலருண்டு. அவர்கள் வேர்களாய் மறைந்து போயிருக் கிறார்கள்.

படிப்படியாய் வளர்ந்த இந்தப் பனியன் தொழிலாளர் சங்கம் 1984ஆம் ஆண்டுதான் விஸ்வரூபம் எடுத்தது! அது 16 அம்சக்

கோரிக்கையாய் வார்க்கப்பட்டிருந்தது!! கிட்டத்தட்ட நூற்றி இருபது நாட்களைத் தாண்டி விட்ட இந்தப் போராட்டம், ஒரு முடிவை நோக்கிப் பயணித்துக் கொண்டிருந்தது. அதன் வெளிப்பாடாகத் திருப்பூர் பனியன் தொழிலாளர் சங்கத்தின் முன்பு ஆயிரக்கணக்கில் தோழர்கள் திரண்டிருந்தனர். அவர்கள் மத்தியில் செல்வம் ஆவேசமாக உரையாற்றிக் கொண்டிருந்தான்:

"தோழர்களே... நமது போராட்டம் நூற்றி இருபது நாட்களைத் தாண்டி விட்டது... நாமும் உண்ணாவிரதம் உட்படப் பல போராட்டங்களை நடத்தி விட்டோம்... இன்று நாம் தென்னிந்தியப் பனியன் உற்பத்தியாளர் சங்கத்தின் தலைவருடைய வீட்டை முற்றுகையிடப் பேரணி காணப் போகிறோம்... தொழிலாளரின் வலிமை என்ன என்பதை இன்று இந்தத் திருப்பூர் மட்டுமல்ல... தமிழ்நாடு மட்டுமல்ல... அகில இந்தியாவே உணர்ந்து கொள்ளப் போகிறது... தோழர்களே நமது சங்கம் முன் வைத்துள்ள 16 அம்சக் கோரிக்கை நிறைவேறுமா அல்லது நிறைவேறாதா என்பது இன்று முடிவாகி விடும்... ஓர் உண்மையை உங்களுக்குச் சொல்லுகிறேன்.. கேளுங்கள்... நமது 16 அம்சக் கோரிக்கைகளில் பத்துக் கோரிக்கைகளை உடனடியாக நிறைவேற்ற வேண்டும் என அரசு ஆணை பிறப்பித்துள்ளது.. அந்தக் கோரிக்கைகள் என்ன தெரியுமா? பஞ்சப்படி வழங்கப்பட வேண்டும்... இரண்டு-ஓவர்டைம் வேலை பார்க்கும் தொழிலாளிக்கு உணவுப்படி வழங்கப்பட வேண்டும்... மூன்று-இஎஸ்ஐ திட்டம் நடை முறைப் படுத்தப்பட வேண்டும்... நான்கு-தொழிலாளர்களுக்கு வைப்புநிதித்திட்டம் உருவாக்கப்பட வேண்டும்.. ஐந்து-தொழிலாளியின் ஓய்வு வயது ஐம்பத்தெட்டாக நிர்ணயிக்கப் பட வேண்டும்... ஆறு-தொழிலாளர்களுக்கு ஓய்வூதியம் வழங்குதல்... ஏழு-பணிக்கொடை வழங்குதல்... எட்டு-அனைத்துப் பனியன் தொழிலாளிகளுக்கும் அடையாள அட்டை... ஒன்பது-குழந்தைத் தொழிலாளர்களைப் பணியில் அமர்த்தக் கூடாது... பத்து-அனைத்து அரசு விடுமுறைகளுக்கும்

சம்பளத்துடன் கூடிய விடுமுறையைத் தொழிலாளர்களுக்குப் பனியன் அதிபர்கள் வழங்க வேண்டும்... மீதி ஆறு கோரிக்கைகளான வாடகைப்படி, பயணப்படி, சாயப்பட்டறைக் கழிவுகளைச் சுத்திகரிப்புச் செய்தல், தொழிலாளியின் அடிப்படைச் சம்பளம் நிர்ணயித்தல், ஒவ்வொரு தொழிலாளிக்கும் பணிப் பாதுகாப்பு உறுதியளித்தல், பனியன் தொழிலாளர் நல வாரியம் அமைத்தல் என இந்த ஆறு கோரிக்கைகளும் கொள்கை அளவில் ஏற்கப்பட்டு... தொழிலாளர் நல அலுவலரால் ஆய்வு செய்யப்பட்டு ஓராண்டுக்குள் அறிக்கை அவரால் அரசுக்குத் தாக்கல் செய்யப்பட வேண்டும் என அரசு ஆணை நமக்குத் தெளிவுபடுத்துகிறது... இந்த ஆணை நமது சங்கத்திற்கு மட்டுமல்ல... முதலாளிகள் சங்கமான சைமாவுக்கும், திருப்பூர்த் தொகுதி சட்டமன்ற உறுப்பினருக்கும், கோவை மாவட்டாட்சியருக்கும், மாவட்டத் தொழிலாளர் நல அலுவலருக்கும் முறையாக அரசாங்கத்தால் அனுப்பப் பட்டுள்ளது... நானும், தோழர் நாச்சியப்பனும் அரசு ஆணை கிடைத்த நாளிலிருந்து-அதாவது பத்து நாட்களாகச் சைமா தலைவருடனும், பிற பனியன் அதிபர்களுடனும் தொடர்பு கொள்ள முயற்சித்தும் எவ்விதப் பயனுமில்லை... குறிப்பிட்டுச் சொல்ல வேண்டுமானால் தோழர்களே... சைமா தலைவர் நம்மைச் சந்திப்பதையே தவிர்க்கிறார்... இதுதான் பணக்கார ஆதிக்க வர்க்கத்தின் உயர்ந்தபட்சத் திமிராகும்... கோவை மத்தியச் சிறையில் உள்ள தோழர் சுப்பண்ணாவையும், பிற தோழர்களையும் நேற்று நானும், நாச்சியப்பனும் சந்தித்து விரிவாக உரையாடினோம்.. அவரது ஆலோசனைப்படி அரசு ஆணையில் கூறப்பட்டுள்ள பத்துக் கோரிக்கைகளை உடனே நிறைவேற்றக் கோரி... நமது சங்கம் இன்று பெருந்திரள் பேரணி நடத்திச் சைமா தலைவரின் வீட்டை முற்றுகையிட இருக்கிறது... திருப்பூர் செரீப் காலனியில் வசிக்கும் அந்தக் கோமான் இன்று நமக்குப் பதில் சொல்லியாக வேண்டும்... புறப்படுங்கள் தோழர்களே... செங்கொடியின் வலிமையை

இன்று நாம் நிரூபித்துக் காட்டுவோம்... இன்குலாப்.... இன்குலாப்... இன்குலாப்... ஜிந்தாபாத்..." செல்வம் உரையை நிறைவு செய்தான்.

கூடியிருந்த தோழர்களும் பதிலுக்கு அதையே முழங்கினர்.

பனியன் தொழிலாளர் சங்கத்தின் "தொழிலாளர் பெருந்திரள் பேரணி" செங்கொடிகளை ஏந்தியவாறு அவநாசிச் சாலையிலிருந்து புறப்பட்டது. ஆண்களும், பெண்களுமாகப் பத்தாயிரத்திற்கும் மேற்பட்ட உழைக்கும் வர்க்கத்தினர் தங்கள் உரிமைகளை நடைமுறைப்படுத்திடக் கோரி முழக்கமிட்டுச் சென்றனர்.

இரயில் மேம்பாலம் வழியாகப் பேரணி புறப்பட்டுச் சென்று கொண்டிருந்தது. இந்த மேம்பாலம் புதுமையாக அன்றைய வெள்ளை அரசால் வடிவமைக்கப் பட்டிருந்தது! கீழே இரயில்கள் ஓடும். மேலே மேம்பாலம். இந்தத மேம்பாலத்தில் பயணிகளும், வாகனங்களும் போவதற்கும்-வருவதற்குமாகத் தார்ச்சாலைகள் உண்டு. இதற்கு நடுவில் ஒரு நடைமேடை உண்டு! பயணிகள் அதில் சிறிது தூரம் நடந்து சென்று, பிறகு தார்ச்சாலையை அடைந்து விடலாம். தமிழ்நாட்டிலேயே அந்தக் காலத்தில் இப்படியொரு புதுமையான இரயில் பாலம் திருப்பூரில்தான் உண்டு! பேரணி மேம்பாலத்தில் ஏறி, நகர மன்றத் திடலையும் தாண்டி, நகராட்சியை நோக்கி முன்னேறிக் கொண்டிருந்தது. செல்வமும், நாச்சியப்பனும் பேரணிக்குத் தலைமைப் பொறுப்பேற்றிருந்தனர்.

"அமுல்படுத்து... அமுல்படுத்து... அரசு ஆணையை அமுல்படுத்து..."

"நிறைவேற்று... நிறைவேற்று... பதினாறம்சக் கோரிக்கையை நிறைவேற்று..."

"போராடுவோம்... வெற்றி பெறுவோம்..."

"பனியன் தொழிலாளர் ஒற்றுமை ஓங்குக..."

"கோரிக்கைகள் நிறைவேறக் கோடிக்கைகள் போராடும்..."

"இன்குலாப்.... இன்குலாப்... இன்குலாப்... ஜிந்தாபாத்..."

பொதுமக்கள் இந்தப் பெருந்திரள் பேரணியை ஆர்வமுடன் பார்த்தனர். அந்த நீண்டி நெடிய சாலையிலிருந்த சிறிய, பெரிய வணிக நிறுவனங்கள் அனைத்தும் மூடப்பட்டன. திருப்பூருக்கு உள்ளேயும் எந்த வாகனமும் வர முடியவில்லை. வெளியேயும் எந்த வாகனமும் செல்ல முடியவில்லை. திருப்பூரின் இயல்பு வாழ்க்கை நிலைகுலைந்தது!

நகராட்சி, அருகே காவல் துறையினரால் பெருந்திரள் பேரணி தடுத்து நிறுத்தப்பட்டது. காவல் துறை வாகனங்கள் குறுக்கே நிறுத்தப்பட்டன. உள்ளூர் மற்றும் மாவட்ட அளவிலான சட்ட ஒழுங்கை நெறிப்படுத்தும் காவல்துறை அதிகாரிகள் செல்வத்தையும், நாச்சியப்பனையும் எதிர்கொண்டனர்.

"ஏன் சார்... பேரணியைத் தடுத்து நிறுத்தறீங்க... உங்க கிட்டே முறையான அனுமதியை வாங்கிக்கிட்டுத்தான் இதை நடத்தறோம்..." செல்வம் கோபத்துடன் பேசினான்.

"ஊர்வலம்... பேரணி இதுக்குத்தான் போலீஸ் அனுமதி தரமுடியும்... நீங்க பனியன் அதிபர் சங்கத் தலைவரோட வீட்டை முற்றுகையிட அனுமதி குடுக்க முடியாது... முற்றுகைங்கிற பேரிலே நீங்க கல்லை வீசுவீங்க... பொதுச் சொத்தைச் சேதப்படுத்துவீங்க... சைமா தலைவர் வீட்டை அடிச்சு நொறுக்குவீங்க... இப்படிப்பட்ட வன்முறை வெறியாட்டத்துக் கெல்லாம் போலீஸ் உடந்தையா இருக்காது... எல்லாரும் கலைஞ்சு போங்க..." சட்ட ஒழுங்குக் காவல்துறைத் துணை ஆணையர் இவ்வாறு கண்டிப்புடன் செல்வத்திடம் கூறினார்.

"என்ன சார்... நடக்காத சம்பவத்தையெல்லாம் நீங்களே கற்பனை பண்ணிப் பேசறீங்க... இந்தப் பேரணி புளிச்ச ஏப்பக்காரனுக்கும், பசி ஏப்பக்காரனுக்கும் நடக்கற யுத்தம்...

இது உங்களுக்குப் புரியாது... ஏன்னா நீங்க பெரிய அதிகாரிங்க... மாசமானா உங்களுக்குச் சம்பளம் வந்துருது... ஆனா... எங்களுக்குப் பாடுபட்டாத்தான் சோறு... ஸ்டிரைக் தொடங்கி இன்னியோட நூத்தி இருபது நாளுக்கு மேலே ஆச்சு... திருப்பூரே நாறிப் போயிருக்கே... இதை உளவுத் துறை மூலமா அரசாங்கத்துக்கிட்டேச் சொல்லாமே... எங்களைத் தடுக்கறீங்க... மறைமுகமா மெரட்டறீங்க... காக்கிச் சட்டை போட்டுக்கிட்டா கடவுள் அவதாரம்ன்னு நெனைப்பா உங்களுக்கு... நாங்க ஏன் சைமா தலைவரோட வீட்டை முற்றுகையிடறோம்... பைத்தியமா புடிச்சுருக்கு எங்களுக்கு... எங்களோட பதினாறு அம்சக் கோரிக்கையிலே பத்துக் கோரிக்கையை உடனே அமுல்படுத்துன்னு அரசாங்கம் உத்தரவு அனுப்பிச்சிருக்கு... அதைச் சைமாத் தலைவரு மதிக்கமாட்டேங்கறாரு... சட்டப்படி பாக்கப் போன சைமாத் தலைவருதான் அரசாங்க எதிரி... அவரை மொதல்லே கைது பண்ணுங்க... நியாயமாப் போராடுற எங்ககிட்டே மோதாதீங்க... அது நல்லதல்ல..." செல்வம் வெடித்தான்.

காவல்துறைத் துணை ஆணையர் முகம் சிவந்தது.

"செல்வம் உங்க உபதேசத்தைக் கேக்க நான் வரல்லே... இங்கே எந்த அராஜகமும் நடக்கக் கூடாது... உங்களுக்குப் பத்து நிமிஷம் டைம் தர்றேன்... கலைஞ்சு போயிருங்க... ஊத்துக்குளி ரோடு, பல்லடம் ரோடு, பெருமாநல்லூர் ரோடு, மங்கலம் ரோடு, அவநாசி ரோடுன்னு இப்பிடி எல்லாப் பாதையுமே டிராபிக் ஜாமாகி... எந்த வாகனமும் வரமுடியாம... போக முடியாம... மக்கள் எவ்வளவு கஷ்டப்படறாங்க... கொஞ்சமாமாவது யோசிச்சுப் பாருங்கய்யா..." அதிகாரி கத்தினார்.

"ஒரு நாலு மணி நேரம் டிராபிக் ஜாம் ஆனதுக்கு இப்பிடி ஆவேசப் படறீங்களே சார்... கடந்த நூத்தி இருபது நாளா ஒவ்வொரு பனியன் தொழிலாளியும் வயித்துலே ஈரத்துணியைக் காயப் போட்டுக்கிட்டு... அவனவன் என்ன பண்றதுன்னு

தெரியாம வாழ்க்கையே டிராபிக் ஜாம் ஆயிப் போயிருக்குதேன்னு புலம்பிக்கிட்டிருக்கானே... அதை என்னிக்காவது நெனைச்சிப் பாத்திருக்கீங்களா கமிஷனர் சார்... சட்டம், ஒழுங்கைக் காப்பத்தறோம்ன்னு சொல்லிக்கிட்டு ஆளுங்கட்சிக்கும், பணக்கார வர்க்கத்துக்கும் மனச்சாட்சியைப் பலிகுடுக்கற மனிதப் போலிகள்தானே நீங்க... பத்து நிமிஷம் இல்லே சார்... பத்து நாளு ஆனாலும் நாங்க கலையமாட்டோம்... சைமாத் தலைவரு வீட்டை முற்றுகையிட்டே தீருவோம்..." நாச்சியப்பனும் திட்டவட்டமாகவும், ஆவேசமாகவும் பேசினார்.

காவல்துறைத் துணை ஆணையரும், மற்ற அதிகாரிகளும் செய்வதறியாது திகைத்து நின்றனர்.

அப்பொழுது- ஆளுங்கட்சி மற்றும் திருப்பூர்த் தொகுதி சட்டமன்ற உறுப்பினரின் கார், போலீஸ் வேன் அருகே வந்து நின்றது. எம்.எல்.ஏ., உடம்பு முழுக்க வியர்வை வழிய அவர்களை நோக்கி ஓடி வந்தார். அவருடன் இன்னும் சில பிரமுகர்களும் ஓடிவந்தனர்.

மேல்மூச்சு, கீழ்மூச்சு வாங்க ஓடிவந்த எம்.எல்.ஏ., செல்வத்தின் கைகளைப் பற்றிக் கொண்டார்.

"செல்வம்... நாச்சியப்பன் ரெண்டு பேரும் அமைதியா இருங்க... கமிஷனர் சார்... நீங்களும் அவசரப்பட்டு எந்த முடிவையும் எடுத்துராதீங்க... நான் பனியன் அதிபர் சங்கத் தலைவரை அவரோட வீட்டிலே பாத்துப் பேசிட்டு வர்றேன்... நாளைக்கி அவங்க சங்கக் கூட்டம் நடக்கப் போவுது... நிச்சயம் நல்ல முடிவு எடுக்கப் போறாங்க... அதுக்குப் பொறகு... லேபர் மினிஸ்டரு நாளை மறுநாளு கோயமுத்தூரு கலெக்டரு ஆபீசுக்கு இதைப் பத்திப் பேச வரப் போறாரு... இதுக்கு மத்தியிலே கோவை மத்தியச் சிறையிலே இருக்கற சுப்பையாவையும், மத்த தோழர்களையும் எந்த நிபந்தனையுமில்லாம விடுதலை பண்ண நான் எல்லா ஏற்பாடும் பண்ணீட்டேன்... பனியன் அதிபர் சங்கத் தலைவரு-

அதாவது சைமா லீடரு... மந்திரி... பனியன் தொழிலாளர் சங்கத் தலைவர் சுப்பையா... நான், கலெக்டரு... லேபர் ஆபீசர்... இப்பிடி எல்லாரோட முன்னிலையிலும் பதினாறு அம்சக் கோரிக்கையைப் பத்திப் பேசி ஒரு ஒப்பந்தம் போடப் போறோம்... அநேகமா அடுத்த வாரத்திலிருந்து திருப்பூரிலே எல்லாப் பனியன் கம்பெனியும் ஓடும்... அதுனாலே பேரணியைக் கலைஞ்சு போகச் சொல்லுங்கப்பா... பேரணியைக் கலைஞ்சு போகச் சொல்லுங்க... ஒவ்வொருத்தனும் காருக்குள்ளேயும், பஸ்சுக்குள்ளேயும் ஒண்ணுக்கு, ரெண்டுக்குப் போயிட்டிருக்கானுங்க... இந்தப் பேரணியாலே ஊரே நாறிப் போச்சு... செல்வம், நாச்சி தயவு செஞ்சு எல்லாரும் பேரணியிலே வந்தவங்களைக் கலைஞ்சு போகச் சொல்லுங்கப்பா..." மனப்பாடம் செய்த பாடப்பகுதியைப் பயபக்தியுடன் ஒரு மாணவன் ஆசிரியரிடம் ஒப்பிப்பதைப் போலத் திருப்பூர்த் தொகுதிச் சட்டமன்ற உறுப்பினர் அங்கிருந்த காவல்துறை அதிகாரிகள், மற்றும் செல்வம், நாச்சியப்பன் ஆகியோரிடம் ஓர் எழுத்துத் தவறாமல் கூறிமுடித்தார்.

அனைவர் முகமும் மலர்ந்தது.

காவல்துறைத் துணை ஆணையர், போக்குவரத்தை ஒழுங்குபடுத்தப் பிற அதிகாரிகளுக்கு ஆணை பிறப்பித்தார்.

செல்வமும், நாச்சியப்பனும் மகிழ்ச்சிப் பெருக்கில்-

"இன்குலாப்.... இன்குலாப்... இன்குலாப்... ஜிந்தாபாத்..." என வீர முழக்கமிட்டனர்.

பேரணி மெதுவாகக் கலையத் தொடங்கியது. கணவனிடம் கோபித்துக் கொண்டு பிறந்த வீட்டுக்குச் சென்ற மனைவி பிறருடைய சமரசப் பேச்சுக்குப் பிறகு அமைதியடைந்து, நாணத்துடன் மெதுவாகப் புகுந்த வீட்டுக்குள் நுழைவாளே அதைப் போன்று-திருப்பூர் மெல்ல இயல்பு வாழ்க்கைக்குத் திரும்பிக் கொண்டிருந்தது!

38

திருப்பூர்-வாலிபாளையம்-ஹார்வி குமாரசாமித் திருமண மண்டபத்தில் நூற்றுக்கணக்கான பனியன் கம்பெனி முதலாளிகள் திரண்டிருந்தனர். நூற்று இருபது நாட்களுக்கு மேல் நடைபெற்ற பனியன் தொழிலாளர்களின் வேலை நிறுத்தத்தை முடிவுக்குக் கொண்டு வருவதற்கு அவர்கள் முனைப்புடன் கூடியிருந்தார்கள். தென்னிந்தியப் பனியன் உற்பத்தியாளர் சங்கக் கட்டடம் போதுமான இடவசதி இல்லாத ஒன்றாகும். அதனால், மேற்படி திருமண மண்டபத்தில் அனைத்துப் பனியன் உற்பத்தியாளர் சங்கப் பிரதிநிதிகளும் ஒன்று கூடியிருந்தனர்.

திருமண மண்டபத்தின் முன்பு "தென்னிந்தியப் பனியன் உற்பத்தியாளர் சங்கப் பொதுக்குழுக் கூட்டம்" என்ற பதாகை கட்டடப்பட்டிருந்தது.

மண்டபத்திற்குள் முதலாளிகள் பலரும் வரிசையாக நாற்காலிகளில் அமர்ந்திருந்தனர். அனைவருக்கும் பழச்சாறு வழங்கப்பட்டுக் கொண்டிருந்தது.

மேடையில் 'சைமா' தலைவர், துணைத் தலைவர், செயலாளர், பொருளாளர் என நால்வரும் வீற்றிருந்தனர். தலைவரின் முகம் இறுக்கமாகக் காணப்பட்டது. தலைவர் பேசுவார் என்ற அறிவிப்பையொட்டி 'சைமா' தலைவர் மைக் அருகே வந்தார்.

"அனைவருக்கும் வணக்கம். 120 நாட்களுக்கு மேல் நடைபெற்று வந்த பனியன் தொழிலாளர் வேலை நிறுத்தம் முடிவுக்கு வர இருக்கிறது. நம்முடைய தமிழ்நாடு அரசும் அவர்களுக்குச் சாதகமாகவே அரசு ஆணை வழங்கியிருக்கிறது. பதினாறு அம்சக் கோரிக்கைகளில் பத்து அம்சங்களை நாம் நிறைவேற்ற வேண்டிய கட்டாயத்தி லிருக்கிறோம்.. மீதி ஆறு அம்சங்கள் ஆய்வுக்காக எடுத்துக் கொள்ளப் பட்டுள்ளன...

நாளை கோவை கலெக்டர் அலுவலத்தில்... தொழிலாளர் நல அமைச்சர் முன்னிலையில் இந்த ஒப்பந்தம் கையெழுத்தாக உள்ளது... இதை நீங்கள் நன்றாக அறிவீர்கள்... ஒன்றை மட்டும் இங்கே வந்திருக்கும் பனியன் அதிபர்கள் நன்றாகப் புரிந்து கொள்ள வேண்டும்... இப்படியே தொழிலாளர்கள் கேட்கும் அனைத்து உரிமைகளையும் நாம் தந்து கொண்டே இருப்போமேயானால் நாளை பனியன் தொழில் என்பது திருப்பூரை விட்டே ஓடிப்போய் விடும்... நாம் அனைவரும் பிச்சைக்காரர்கள் ஆகி விடுவோம்... இது என் தனிப்பட்ட கருத்து... உங்கள் அனைவரின் வற்புறுத்தலுக்காகவும்தான் நாளைய தினம் நான் ஒப்பந்தத்தில் கையெழுத்திடுகிறேன்... சிந்தித்துச் செயல்படுங்கள்... இப்பொழுது நன்றியுரையை முத்தையா செய்திடுவார்... வணக்கம்...” சுருக்கமாகத் தன் பேச்சை முடித்துக் கொண்டார் பனியன் அதிபர் சங்கத் தலைவர்.

இப்பொழுது முத்தையா ‘மைக்கைப்’ பிடித்தான்

“நண்பர்களே... நன்றியுரை கூறுவதற்கு முன்பு சில கருத்துக்களை உங்கள் முன்பு வைக்க விரும்புகிறேன்... இங்கே பேசிய நம் சங்கத் தலைவருடைய பேச்சில் ஏதோ ஒரு வருத்தம் உள்ளடங்கி இருக்கிறது... தலைவர் மட்டுமல்ல... யாரும் எதற்காகவும் வருத்தமோ, அச்சமோ கொள்ள வேண்டிய தேவையில்லை... இறைக்கிற கிணறுதான் ஊறும் என்று சொல்லுவார்கள்... நம்முடைய தொழிலாளர்களுக்கு அவர்கள் கேட்கும் நியாயமான உரிமைகளை நாம் வழங்கினால் முதலாளி-தொழிலாளி உறவு வலுவாகும்... இன்னும் பன்மடங்கு உற்பத்தியை நாம் பெருக்கலாம்... பெரிய இலாபமும் சம்பாதிக்கலாம்... தொழிலாளிகள் ஒன்றும் தங்கள் ஆடம்பரத் தேவைகளுக்காகப் போராடவில்லை... 16 அம்சக் கோரிக்கைகளில் உள்ள நியாயத்தை நாம் புரிந்து கொள்ள வேண்டும்... புரிந்து கொண்டதால்தான் ஸ்டிரைக் முடிகின்ற தருணத்தை அடைந்திருக்கிறது... தலைவர் தன் பேச்சிலே

பனியன் தொழில் அழிந்துவிடும் எனக் குறிப்பிட்டார்... நான் தெளிவாகச் சொல்லுகிறேன்... பனியன் தொழில் ஒரு போதும் திருப்பூரை விட்டு அழியாது... யாரும் அழிக்கவும் முடியாது... அதற்குக் காரணம் என்ன தெரியுமா?... ஆண்டுக்கு 2500 கோடி ரூபாய் அந்நியச் செலாவணியை ஈட்டித் தரும் நகரம் இது! உள்நாட்டுத் தேவைக்காக ஆண்டுக்கு 500 கோடி ரூபாய்க்குச் சரக்குகளை உற்பத்தி செய்யும் நகரமிது! எப்படி இந்தத் தொழில் அழியும்? நாற்பது விழுக்காடு பனியன் நிறுவனங்கள் வடஇந்திய முதலாளிகளால் திருப்பூரில் நிறுவப்பட்டுள்ளது... ஏன்? இந்தியத் திருநாட்டிலுள்ள நகரங்களிலேயே உழைப்பின் விலை மிகமிக மலிவாகக் கிடைப்பது நம் திருப்பூரிலேதான் என்பதை மறந்து விடாதீர்கள்! பனியன் துணிகளைச் சலவைக்கேற்ற வகையில் தயார் செய்யக்கூடிய நிலத்தடி நீர் திருப்பூரில் மட்டுமே உள்ளது... வேறெந்த ஊரிலும் இது போன்ற தரமான நிலத்தடி நீர் கிடைப்பதில்லை... அதுமட்டு மல்ல... நமது திருப்பூர் தென்மேற்கு மலைத் தொடரைச் சார்ந்துள்ளது... அந்தப் பகுதியில் இருந்து அறுபது விழுக்காடு ஈரப்பதக் காற்று திருப்பூரில் வீசுகிறது... அதனால்தான் துணி அறவு செய்யப்படும் பொழுது நூல் அறுபடுவதில்லை! இதுபோன்ற காரணங்களால்தான் திருப்பூரில் பனியன் தொழில் அழிவதில்லை... என்றும் அழியாது... இந்த உலகில் தோன்றிய எந்தப் பொருளும் அழியாது! மாற்றத்தைப் பெறும்! இது அறிவியல்... கடைசியாக ஒன்னு, இங்கே வீற்றிருக்கும் முதலாளிகள் பலரும் ஒரு காலத்தில் பனியன் கம்பெனிகளில் தொழிலாளிகளாகப் பணியாற்றியவர்கள்... இது மெய்யியல்... தொழிலாளர்கள் நடத்திய போராட்டத்தில் அதாவது 16 அம்சக் கோரிக்கைகளில் பத்துக் கோரிக்கைகள் வென்றுள்ளது... இது அவர்களுடைய வெற்றி மட்டுமல்ல... நம் அனைவருக்கும் கிடைத்த ஒட்டுமொத்த வெற்றி... இது நடப்பியல்! கூட்டத்தில் கலந்து கொண்ட தலைவர் உள்ளிட்ட அனைத்துப் பனியன் அதிபர்களுக்கும் என் நெஞ்சார்ந்த நன்றிகள்..." முத்தையா தெளிவாகப் பேசி முடித்தான்.

'சைமா' தலைவர் கைக்குட்டையால் முகத்தில் பூத்த வியர்வையைத் துடைத்துக் கொண்டார்.

பல பனியன் அதிபர்கள் முத்தையாவின் கரங்களைப் பற்றி நன்றி தெரிவித்தனர். கூட்டம் கலைந்தது.

39

கோயமுத்தூர் மாவட்டாட்சியர் அலுவலகம். கூட்ட அரங்கில் தமிழ்நாடு அரசின் தொழிலாளர் நல அமைச்சர், திருப்பூர்த் தொகுதி சட்டமன்ற உறுப்பினர், பனியன் அதிபர் சங்கத் தலைவர் மற்றும் சில பனியன் அதிபர்கள் பிறகு பனியன் தொழிலாளர் சங்கத்தின் சார்பில் சுப்பையா, செல்வம், நாச்சியப்பன், மாவட்டத் தொழிலாளர் நல அலுவலர், மாவட்டாட்சியர் எனப் பலரும் கூடியிருந்தனர். கூட்ட அரங்கிற்கு வெளியே பல்வேறு பத்திரிகைகளைச் சார்ந்த நிருபர்கள் ஆர்வமுடன் காத்துக் கொண்டிருந்தனர்.

மாண்புமிகு தொழிலாளர் நல அமைச்சர் பேசினார்:

"கிட்டத்தட்ட நூற்றி இருபது நாட்களுக்கு மேலே நடைபெற்ற திருப்பூர் பனியன் தொழிலாளர் சங்கத்தினர் நடத்திய 16 அம்சக் கோரிக்கைகள் தொடர்பான வேலை நிறுத்தம் மாண்புமிகு முதலமைச்சரின் அறிவுறுத்தலுக்கேற்ப முடிவை எட்டியுள்ளது... இதற்காக நாம் அனைவரும் முதலமைச்சருக்குப் பெரிதும் கடமைப்பட்டிருக்கிறோம்... திருப்பூரின் பொருளாதாரத்தை மட்டுமல்ல... மாநிலத்தின் பொருளாதாரத்தையே பாதிக்கக்கூடிய வகையில் நடைபெற்ற இந்த வரலாற்றுச் சிறப்புமிக்க போராட்டம், 16 அம்சக் கோரிக்கைகளை முன் வைத்துப் போராடியது... அவற்றுள் பத்துக் கோரிக்கைகள் எவ்வித நிபந்தனையுமின்றி பனியன் அதிபர் சங்கத்தால் ஏற்கப்படுகிறது... மீதி ஆறு கோரிக்கைகள் கொள்கை அளவில்

ஏற்கப்பட்டு... அரசினுடைய ஆய்வுக்கு விடப்பட்டுள்ளது... மாவட்டாட்சியர் தலைமையிலுள்ள குழுவினர் இது குறித்து ஓராண்டுக்குள் அரசுக்கு அறிக்கை தாக்கல் செய்வார்கள்... வருகின்ற திங்கட்கிழமை யிலிருந்து திருப்பூரிலுள்ள அனைத்துப் பனியன் கம்பெனிகளும் இயங்கத் தொடங்கும்... சரியாகச் சொல்லப் போனால் 127 நாட்கள் நடைபெற்ற வேலை நிறுத்தம் விலக்கிக் கொள்ளப்படுகிறது... இப்பொழுது மாவட்ட நல அலுவலர் அவர்கள், பனியன் அதிபர் சங்கமும், பனியன் தொழிலாளர் சங்கமும் ஆக இவ்விரு பிரிவினரும் ஒரு மனதாக ஏற்றுக் கொண்ட பத்துக் கோரிக்கைகள் நிறைவேற்றத்திற்கான ஒப்பந்த விவரத்தை வாசிப்பார்... அதன்பிறகு என் முன்னிலையில் இரு தரப்பைச் சார்ந்த பொறுப்பாளர்களும் கையெழுத்திடுவார்கள்..." அமைச்சர் பேசி முடித்தார்.

இப்பொழுது, மாவட்டத் தொழிலாளர் நல அலுவலர் ஒப்பந்த விவரத்தைப் படித்தார்:

"...... திருப்பூர் பனியன் தொழிலாளர் சங்கம் 1984 ஆம் ஆண்டு ஆகஸ்ட் 19 ஆம் நாள் முதல் காலவரையற்ற வேலை நிறுத்தத்தை நடத்தியது... 16 அம்சக் கோரிக்கைகளை முன் வைத்து நடத்திய இந்தப் போராட்டம் முதலமைச்சரின் கவனத்திற்குக் கொண்டு வரப்பட்டது... முதலமைச்சரும், தொழிலாளர் நல அமைச்சரும், அரசுத்துறைச் செயலாளர்களும் விரிவாக மேற்காணும் கோரிக்கைகளை ஆய்வு செய்து- அவற்றிலுள்ள நியாயத்தை உணர்ந்து-பத்துக் கோரிக்கைகளை மட்டும் உடனடியாக நடைமுறைப்படுத்தப் பனியன் அதிபர் சங்கத்திற்கு ஆணை பிறப்பித்தனர்... அதை பனியன் அதிபர் சங்கமும், பனியன் தொழிலாளர் சங்கமும் ஒரு மனதாக ஏற்றுக் கொண்டது... ஏற்றுக் கொண்ட கோரிக்கைகள் விவரம் வருமாறு-பஞ்சப்படி வழங்குதல், ஓவர்டைம் வேலை பார்க்கும் பனியன் தொழிலாளிக்கு உணவுப்படி வழங்குதல், இஎஸ்ஐ திட்டம், வைப்பு நிதித் திட்டம், ஓய்வு வயது ஐம்பத்தெட்டாக

நிர்ணயித்தல், ஓய்வூதியம் வழங்குதல், பணிக்கொடை வழங்குதல், அடையாள அட்டை, குழந்தைத் தொழிலாளர் களைப் பனியன் கம்பெனிகளில் பணியாற்றத் தடை விதித்தல், அனைத்து அரசு விடுமுறைகளுக்கும் சம்பளத்துடன் கூடிய விடுமுறைகளை வழங்குதல் என இந்தப் பத்துக் கோரிக்கைளை எவ்வித நிபந்தனையுமின்றித் தென்னிந்தியப் பனியன் உற்பத்தியாளர் சங்கத்தால் ஏற்கப்படுகிறது... மீதமுள்ள ஆறு கோரிக்கைகளான-வாடகைப்படி, பயணப்படி, சாயப் பட்டறைக் கழிவுகளைச் சுத்திகரிப்புச் செய்தல், தொழிலாளி யின் அடிப்படைச் சம்பள நிர்ணயம், பணிப்பாதுகாப்பு, பனியன் தொழிலாளர் நல வாரியம் உருவாக்குதல் என இந்த ஆறு கோரிக்கைகளையும் கோயமுத்தூர் மாவட்டாட்சியர் தலைமையிலான குழுவினர் முறையாக ஆய்வு செய்து ஓராண்டுக்குள் அரசுக்கு அறிக்கை வழங்குவார்கள்...” இவ்வாறு படித்து முடித்தார் மாவட்டத் தொழிலாளர் நல அலுவலர்.

கூட்ட அரங்கிலிருந்த அனைவரும் கைகொட்டி இதற்குத் தங்கள் ஆதரவைத் தெரிவித்துக் கொண்டனர்.

தட்டச்சு செய்யப்பட்ட ஒப்பந்தப் படிவங்களில் பனியன் அதிபர் சங்கத் தலைவரும், தொழிலாளர் சங்கத்தின் சார்பில் சுப்பையாவும் கையெழுத்திட்டனர். இருவரும் கை குலுக்கி வணக்கம் செலுத்திக் கொண்டனர்.

பனியன் அதிபரும், சுப்பையாவும் மாண்புமிகு தொழிலாளர் நல அமைச்சருக்கு ஆளுக்கொரு பொன்னாடை அணிவித்துத் தங்களின் நன்றியையும், மகிழ்ச்சியையும் வெளிப்படுத்திக் கொண்டனர்.

கூட்ட அரங்கை விட்டுச் சுப்பையாவும், மற்றவர்களும் வெளியே வந்தனர். நிருபர்கள் சுப்பையாவைச் சூழ்ந்து கொண்டனர்.

“இந்த ஸ்டிரைக் வெற்றி அடைஞ்சதைப் பத்தி என்ன நெனைக்கறீங்க?” ஒரு நிருபர் இவ்வாறு வினா தொடுத்தார்.

"திருப்பூர் பனியன் தொழிலாளர் சங்கத்தின் ஒற்றுமைக்கும், அவங்க போராட்டக் குணத்துக்கும் கெடைச்ச வெற்றி..." சுப்பையா பதிலளித்து விட்டுச் செல்வமும், நாச்சியப்பனும் பின்தொடர- அங்கே மரத்தடியில் கூடியிருந்த தொழிலாளத் தோழர்களைப் பார்க்க நடந்தான்.

இப்பொழுது ஒரு நிருபர் பனியன் அதிபர் சங்கத் தலைவரிடம்,

"இந்த ஸ்டிரைக் பத்தி உங்க கருத்து என்ன..." எனக் கேட்டார்.

"நான் எதுவும் சொல்ல விரும்பல்லே... ஆனா... ஒண்ணை மட்டும் தெளிவாச் சொல்லுறேன்... இனிமே திருப்பூர் பனியன் தொழிலை அந்தக் கொங்கணகிரி முருகப் பெருமான்தான் காப்பாத்தணும்..." என்று சொல்லி விட்டு வேகமாகப் போய் விட்டார்.

சுப்பையாவைக் கண்டதும் தொழிலாளர்கள் பெரிதும் மகிழ்வும், புத்துணர்வும் அடைந்தார்கள். அதன் விளைவாகச் சிலர் சுப்பையாவைச் சூழ்ந்து கொண்டு-

"சுப்பண்ணா வாழ்க..." என முழக்கமிட்டார்கள். இப்பொழுது சுப்பையாவின் முகத்தில் மெல்லிய கோபம் கோலமிட்டது! இந்த நெருக்கடியில் ஒரு தோழர் சுப்பையாவுக்கு ரோஜாப் பூ மாலை ஒன்றை அணிவித்தார். சுப்பையா மாலையைக் கழற்றிக் கையில் வைத்துக் கொண்டு,

"தோழர்களே... தயவு செய்து எனக்கு வாழ்த்துச் சொல்ல வேண்டாம்... இது தனிப்பட்ட ஒருவனுக்குக் கிடைத்த வெற்றியல்ல... நம் சங்கத்திற்குக் கிடைத்த வெற்றி... எந்த ஒரு போராட்டமும் குறிப்பிட்ட சிலரால் முன்னெடுத்துச் செல்லப்படுகிறது... ஆனால், அதற்குப் பின்புலமாக இருப்பவர்கள் தோழர்களாகிய நீங்களே... எனவே இந்த வெற்றியை உழைப்பாளி வர்க்கத்திற்குக் கிடைத்த வெற்றியாக நினைப்பவன்தான் சங்கவாதி! தனக்குக் கிடைத்த வெற்றியாக நினைத்தால் அவன் சந்தர்ப்பவாதி!! தயவு செய்து எனக்குப்

புகழாரம் சூட்ட வேண்டாம்... இது போன்ற மலர் மாலைகளையும் அணிவிக்க வேண்டாம்... வீணான ஆடம்பரம் ஒரு சங்கவாதிக்குக் கூடாது... இந்த நேரத்தில் ரஷ்ய நாட்டுக் கவிஞன் மயாகாவஸ்கி இயற்றிய ஒரு கவிதையை இங்கே சுட்டிக் காட்டுவது பொருத்தமாக இருக்குமென நம்புகிறேன்... தோழர்களே,

அந்தக் கவிதை இதுதான்: .

பசித்தோர்க்கு நல்லுணவும்
பாடுபட்டு உழைத்தும்
நசித்துப்போன விவசாயக்
குடிகளுக்கு விளைநிலமும்
போர்புரியும் வீரருக்கும்
பொதுமக்கள் யாவருக்கும்
சீர்மலிந்த சமாதானம்
சிந்திக்கச் செய்திடுவோம்...

தோழர்களே... இந்தக் கவிதையின் பொருள் புரிகிறதா உங்களுக்கு? உழைக்கும் வர்க்கத்திற்கு அவர்களின் நியாயமான உரிமைகள் வழங்கப்படும் பொழுதுதான் மனித சமூகத்தில் அமைதி நிலவும் என்பதே அதன் பொருளாகும்... வரையறுத்துச் சொல்லப் போனால் வருகின்ற ஞாயிற்றுக்கிழமை வரை 127 நாட்கள் நம்முடைய வேலைநிறுத்தம் நடைபெற்றுள்ளது... திருப்பூரிலுள்ள அனைத்துக் கம்பெனிகளும் திங்கட்கிழமை முதல் செயல்படத் தொடங்கும்... உழைப்போம்... உரிமை களுக்காகப் போராடுவோம்... இதுவே நம் குறிக்கோள்... சென்று வாருங்கள்..." சுப்பையா இவ்வாறு பேசி முடிக்கும் பொழுது அவன் கண்களில் நீர் பெருகியது! கூட்டம் கலையத் தொடங்கியது.

துண்டினால் முகத்தைத் துடைத்துக் கொண்டான் சுப்பையா. கூட்டம் முழுவதுமாக வெளியேறும் வரை அவர்களையே கண் இமைக்காமல் பார்த்துக் கொண்டிருந்தான்.

"சுப்பண்ணா... திருப்பூர் போக டாக்ஸி ஏற்பாடு பண்ணட்டுமா?" செல்வம் தயக்கத்துடன் சுப்பையாவைக் கேட்டான்.

"எதுக்கு செல்வம் வீண் செலவு? கோயமுத்தூரிலேர்ந்து அஞ்சு நிமிஷத்துக்கு ஒரு பஸ் திருப்பூருக்குப் போவுது... ஒரு மணி நேரப் பயணம்.. இதுக்கு எதுக்கு டாக்ஸி... வேண்டாம்ப்பா..." திட்டவட்டமாக மறுத்தான் சுப்பையா.

"சரி சுப்பு... டாக்ஸி வேண்டாம்... இங்கிருந்து பஸ் ஸ்டாண்டு போறதுக்கு ஆட்டோ ரிக்‌ஷாவாவது ஏற்பாடு பண்ணறோம்... அதுக்காவது நீ ஒப்புக்கணும்..." என்றார் நாச்சியப்பன்.

"சரி... சரி... ஏற்பாடு பண்ணுங்க..." என்று சொன்ன சுப்பையா திடீரென்று நிலை தடுமாறிக் கீழே விழப் போனான். செல்வமும், நாச்சியப்பனும் பதறியவாறு அவனைப் பிடித்துக் கொண்டார்கள். செல்வம் இதமாகச் சுப்பையாவைத் தன் தோள்மீது சாய்த்துக் கொண்டான். சுப்பையாவின் கண்கள் மூடியிருந்தன. அவன் உடல் முழுக்க வியர்வைத் துளிகள்!

"சுப்பண்ணா... சுப்பண்ணா... என்னாச்சு உங்களுக்கு?..." அழுதவாறு கூவினான் செல்வம்.

மெதுவாகக் கண் திறந்தான் சுப்பையா. குடிப்பதற்குத் தண்ணீர் கேட்டுச் சைகை செய்தான். நாச்சியப்பன் வேகமாக ஓடினார். அங்கிருந்த மரத்தடிக்குக் கைத்தாங்கலாகச் செல்வம், சுப்பையாவை அழைத்துச் சென்று தன் மடியில் சுப்பையாவின் தலையைக் கிடத்தினான். அவனது கை, கால்களை இதமாகப் பிடித்து விட்டான்.

நாச்சியப்பன் ஒரு கையில் தண்ணீர்ச் சொம்புடனும், இன்னொரு கையில் தேநீர் டம்ளருடனும் அவர்கள் முன்பு தோன்றினார். சுப்பையாவின் முகத்தில் சிறிது தண்ணீரைத் தெளித்த நாச்சியப்பன், அவன் மெதுவாக எழுந்து உட்கார உதவினார்.

"சுப்பு... என்ன சாமி ஆச்சு உனக்கு... ஒரு நிமிஷம் எங்களைப் பதற வச்சிட்டியே கண்ணு..." நாச்சியப்பன் கண்கலங்கச் சுப்பையாவின் கன்னத்தைத் தடவியவாறு கேட்டார்.

"அண்ணே... பயப்படாதீங்க... எனக்கு ஒண்ணும் இல்லே... இந்தப் பத்துப் பதினஞ்சு நாளா ஜெயில்லே சரியான தூக்க மில்லே... கொசுக்கடி வேறே... அப்புறம்... காலையிலேர்ந்து ஒரு ஆகாரமும் எடுக்கல்லே... அந்தக் களைப்புத்தான்... ஒரே படபடப்பா இருந்துச்சு... அப்படியே சாஞ்சிட்டேன்..." சாதாரணமாகப் பேசினான் சுப்பையா. ஆனால், செல்வமும், நாச்சியப்பனும் அமைதி அடையவில்லை.

"என்னண்ணே இப்பிடிச் சர்வ சாதாரணமாச் சொல்லுறீங்க... நாங்க அப்பிடியே ஆடிப் போயிட்டோம்... ஒங்க ஒடம்பு வேறெ வேர்வையிலே நனைஞ்சு போச்சு... என்னமோ ஏதோன்னு... நடுங்கிப் போயிட்டோம்... மொதல்லே டாக்டரு கிட்டே போவலாம் அப்புறமா... திருப்பூருக்கு..." செல்வம், சுப்பையாவின் கைகளைப் பற்றியவாறு கெஞ்சினான்.

"எனக்கு ஒண்ணும் இல்லே செல்வம்... இப்போதைக்கு நான் சாக மாட்டேன்... அப்பிடியே செத்தாலும் சங்கத்தைத் தூக்கி நிறுத்த நீயும், நாச்சியண்ணனும் இருக்கறீங்க... அப்புறம் எனக்கென்ன கவலை..." சுப்பையா இப்படிச் சொன்னதும் நாச்சியப்பன்-

"இப்பிடியெல்லாம் பேசாதே சுப்பு... மொதல்லே டாக்டருக்கிட்டே உன்னைக் கொண்டு போயிக் காட்டணும்.. எந்திரி... போலாம்..." இவ்வாறு கண்டிப்புடன் பேசினார்.

"நாச்சியண்ணே... சொன்னாக் கேளுங்க... என் ஒடம்புக்கு ஒண்ணும் இல்லே... சும்மா பயப்படாதீங்க.. பசி மயக்கந் தான்... ஆட்டோவைக் கூப்புடுங்க.. பஸ் ஸ்டாண்டுக்குப் போலாம்... அப்புறம் திருப்பூரு..." சுப்பையா கண்டிப்புடன் சொன்னான்.

"வச்சாக் குடுமி... செரைச்சா மொட்டைங்கறதுதான் உம் பேச்சு... எங்க பேச்சைக் கேக்கவா போற... சரி... டாக்டரு ஊட்டுக்குத்தான் வேண்டாம்... போயி நாம மூணு பேரும் வயித்துக்கு நல்லாச் சாப்புடலாம்... எந்திரி..." இதுவும் நாச்சியப்பன்.

"சாப்புடலாம் நாச்சியண்ணே... ஆனா... ஒரு திருத்தம்..." என்றான் சுப்பையா.

"அதென்னப்பா திருத்தம்.... சாப்பாட்டுலே கூட முதலாளித் துவச் சாப்பாடு... தொழிலாளித்துவச் சாப்பாடுன்னு அடிக்கடி பேசுவியே... அந்தத் தயிர்ச் சோறும், ஊறுகாயுமா..." நாச்சியப்பன் எரிச்சலுடன் கேட்டார்.

"நான் ஒண்ணும் அந்த அளவுக்குக் கொடுமைக்காரன் இல்லே... திருப்பூருக்குப் போவோம்... புஷ்பா தியேட்டர் கிட்டே பஸ்சு நிக்கும்... அங்கிருந்து கொஞ்ச தூரம் நடந்தா... பத்திர காளியம்மன் கோயிலுக்குப் பின்னாடி டிப்டாப் ஓட்டல் இருக்குது... அங்கே போயி நாம மூணு பேரும் பிரியாணியே சாப்புடலாம்... மட்டன் பிரியாணியும், சில்லி சிக்கனும் படு சூப்பரா இருக்கும்... என்ன சரியா?..." சுப்பையா அவர்களை நோக்கிக் கேட்டான்.

செல்வமும், நாச்சியப்பனும் ஒருவர் முகத்தை ஒருவர் பரிதாபமாகக் கண்டு கொண்டார்கள்.

"சுப்பண்ணா... டிப்டாப் ஓட்டல்லே எல்லாமே நல்லா இருக்கும்.. அதிலேயும் இட்லிக்கும், தோசைக்கும் அவன் குடுக்கற கெட்டிச் சட்னியும், வெங்காயச் சாம்பாரும்.. அமிர்தமோ அமிர்தம்..." நாக்கைச் சப்புக் கொட்டினான் செல்வம்.

"இன்னொன்னு சொல்ல மறந்துட்டியே செல்வம்...! புரோட்டா ரெண்டைப் பிச்சுப் போட்டு... அந்தச் சர்வரு குருமாவை அது மேலே ஊத்துவான் பாரு... நான் நாலு புரோட்டாவைத்

தின்னுட்டு.. அப்பிடியே அந்தக் குருமாவை ஒரு டம்ளருலே ஊத்திக் குடிப்பேன் பாரு... ஆ... அதுக்கு மேலே எதுவுமே இல்லே...” நாச்சியப்பன், செல்வத்தின் பேச்சுக்கு இசைந்து கொடுத்தார். சுப்பையா மகிழ்ச்சியுடன் சிரித்தவாறு-

“அப்பா... இப்பத்தான் எனக்கு நிம்மதி... எவ்வளவு நாளாச்சு... இவ்வளவு சந்தோஷமாப் பேசி... சரி... ஆட்டோ ரிக்ஷாவைக் கூப்புடு செல்வம்... காந்திபுரம் பஸ் ஸ்டாண்டுக்குப் போலாம்...” சுப்பையா குதூகலமாகப் பேசினான்.

“ஒரு நிமிஷம் இருங்கப்பா... இந்த டீ டம்ளரையும், சொம்பையும் அந்த டீக்கடைக்காரன்கிட்டே குடுத்துட்டு வர்றேன்... இல்லேன்னா... அவன் ஏதாவது புகார் மனு போலீசுலே குடுத்துடப் போறான்...” என்ற நாச்சியப்பன் நீர்ச் சொம்பையும், தேநீர் டம்ளரையும் தூக்கிக் கொண்டு ஓடினார்.

சுப்பையாவும், செல்வமும் இதைக் கேட்டு மனம் விட்டுச் சிரித்தார்கள்.

40

“இதுதாங்க அவன் வாழ்க்கை... ஒரு போராளி இன்னும் சொல்லப் போனா ஒரு பொதுவுடைமைவாதி எப்படிச் சொல்லுக்கும், செயலுக்கும் முரண்பாடில்லாம வாழணுங்கற துக்கு என் சுப்பையாதான் சரியான எடுத்துக்காட்டு... 16 அம்சக் கோரிக்கையை மையப்படுத்தி... அவன் நடத்துன பல போராட்டங்கள்தான் வெற்றியைத் தேடிக் குடுத்துச்சு... மூணு மாசத்துக்கு முன்னாலேதான் இந்த ஒப்பந்தம் கையெழுத் தாச்சு... அது மட்டுமில்லே... இந்த மூணு மாசமாத்தான் பனியன் தொழிலாளிங்க... ஏன்? எங்க மாதிரி மொதலாளிங்க கூட நிம்மதியாத் தொழில் பண்ணிக்கிட்டு வந்தோம்... அதுக்குள்ளே இவன் போய்ச் சேந்துட்டானே... செல்வமும்,

நாச்சியப்பனும் போன வாரந்தான் சுப்பையாவோட உடல்நிலையைப் பத்தி எங்கிட்டேச் சொன்னாங்க... அவனைச் சென்னைக்கு அழைச்சிக்கிட்டுப் போயி மருத்துவம் பாக்கணும்ன்னு சொல்லிக்கிட்டிருந்தேன்... அதுக்குள்ளே இப்பிடிப் போயிட்டானே..." இஸ்மாயில் சுப்பையாவின் வாழ்வியல் வரலாற்றை, மலரும் நினைவுகளாகப் பத்திரிக்கை நிருபரிடம் பகிர்ந்து கொண்டவன் மீண்டும் கதறியழுதான். அப்பொழுது- "மாமா..." என்று அலறியவாறு முத்தையா இஸ்மாயிலை நோக்கி வேகமாக வந்தான். கமலியும், சிறுவன் மார்க்சைத் தூக்கியவாறு குன்னானும் சங்கக் கட்டடத்திற்குள் குமுறும் நெஞ்சுடன் நுழைந்தனர்.

முத்தையாவும், இஸ்மாயிலும்-கமலியும், வள்ளியும் என ஒருவரையொருவர் கட்டிப்பிடித்துக் கொண்டு கதறி அழுதனர்.

குன்னான் சிறுவன் மார்க்சை அழைத்துக் கொண்டு போய் சுப்பையாவின் உடலருகே நின்றான்.

"மார்க்சு கண்ணு... உங்க மாமாவைப் பாருடா சாமி... நம்மளை யெல்லாம் அனாதையாக்கிப் போட்டுப் போயிட்டாருப்பா... இனிமே நமக்கு யாரு இருக்காருடா கண்ணு... பட்டுக் கோட்டைக் கல்யாணசுந்தரம் பாட்டை அடிக்கடி என்னைப் பாடச் சொல்லிக் கேப்பியே... மவராசா... என் தர்ம தொரை... அதெல்லாம் உன்னை இந்தப் பாடையிலே வச்சுப் பாடறதுக்குத்தானா சாமி... என் தெய்வமே.. தெய்வமே... அதுக்குத்தான் அன்னிக்கி எங்கிட்டே வாக்குறுதி கேட்டீங்களா தொரை... உங்களுக்குத் குடுத்த வாக்குறுதி இப்பிடி உங்களுக்கு வாக்கரிசி போடறாப்பலே ஆயிருச்சே அய்யா..." என்றெல்லாம் புலம்பிய குன்னான் தன்னிரு கைகளாலும் நெஞ்சில் அடித்துக் கொண்டு அழுதான்.

சிறுவன்-மார்க்ஸ் அவன் அழுவதைக் கண்டு இவனும் வீறிட்டழுதான். கமலியும், வள்ளியும் மார்க்சைக் கட்டிப் பிடித்துக் கொண்டு ஒப்பாரியிட்டு அழுதனர். இஸ்மாயிலும்,

முத்தையாவும் வெறித்த பார்வையுடன் கண்ணீர் வழியச் சுப்பையாவின் உடலையே பார்த்துக் கொண்டு அமர்ந்திருந்தனர்.

சங்கக் கட்டடத்திற்கு வெளியே தாரை, தப்பட்டை, கொம்பு முழங்க இழவுப் பாடல்களைப் பாடியவாறு பலரும் ஆடிக் கொண்டிருந்தனர். செல்வமும், நாச்சியப்பனும் வெறி பிடித்த வாறு, மாரடித்துக் கொண்டு இந்நிகழ்வுக்கு முன்னிலையாக ஒப்பாரிப் பாடலைப் பாடிக் கொண்டும், ஆடிக் கொண்டும் இருந்தார்கள்.

திருப்பூர்த் தொகுதி சட்டமன்ற உறுப்பினரும், பனியன் அதிபர் சங்கத் தலைவரும் ஒன்றாக வந்தனர். சுப்பையாவின் உடலுக்கு மாலையணிவித்து விட்டுக் கண்கலங்கினார்கள்.

முத்தையாவின் கைகளைப் பற்றிக் கொண்ட பனியன் அதிபர் சங்கத் தலைவர்,

"முத்தையா... எனக்கு எப்பிடி ஆறுதல் சொல்றதுண்ணே தெரியல்லேப்பா... போராட்டம் முடிஞ்சு மூணு மாசந்தானேப்பா ஆச்சு... அதுக்குள்ளே போயிட்டானே... ஒண்ணு மட்டும் மனந்திறந்து சொல்றேன் முத்து... என்னாலே எத்தனையோ தொல்லைகள் சுப்பையாவுக்கு வந்தது... ஆனா... அந்த உத்தமன் ஒருநாளு கூட என்னைப் பழி வாங்கணும்ன்னு நெனைச்சதே இல்லே... அவ்வளவு பெரிய தங்கமான மனுஷன் அவன்... பொதுவாழ்க்கையிலே ஒரு தலைவன் எப்பிடி நேர்மையா வாழணுங்கறதுக்கு சுப்பையாதான் முன் மாதிரி... நான் தெரிஞ்சோ தெரியாமலோ சுப்பையாவுக்கு ஏதாவது தீமை செஞ்சிருந்தா... தயவு செஞ்சு என்னை மன்னிச்சிருப்பா... என்னை மன்னிச்சிரு... அந்தக் கொங்கணகிரி முருகன் அவன் ஆன்மா சாந்தியடைய வழிகாட்டணும்..." என்று உருக்கமாகப் பேசியவர் வழிந்த கண்ணீரைத் துண்டால் துடைத்துக் கொண்டார்.

இதோ... இன்னும் சிறிது நேரத்தில் சுப்பையா என்கிற சுப்பண்ணாவின் இறுதிப் பயணம் நடைபெறவுள்ளது. தன் வாழ்நாள் முடியும் வரை பனியன் தொழிலாளர்களின் உரிமைகளை வென்றெடுக்க இறுதி வரை போராடிய "உழைக்கும் வர்க்கத்தின் உரிமை மீட்பர்" சுப்பண்ணா இந்தத் திருப்பூர் மண்ணில் எண்ணற்ற போராட்டங்களையும், ஊர்வலங்களையும் நடத்திக் காட்டினான். அவன் நடத்திய பல பேரணிகளை, ஆர்ப்பாட்டங்களை வியப்புடன், விழி விரித்துப் பார்த்த திருப்பூர்ப் பொதுமக்கள், இன்று சுப்பண்ணாவின் இறுதி ஊர்வலம் காணத் தங்களின் கண்ணீர்ப் பூக்களை அவன் காலடியில் சொரிந்து, இதயக் குமுறலுடன் காத்துக் கொண்டுள்ளனர்!

ஓ... இவர்களும் சுப்பையாவின் இறுதி ஊர்வலத்திற்குத் தலைமையேற்க வந்து விட்டார்கள் போல் தெரிகிறதே... கரங்களில் மாலைகளேந்தி வரும் இவர்கள் யார்? திருப்பூர்த் தொழிற்சங்க முன்னோடிகளான தோழர்கள் கே.சுப்பராயன், கே.தங்கவேல், கே.எஸ்.கருப்புச்சாமி ஆகியோரே அவர்கள்! இந்தப் பெருந்தோழர்களின் போராட்டப் பட்டறையில் வார்த்தெடுக்கப்பட்ட வாழ்நாள் போராளியல்லவா நம் சுப்பையா என்கிற சுப்பண்ணா! மேற்காணும் மூவர் சார்பாகத் தோழர் கே.சுப்பராயன் பத்திரிக்கை நிருபர்களிடம் பின்வருமாறு குறிப்பிட்டார்:

"மார்க்சீயத் தத்துவத்தில் தன்னை முழுமையாய் ஈடுபடுத்திக் கொண்ட மாசற்ற போராளி தோழர் சுப்பையாவின் ஆவி அவர் உடலைவிட்டுப் பிரிந்திருக்கலாம்... ஆனால் அந்த ஆவியின் அனல்வீச்சு இங்குள்ள ஒவ்வொரு பனியன் தொழிலாளியின் உயிர் மூச்சிலும் நீக்கமறக் கலந்து - ஏ... தோழனே... நீ உன் உரிமைகளை மீட்டெடுக்க வேண்டுமானால் உன் உதிரத்தைச் சூடாக்கு... அதில் கொந்தளிக்கிற போராட்ட உணர்வுகளை எப்போதும் தடையின்றி வெளிப்படுத்திக் கொண்டேயிரு... அப்பொழுதுதான் நீயும் வாழ்வாய்... இந்தப் பனியன் நகரமும்

இடைவிடாது இயங்கும்! இதையே அவரது மரணம் நம் ஒவ்வொருவருக்கும் உணர்த்துகிறது..." மேற்கொண்டு அவரால் பேச முடியவில்லை. கதறியழுகிறார்.

இறுதியாக, நாடறிந்த நல்லதோர் படைப்பாற்றலைக் கொண்ட எழுத்தாளர்-சுப்ரபாரதிமணியன் நம் சுப்பண்ணாவுக்கு மாலையிட்டு அஞ்சலி செலுத்துகிறார். நிருபர்கள் அவர்களைச் சூழ்ந்து கொள்ளுகின்றனர்.

"நான் கல்லூரியில் படித்திருக்கலாம்... புகழ்பெற்ற பேராசிரியர்கள் பலரிடம் பாடம் கேட்டிருக்கலாம்... ஆனால், தோழர் சுப்பண்ணாவிடம் நான் கற்ற சமூகக் கல்விதான் என்னை எழுதத் தூண்டியது... என் சிந்தனையைக் கூர்மையாக்கிய வாழ்வியல் மேதை சுப்பண்ணா அவர்கள் அடிக்கடி தோழர்களிடம் உச்சரிக்கும் கருத்துக்கள் மூன்று... அவை என்னவென்றால்-நோயில்லாத உடல், அழுக்கில்லாத உள்ளம், கடனில்லாத வாழ்க்கை இவைதான் உழைப்பவனின் குறிக்கோள்களாக இருக்க வேண்டும் என அடிக்கடி வலியுறுத்துவார்... என்னால் மறக்க முடியாத கருத்துக் கருவூலங்கள் அவை... 16 அம்சக் கோரிக்கைகளை மையப்படுத்தி அவர் முன்னெடுத்துச் சென்ற பனியன் தொழிலாளரின் 127 நாள் போராட்டம்... திருப்பூர் உழைக்கும் வர்க்கத்தின் வரலாற்றில் குருதி தோய்த்து எழுதப்பட்ட தியாகச் சித்திர மாகும்..." என முடித்துக் கொண்டார் சுப்ரபாரதிமணியன்.

பல்வேறு மலர்களால் அலங்கரிக்கப்பட்ட ஒரு திறந்த வேனில் சுப்பையாவின் உடல் வைக்கப்பட்டது. செங்கொடி அவன் உடலில் போர்த்தப்பட்டிருந்தது.

இப்பொழுது சுப்பையாவின் இறுதி ஊர்வலம் தொடங்கி விட்டது.

"சுப்பண்ணா... சுப்பண்ணா..." என்று கூடியிருந்த தொழிலாளர் வர்க்கம் தலையிலும், மார்பிலும் அடித்துக் கொண்டு அழுது துடித்தது.

புகழுடம்பு எய்தினார் எனக் கேட்டிருப்போம்... அதன் பொருள் என்ன தெரியுமா தோழர்களே... தனக்காகவும், தன் குடும்பத்திற்காகவும் வாழ்பவனின் இறந்த உடலைத்தான் நாம் "பிணம்" என்று சொல்ல வேண்டும்! எவனொருவன் சமூக நலனுக்காகத் தன்னை அர்ப்பணித்துக் கொண்டு வாழ்ந்து இறக்கிறானோ அவனது உடலை மட்டுமே நாம் "புகழுடம்பு எய்தினார்" எனக் கூறவேண்டும்!!

அடடா... அதற்குள் இறுதி ஊர்வலம் நொய்யலாற்றங்கரை அருகேயுள்ள இடுகாட்டை அடைந்து விட்டது. வாருங்கள்... வாருங்கள்... கடைசியாக ஒரு முறை - அந்தத் தியாக வரலாற்றின் முகவுரையைப் பார்த்து விடலாம்!!

முடிவுரை

1984ஆம் ஆண்டு திருப்பூரில் நடைபெற்ற பஞ்சப்படி உள்ளிட்ட பனியன் தொழிலாளர் போராட்டத்தை முன்னெடுத்துச் சென்ற பெருமை இந்தியக் கம்யூனிஸ்ட் கட்சிக்கும், மார்க்சீயக் கம்யூனிஸ்ட் கட்சிக்கும் உண்டு. இவ்வியக்கங்களின் முன்னணித் தலைவர்களுடைய அர்ப்பணிப்பு சார்ந்த செயல்பாடுகள் என்றும் நன்றியுடன் நினைத்துப் பார்க்க வேண்டியவைகளாகும்.

"பனியன்" நாவலை எழுதி விட்டதால் என்னைப் பொதுவுடைமைக்காரன் என்றோ அல்லது சிவப்புச் சித்தாந்தி என்றோ அல்லது மார்க்சியவாதி என்றோ யாரும் கருதிவிட வேண்டாம். அவ்வாறு சொல்லிக் கொள்ளவும் நான் விரும்பவில்லை. உண்மையைச் சொல்ல வேண்டுமானால் எனக்கு மார்க்சீயத்தைப் பற்றி எதுவும் தெரியாது. அதை ஒரு விஞ்ஞானம் என்று அறிஞர்கள் கூறுகிறார்கள். இந்தச் சமூக அறிவியலை நான் அவ்வப்பொழுது சில நூல்கள் வழியாகவும், அறிஞர்களின் உரைகள் வழியாகவும் சிறிதளவு தெரிந்திருக் கிறேன். எனவே, முழுமையாக மார்க்சீயத்தைப் பற்றி எனக்கு எதுவும் தெரியாது. தெரிந்து கொள்ளவும் விரும்பவில்லை. ஏன்? நான் திருக்குறளை முழுமையாகப் படித்திருக்கிறேன். "வள்ளுவரியம்" ஒன்றே மனித குலச் சிக்கல்களை முற்றிலுமாக நீக்கும் என்று மெய்யாகவே நான் நம்புகிறேன். அதற்காக, மாமுனிவர் மார்க்சை நான் புறந்தள்ளி விட்டதாக நினைக்க வேண்டாம். வள்ளுவராக இருந்தாலும், காரல் மார்க்சாக இருந்தாலும் அவரவர்களுடைய நோக்கில் மனிதகுலச் சிக்கல்களை வென்றெடுக்கப் பாடுபட்டிருக்கிறார்கள்.

இவ்விருவருமே நம் அனைவரின் போற்றுதலுக்கும், மதிப்பிற்கும் உரிய உலகப் பெருஞ்சிந்தனை யாளர்கள்.

ஒரு நிறுவனத்தில் பணியாற்றுபவனாக இருந்தாலும் சரி. சமுதாயத்தில் ஒரு பொறுப்புள்ள குடிமகனாக இருந்தாலும் சரி. எங்கே நீதியும், மனித உரிமைகளும் மறுக்கப்படுகிறதோ அதை எவனொருன் முறியடிக்கப் போராடுகிறானோ அவனையே "மார்க்சீயவாதி" என்று நான் மதிப்பீடு செய்கிறேன். இதற்குப் பெயர் மார்க்சீயம் இல்லையென்றால், நான் மார்க்சீயம் பற்றி எதுவுமே தெரியாத ஞானசூனியமாகவே இருந்து விட்டுப் போகிறேன். இதில் எனக்கு எவ்வித மனச்சோர்வுமில்லை!

மனிதகுலச் சிக்கல்களை நீக்க அல்லது துடைத்தெறிய உலகெங்கும் ஆங்காங்கே பல்வேறு ஞானிகளும், சிந்தனை யாளர்களும் அவரவர் அறிவுத் திறனுக்கேற்பப் பல்வேறு நல்வழிகளை வழங்கியிருக்கிறார்கள். அந்த நல்லவழிகள் மதங்களாகவும், அரசியல் இயக்கங்களாகவும் சூழ்நிலை உருவாக்கிய நெருக்கடிகளுக்கேற்ப வளர்ச்சி பெற்றுள்ளன. கிருஷ்ணர், புத்தர், மகாவீரர், ஏசுகிறிஸ்து, முகம்மது நபி, வள்ளுவர், கன்பூசியஸ், பிளேட்டோ, ஜான் லாக்கே, ரூஸோ, காரல் மார்க்ஸ், காந்தியடிகள் என இவர்களைக் குறிப்பிடுவது தவிர்க்க முடியாததாகும். இந்த மாமனிதர்களின் சிந்தனைகளும், புரட்சிகளும் இன்றுவரை மனிதகுலத்தில் பல்வேறு மாற்றங்களைக் கொண்டு வந்துள்ளன. மேற்காணும் பெரியோர்கள் யாவரும் மனிதத் துன்பங்களை நீக்குவதற்கு, மனிதன் மனிதனாக வாழ்வதற்கு ஏற்ற வழிகளைக் கூறியவர்கள். இதில் மாற்றுக் கருத்துக்கு இடமில்லை.

மேற்காணும் இந்த அறிஞர்களில் என்னைப் பெரிதும் ஈர்த்தவர் வள்ளுவர் மட்டுமே. மற்றவர்களையும் மதிக்கிறேன். கணிதவியலை முதன்மைப் பாடமாகப் படிக்கும் மாணவன், துணைமைப் பாடங்களாக இயற்பியலையோ, வேதி யியலையோ படிக்கிறான் அல்லவா... அது போலத்தான்

இதுவும். "வள்ளுவரியம்" என் முதன்மைக் கொள்கை என்றால், மார்க்சியம் என் துணைமைக் கொள்கை எனக் குறிப்பிடலாம். இதில் எவ்வித முரண்பாடும் இல்லையல்லவா?

வேதனைக்குரிய விதமாக நம் சமூகச் சூழலில் ஓர் அநாகரிமான போக்கு நிலவி வருகிறது. அது யாதெனில்-தாங்கள் பின்பற்றும் மதத்தில் நம்பிக்கை கொண்டவர்கள் பிற மதவாதிகளை ஏளனப்படுத்துவது. குறிப்பிட்ட ஓர் அரசியல் சித்தாந்தத்தைப் பின்பற்றுபவர்கள் பிற அரசியல் கொள்கையாளர்களை அவமானப்படுத்துவது. இவ்விரண்டு பிரிவினருமே மிகப் பெரிய பிற்போக்குத்தனமுடையவர்கள். இவர்களால்தான் சமூகத்தில் குழப்பமும், சிக்கல்களும், வன்கொடுமைகளும் தலையெடுக்கின்றன. தான் பின்பற்றும் மதம் மற்றும் அரசியல் போலவே, பிறர் பின்பற்றும் மதத்தையும், அரசியல் கொள்கைகளையும் நாம் மதிக்கக் கற்றுக் கொள்ள வேண்டும். இதுவே மனிதப் பண்பாட்டின் முதல் படி என்பது என் திடமான கருத்தாகும்.

வள்ளுவரை நம்புகிறவன் மார்க்சை அல்லது அவரது கருத்துக்களைப் போற்றக் கூடாதா? பகவத் கீதையை ஆழமாகப் படித்துணர்ந்தவன், பகுத்தறிவுத்தனம் நிறைந்த பெரியாரியத்தையும் அறிந்து கொள்ளலாமே... இது எப்படி முரணாகும்? தவறாகும்? எனவே, இயல்பான ஒரு மனிதன்-பரந்த அறிவைப் பெற வேண்டும் என விரும்பும் ஒரு மனிதன் மனிதகுல வளர்ச்சிக்குப் பாடுபட்ட அனைத்துப் பெரியோர்களின் சிந்தனைகளையும் நடுநிலையுடன் நன்கு கற்றிருக்க வேண்டும். அதுதான் உண்மையான கல்வி.

திருப்பூர்-உழைக்கும் வர்க்கம் நிறைந்த பாட்டாளிகளின் பூமி. அங்கு காணப்படும் (அவ்வப்பொழுது ஓடும்) நொய்யலாற்றிலுள்ள நீர்த்துளிகளின் அளவைவிட, பனியன் தொழிலாளர்கள் சிந்திய வியர்வைத் துளிகளின் கொள்ளளவு அதிகமானது! உழைப்பவர்கள் இருக்கும் இடத்தில் செங்கொடிகள் உயர்வது இயற்கையல்லவா? பல்வேறு அரசியல் கட்சிகள் அங்கு

கொடிகட்டிப் பறந்தாலும், தொழிலாளர் போராட்டக் களங்களில் செங்கொடிகளுக்கு ஒரு வீரமும், வலிமையும் உண்டு. இந்த நாவலில் சித்திரிக்கப்படும் போராட்டத்தில் இதன் வீரியத்தை நான் தெளிவாக உணர்த்தியுள்ளேன்.

"பனியன்" நாவலின் நாயகன் சுப்பையா. இவன் போராட்டத்தின் தலைமகன். பொதுநல வாழ்வில் நுழைய விரும்புகிறவர்களுக்கு இவனே நுழைவாயில்! தியாகமும், தடம் மாறாத திடமான கொள்கையும் இவனுடைய இரண்டு கண்கள். போர்க்குணமே இவனது உயிர்மூச்சு. ஒரு தொழிற்சங்கவாதி எவ்வாறு இருக்க வேண்டும் என்பதற்கு இவனே இலக்கணம்! பொதுச் சேவையில் ஆர்வம் கொண்ட எவராக இருப்பினும் இந்நாவலில் இடம்பெறும் சுப்பையாவைப் படிக்கின்ற பொழுது, நாமும் இப்படி வாழ வேண்டும், செயல்பட வேண்டும் என நினைத்தால் அதுவே எனக்குக் கிடைத்த மகத்தான விருதாக எண்ணி மகிழ்வேன்.

இத்தகைய அருங்குணம் வாய்ந்த "சுப்பையா" என்ற கதைமாந்தனை என் மூத்த சகோதரர் ஒருவரை முன்னிலைப் படுத்தியே படைத்துக் கொண்டேன். ஒரு போராளிக்குரிய உயர் பண்புநலன்களை அமரத்துவம் நிறைந்த, சிவப்புச் சிந்தனைகளின் முகவரிகளாய், தமிழ்நாட்டு வீதிகளில் வலம் வந்த தோழர்களான - ஜீவா, எம்.கல்யாணசுந்தரம், பி.இராமமூர்த்தி, கே.டி.கே.தங்கமணி, இரா.பாலதண்டாயுதம் ஆகியோரிடமிருந்து எடுத்துக் கொண்டேன். அமரர் ஜீவா அவர்களை மட்டும் நான் நேரில் கண்டதில்லை. மற்ற தலைவர்களை நேரில் கண்டும், அவர்களின் எழுச்சியுரை களைக் கேட்டும் பரவசம் அடைந்துள்ளேன். இந்தக் கொள்கைச் செம்மல்களின் மன உறுதியையும், போர்க் குணத்தையும், தியாகத் தழும்புகளையும் பிற தோழர்கள் சொல்லக் கேட்டும், சில நூல்களைப் படித்தும் உணர்ந்திருக் கிறேன். இம்மாமனிதர்களின் பண்புகளை சுப்பையா என்னும் கதை மாந்தனுக்குள் பதிவு செய்து கொண்டேன்.

இன்றைய பொது வாழ்க்கை எப்படியிருக்கிறது என்பதை நான் கூறி நீங்கள் தெரிந்து கொள்ள வேண்டியதில்லை. முடை நாற்றம் வீசும் மலக்குழியாகப் போய்விட்டது! ஊழல்வாதிகளுக்கு மத்தியில் ஓர் உண்மைவாதியை நாம் எதிர்பார்த்துக் காத்துக் கொண்டுள்ளோம். சுப்பையா போன்ற கதைமாந்தன் தொழிற்சங்கத் துறையில் மட்டுமன்று. நம் நாட்டின் ஒவ்வொரு துறையிலும் வெளிப்பட வேண்டும்! இது என் அவா!! அந்த அவாவில் உதித்த எழுத்து வேள்வியில் வெளிப்பட்ட இலக்கிய வடிவமே "பனியன்" நாவலாகும்.

சுய ஒழுக்கமுள்ளவனே தலைமைப் பதவிக்குத் தகுதியுள்ளவன் என்பதைச் சுப்பையா என்ற கதைமாந்தன் வாயிலாக வடித்துள்ளேன். அவனுக்கு வாழ்த்துக் கூறுங்கள்.